मीरा श्यामरंगी रंगली

ओशो

अनुवाद
स्वाती चांदोरकर

मेहता पब्लिशिंग हाऊस

MEERA SHAMRANGI RANGLI
Originally Published in Hindi
under the title : 'Jhuk Aayee Badariya Sawan Ki.' (Chapters 6 to 10)

Licence of the Marathi Translation with Mehta Publishing House
Translated into Marathi Language by Swati Chandorkar

मीरा श्यामरंगी रंगली

अनुवाद : स्वाती चांदोरकर, बी-२, ओम पुष्पांजली सोसायटी, वीरा देसाई रोड, अंधेरी (प.), मुंबई – ४०० ०५८ ✆ ०२२-२६७६२९८६

मराठी अनुवादाचे व प्रकाशनाचे हक्क मेहता पब्लिशिंग हाऊस, पुणे ३०

प्रकाशक : सुनील अनिल मेहता, मेहता पब्लिशिंग हाऊस, १९४१ सदाशिव पेठ, माडीवाले कॉलनी, पुणे – ४११ ०३०

अक्षरजुळणी : इफेक्ट्स, २१/६ब, आयडिअल कॉलनी, कोथरूड, पुणे – ३८

मुद्रक : जंगम ऑफसेट प्रा. लि., २५/१० नांदेड फाटा, सिंहगड रोड, पुणे – ४११०४१.

मुखपृष्ठ : फाल्गुन ग्राफिक्स

प्रथमावृत्ती : ऑक्टोबर, २०१० / पुनर्मुद्रण : डिसेंबर, २०१३

किंमत : ₹ १५०/-

ISBN 978-81-8498-170-4

प्रस्तावना

प्रस्तुत लेखन 'पग घुंघरू बांध' हा ओशोंद्वारे वेळोवेळी मीराने रचलेल्या पदांवर विस्तृतपणे दिलेल्या प्रवचनांचा संग्रह आहे. ओशोंच्या मतानुसार ही प्रवचनं नाहीत, तर आपल्या सर्वांना मीराच्या प्रेमाच्या सरोवरातील नौका विहारासाठी पाठवलेलं आमंत्रण आहे. हे प्रेमाचं सरोवर अद्‌भुत आहे, अनुपम आहे. कारण ह्या सरोवराचं पाणी सर्वसाधारण नाहीये. हे तर मीराच्या अश्रूंचं मानसरोवर आहे आणि हे इतकं शुद्ध, निर्मळ आहे, की कदाचित गंगेचं पाणीही तसं असू शकणार नाही.

मीराला समजणं खूप कठीण आहे. काव्य, तर्क, ज्ञान ह्या दृष्टिकोनांतून मीराला समजण्याचा प्रयत्न केला तर चूक होणारच. कारण मीरा ना कविता आहे, ना शास्त्र, ना तर्क. ती तर दुखऱ्या प्रेमाची एक अतिशय सुंदर अशी अनुभूती आहे. मीरा शरीराने अस्तित्वात नाहीये, ना होती. मीराच्या रूपाने भक्तीने शरीर धारण केलं नी अस्तित्वात आली.

'निराकार जब तुम्हें दिया आकार
स्वयं साकार हो गया।'

प्रेमाच्या ह्या साकार प्रतिमेच्या डोळ्यांमधील एक एक अश्रू, एक एक पद आहे आणि एक एक पद म्हणजे एक एक खंडकाव्य आहे. जशी मीरा तिच्या गिरिधर-गोपाळपर्यंत पोहोचण्यासाठी लोकलज्जा, मानमर्यादा, कुळाचार, घरदार सर्व सोडून धावली, तसंच, ज्ञानाचं सूत्र, तर्कवितर्क, काव्याचे सारे प्रकार आपण जोपर्यंत सोडून देत नाही, विसरत नाही तोपर्यंत आपण मीरापर्यंत पोहोचू शकत नाही. हे युगानुयुगे चालत आलेले ह्या काव्य शास्त्राचे नियम मीराच्या पदापर्यंत पोहोचण्यासाठी फोल आहेत. मीराने अश्रूंनी प्रेमाचे इतके विविध रंग रंगविले, खुलविले, उधळले की ते मोजता येणार नाहीत. ना वजनाने, ना काव्यशास्त्राने. ह्या प्रेमाच्या पदपथावरून ती इतकी दूरपर्यंत पोहोचली आहे की तिला तिच्या स्वतःच्या अस्तित्वाची जाणीव नाही–

'हम तेरी चाह में ऐ यार वहां तक पहुंचे
होश ये भी न जहां है कि कहां तर पहुंचे।।'

'असणं' हे जोपर्यंत जाणवतं तोपर्यंत 'नसणं' म्हणजे काय हे जाणू शकत नाही. ते तेव्हाच शक्य आहे जेव्हा–

'वो न ज्ञानी, न वो ध्यानी, बिरहमन, न वो शेख
वो कोई और थे जो तेरे मकां तक पहुंचे।।'

ज्ञान, ध्यान, जोगी, भोगी, जात-पात, पंथ-संप्रदाय, जागृती ह्या सर्व गोष्टी ज्याने सोडून दिल्या आहेत, तोच 'त्या' मुक्कामापर्यंत पोहोचू शकतो, त्या घरापर्यंत पोहोचू शकतो. मीरासुद्धा ह्या सर्व बंधनांना तोडूनच 'त्या' घरापर्यंत पोहोचू शकली. मीराला जाणण्यासाठी आपल्याला ही सर्व बंधनं तोडून देऊन फक्त प्रेमाचं बंधनच बांधायला हवं. आणि नेमकं हेच आपल्यापाशी नाहीये. आपल्यापाशी आहे, शब्द, सूत्र, शास्त्र, तर्क वगैरे वगैरे. हे सर्व सोपं आहे. ही सर्व स्वस्त बंधनं आहेत. पण मीराचे पद अनमोल आहेत, आपण त्यांना व्यवहाराच्या पातळीवर मोजू शकत नाही. पारखू शकत नाही. म्हणूनच आपण ह्या मीराला समजू शकत नाही. आपणच कशाला? मोठमोठे विद्वान, आचार्य, मुनीसुद्धा मीराच्या पदांचं मर्म समजण्यामधे चुका करतात. गाता-नाचताना जी वेदना थरथरते तिचंच दुसरं नाव मीरा आहे. मीरा गाते, 'हेरी मैं तो दर्द दीवानी, मेरा दरद न जाने कोय' खरंच, कुणाला भिडणार आहे हे दुःख? आम्ही दुःख म्हणजे इतकंच समजतो की ज्यामुळे आम्ही रडतो. पण मीराचं दुःखं काही वेगळंच आहे. ते फक्त रडवत नाही, ते गाणंही म्हणतं. गावातल्या गल्ल्यांमधून नाचतं, मंदिरात घंटा घुमघुमवतं आणि सुळीवर प्रियकराबरोबर बिछानाही घालतं. असं कुठलं प्रेमाचं मद्य मीराने प्यायलं आहे की 'युगानुयुगं तमाम दुनिया तिथे पोहोचू शकणार नाही, तिथे एका घोटातच प्रेमी जाऊन पोहोचतात.' मीरा दुःखामुळे घायाळ आहे आणि वेडीही आहे. घायाळ ते वेडं होण्यापर्यंत, मस्तीपासून हस्ती (अस्तित्व) संपवण्यापर्यंत, असण्यापासून नसण्यापर्यंत आणि अश्रू ते संगीतापर्यंत– हा जेवढा प्रवास आहे, हाच प्रवास मीराच्या पदांची काव्ययात्रा आहे.

हिंदी भाषेमधे कवि जे भक्त आहेत, ह्यांची खूप मोठी परंपरा आहे. भक्तांच्या ह्या मोत्यांच्या माळेत मीरा 'कौस्तुभ मणी' आहे. तिची प्रतिभा सर्वांत मोहक, सर्वांत प्रखर-तेजस्वी आणि सर्वांत जिवंत अशी आहे. भक्ती ही कधीच संतुष्ट होत नाही; जिथे स्व येतो.

ह्या मंदिरात जो जातो तो परतताना ना शरीर घेऊन येतो ना मन. इथे तन-मन अर्पण केल्याशिवाय काम होत नाही. पुरुष मूलतः कठोर स्वभावाचा

असल्याकारणाने तो संपूर्णपणे स्वाहा: होऊ शकत नाही. संपूर्णपणे 'स्व' सोडू शकत नाही. विसर्जित करू शकत नाही. पण स्त्री मूलत: स्वभावाने दानशील, कोमल. निसर्गानेच तिला तसं बनवलंय. प्रेमाच्या दाहात ती मेणबत्तीसारखी संपूर्णपणे विरघळून जाते. म्हणूनच भक्तिमार्गात स्त्री अग्रगण्य ठरते आणि पुरुष थोडे मागे पडतात. स्त्री जेव्हा प्रेम करते तेव्हा ती संपूर्णपणे प्रेम करते, एक कणही काही मागे ठेवत नाही. जी स्त्री संपूर्ण प्रेम करत नाही, समजावं तिथे प्रेम नाहीये– 'यह आग का दर्या है और डूब के जाना है!'

मीरा– लोक गातात, गुणगुणतात; पण फार थोडे जण तिच्या पदाच्या आत्म्यापर्यंत पोहोचतात. ओशो हे एकच– एकमेव व्यक्ती! ज्यांनी मीराच्या अश्रूंच्या मानसरोवरात डुंबून स्नान केलं. हे शक्य आहे कारण त्यांचं जीवन, प्रेमाचं एक महाकाव्य आहे, जसं मीराचं. प्रेमच त्यांची दुलई आणि प्रेमच त्यांची चटई. त्यांचं संपूर्ण अस्तित्व म्हणजे प्रेमाची तहानलेली हाक! हृदयातलं एक खोल असं मंदिर, दालन, जिथे मीराने तिच्या गोपालाला मिळवलं होतं, जे ओशोंनी बघितलं, अनुभवलं. त्यांचं मंदिर, ओशो मंदिर प्रेमाचं मंदिर आहे, तिथे जर यायचं असेल तर काही नियम आहेत.

'यह प्यासों को प्रेम नगर है, यहां संभलकर आना जी...'

जर तुम्ही मरण्यासाठी तयार असाल, तर तुम्ही तुमचं नाव, गाव, डिग्री, हुद्दा, नाती सर्व कपडे उतरवून टाकण्यासाठी तयार आहात. ज्याची नशा जन्मोजन्मी उतरत नाही असं मद्य प्यायला तयार असाल, तर स्वागत आहे तुमचं अशा प्रेम मंदिरात, ओशोंच्या मंदिरात. तुम्ही या. नक्की या.

गोपालदास 'नीरज'

जनकपुरी, मेरिस रोड,
अलीगढ (उत्तर प्रदेश)

अनुक्रम

Please contact us at **Mehta Publishing House,** 1941, Madiwale Colony, Sadashiv Peth, Pune 411030.

✆ +91 020-24476924 / 24460313

Email : info@mehtapublishinghouse.com
production@mehtapublishinghouse.com
sales@mehtapublishinghouse.com

Website : www.mehtapublishinghouse.com

संन्यास : एक उपचार

प्रवचन पहिले

प्रश्न-सार

- तुम्ही म्हणता – संन्यासाला संसार सोडणं आवश्यक नाही. का?
- तुम्ही तुमच्या संन्याशांना संसारापासून वेगळं व्हायचा सल्ला देत नाही. मग तुमच्या प्रवचनांत संन्यासी आणि संसार यांच्यात लक्ष्मण-रेषा का बनते?
- मी पुण्याला येताना निश्चय करून आलो होतो की, आता संन्यास घेऊनच परतेन; पण इथे तुमच्या सान्निध्यात आल्यावर संन्यास हा भाव विलीन झाला.
- समाधी काय आहे?
- मी परमात्म्याला शोधत हिंडतो आहे आणि तो मिळत नाहीये. प्रभू, अजून किती प्रवास करावा लागणार आहे? संन्यासही घेतला; पण परमात्मा मिळाला नाही. उलट लोक मलाच वेडा म्हणू लागले.

पहिला प्रश्न : तुम्ही म्हणता – संन्यासाला संसार सोडणं आवश्यक नाही. का?

* कारण, संसार हा परमात्माचा आहे. संसार सोडणं म्हणजे एकप्रकारे परमात्म्याला सोडण्यासारखंच आहे. संसाराचा अपमान म्हणजे ज्याने तो निर्मिला, त्याचा अपमान आहे.

संसार सोडून देण्याच्या गोष्टी करणं याचाच अर्थ तुम्ही परमात्म्यापेक्षा जास्त हुशार झाला आहात. त्याने अजूनपर्यंत संसार सोडलेला नाही. त्याने जर संसार सोडला असता, तर संसार एव्हाना हरवून गेला असता. तोच तर प्राणात श्वास घालतो. झाडांमधला हिरवेपणा तोच तर आहे. तोच पक्ष्यांत गाणं, गीतं घालतो. त्याने संसार सोडलेला नाही.

आणि असंही समजू नका की, संसाराची निर्मिती करून परमात्मा वेगळा झाला. त्याच्याशिवाय संसार जगूच शकत नाही. परमात्मा प्रत्येक क्षण संसार बनला आहे. कुठल्या तरी ऐतिहासिक क्षणी संसार बनवला आणि तो नामानिराळा झाला, असं नाहीये. या क्षणी सुद्धा सृजन सुरू आहे. नव्या बिजांमधून अंकुर फुटतोय. मुलं जन्म घेत आहेत. नवीन तारे उगम पावत आहेत. प्रत्येक क्षणी सृजनता सुरूच असते.

संसार सोडला तर परमात्म्याच्या अपमान कराल.

म्हणून म्हणतो संसार सोडू नका, त्यात परमात्मा लपलेला आहे. मग

परमात्म्याला शोधणार तरी कुठे? संसाराशिवाय अजून दुसरी कुठली जागा आहे का? पळून जाणार कुठे? जिथे जाल तिथे संसार आहे. बाजारात संसार आहे, तर वृक्षांमध्येही आहे. सर्वांवर त्याची मालकी आहे. कुठे जाणार? चंद्र-ताऱ्यांवर जाल, जिथे जाल तिथे तोच असेल, संसार! संसाराशिवाय जाऊच शकत नाही.

आणि जर कल्पनेत अशी कुठली जागा असती, तर्कामध्ये अशी एखादी जागा जिथे संसार नाही – तुम्ही जाल, तर तिथेही संसार पोहोचेल. कारण तुम्हीच संसार आहात. तुम्ही संसाराची सर्व सूत्रं तुमच्या हृदयात घेऊन फिरत आहात. तुम्ही जिथे जाल तिथे संसार निर्माण होईल. तुम्ही जाल तिथे प्रेम असेल, घृणा असेल, राग-वैमनस्य, मित्रता, शत्रुत्व, कधी उदासीनता, तर कधी प्रसन्न मन! संसार तिथे वास करेल. तुम्ही कुठल्या तरी वृक्षाखाली ध्यान करत दोन-चार वर्षं बसाल आणि मग कुणी दुसरा संन्यासी त्या वृक्षाखाली येऊन बसेल, तर तुम्ही म्हणाल, 'दुसरा वृक्ष शोध, हा माझा आहे. मी गेली चार वर्षं इथेच बसतोय. तू तुझा मार्ग धर – कुठे दुसरीकडे जा. ही माझी गुहा आहे.'

आणि जिथे 'माझं' आलं, तिथे संसार आला. तुम्ही वृक्षाखाली शांत बसले आहात आणि वृक्षावर बसलेला कावळा तुमच्यावर शीट करतो... आता कावळ्याला काय काळजी तुम्ही संन्यासी आहात की संसारी आहात, की त्यागी, की व्रत घेतलेले मुनी आहात की यती – त्याने शीट केलं. मनात खूप राग येईल. तुम्ही असेच क्रोधीत व्हाल, जशी कुणी शिवी दिली आहे. जर सिंहाने डरकाळी फोडली तर तुमची छाती दडपेल. तशाच भीतीने, जसं कुणी शत्रूने छातीवर सुरा धरल्यावर छाती दडपते तशी... कुठे जाणार? स्वत:पासून कुठे पळणार?

परमात्मा बाहेरही आहे आणि तुमच्यातही आहे.

जर तुम्ही मला विचारत असाल तर म्हणेन की, परमात्मा आणि संसार हे दोन वेगवेगळे भाग आहेत – ही भाषाच चुकीची आहे. संसारच परमात्मा आहे. जेव्हा तुम्ही हे भिन्न मानता तेव्हा अडचणीत सापडता. मग सोडणं-धरणं हा उपद्रव सुरू होतो. जेव्हा हे 'दोन' आहेत असं मानता तेव्हा द्वंद्व सुरू होतं. 'काय धरू, काय सोडू?' विकल्प तयार होतो. ' संसार धरू की सत्य पकडू?' एक काहीतरी सोडून द्यायला हवं, कारण तुम्ही तुमच्या हातांनीच विकल्प तयार केला आहे.

मी तुम्हाला सांगू इच्छितो की ते एकच आहे. हे दोन नाहीयेत. दोन ही तुमच्या मनाची कल्पना आहे आणि जेव्हा तुम्ही दोन तयार करता, तेव्हा द्वंद्व कलहात सापडाल, कष्टी व्हाल, नरकात उतराल.

एकात असणं म्हणजे स्वर्गात असणं होय. दोनात राहणं म्हणजे नरकात राहणं होय. संसार आणि परमात्मा दोन, भिन्न समजू नका. सृष्टी आणि सृष्टीचा कर्ता दोन भिन्न रूपं देऊ नका. सृष्टी आणि सृष्टीचा कर्ता एकाच घटनेची दोन नावं आहेत.

परमात्म्याने संसार बनवला असं म्हणू नका. परमात्मा संसार बनला, असं म्हणा. बनवणार तरी कुठून? कुठून आणणार? स्वत:तूनच तयार करणार.

म्हणून जुनी शास्त्रं म्हणतात, 'जसं कोळी जाळं विणतो, स्वत:तूनच निर्माण करतो, तसंच परमात्म्याने संसार रचला – स्वत:मधूनच! हे त्याचं अंतरतम आहे, जे बाहेर फैलावलं.'

तुम्हाला पळून जाण्याची गरज नाही, जागं व्हायची गरज आहे. स्थान बदलायचं नाहीये, स्थिती बदलायची आहे. कुठे रहायचं हा प्रश्न नाहीये, कसं रहायचं हा प्रश्न आहे.

आंधळा मनुष्य अंधारात आहे, तरीही अंधार आहे. तो प्रकाशात उभा आहे तरी अंधारच आहे. प्रकाशात असूनही आंधळ्या माणसाला तो अंधारच वाटणार. त्यामुळे आंधळा मनुष्य अंधारात बसला आहे की, प्रकाशात हा प्रश्न नाहीये. खरा प्रश्न असा आहे की आंधळा मनुष्याचे डोळे कसे सुधारतील, त्याला दृष्टी कशी प्राप्त होईल? त्याच्या डोळ्यांवर कसा काय इलाज होईल, हा!

दृष्टीचा उपचार संन्यास होय. कसं बघायचं, ही कला अवगत व्हायला हवी. 'दर्शन' व्हायला हवं. खोलवर बघण्याची नजर यायला हवी. तरच तुम्ही एखाद्या दगडात खोलवर बघितलंत की परमात्मा दिसेल. वरवर संसार आहे आणि खोलवर परमात्मा आहे.

म्हणून मी तुम्हाला संसार सोडून जायला सांगत नाही. हे असं सोडून देणं हे भेकडाचं, कमजोरीचं, नपुंसकतेचं लक्षण आहे. भेकड असणं यात काही तथ्य नाही. भिडा! पळून जाल तरी कुठे? भिडण्यात यश मिळेल, काही पदरी पडेल.

मी तुम्हाला 'रणछोडदासजी' व्हायला सांगत नाहीये. हे जीवनाचं युद्ध आहे, ते सोडून कुठे जाणार आहात? अर्जुनही हेच तर करत होता – गीतेत! जीवनाच्या युद्धातून पलायन! कृष्णाने त्याला खेचून आणलं.

कुठे जाल?

जे काही परमात्म्याने दिलं आहे, त्याला कशाप्रकारे जगता – यात सर्व काही आहे.

नेहमी असं होतं, नाचता येत नसेल तर तुम्ही अंगण वाकडं आहे, असं म्हणता. नाच शिका. जो नाचू शकतो, शिकतो त्याला वाकड्या अंगणातही नाचता येतं आणि ज्याला नाच येतच नाही, त्याला सरळ अंगण दिलं, तरी तो नाचू शकेल का?

पण लोकं सोप्या गोष्टींचा आधार घेतात. घर-दार, बायको, मुलं सोडून द्या. सोपं आहे. विचार करता की पत्नी आहे, म्हणून मोह आहे की मोह आहे म्हणून पत्नी आहे? जरा विचार करा, ध्यान करा. पत्नी आधी की मोह आधी! मोह नसता तर तुम्ही लग्न केलंच नसतं. तुम्ही बायको आणलीच नसती. पत्नी येण्याअगोदर

मोह होता आणि आता तुम्ही तिला कारणीभूत ठरवत आहात.

मोह आहे म्हणून पत्नी आहे. तुम्ही तिला सोडून पळून जाल, तर मोह अजून कुठेतरी जडेल, काही वेगळं निमित्त शोधून काढेल.

जुनी गोष्ट आहे – एका साधकाने, शोधताशोधता विष्णूला मिळवलं. त्याचे पाय धरले. खूप आनंदित झाला. जे हवं होतं, ते मिळालं. विष्णूला अनंत धन्यवाद दिले आणि म्हणाला, 'बस, अजून एकच गोष्ट, माझ्याकडून काही सेवा करून घ्या. तुम्ही मला इतकं दिलंत, जीवन दिलंत, जीवनातला परम उत्सव दिलात आणि आता तर हे परम जीवनही दिलंत. माझ्याकडून काही सेवा करून घ्या. मला असं नको वाटायला की, तुम्ही माझ्यासाठी इतकं काही केलंत आणि मी तुमच्यासाठी काहीच केलं नाही. मला थोडसं सौभाग्य मिळू द्या. मला ठाऊक आहे की तुम्हाला कशाचीच, कुठल्याच गोष्टीची गरज नाही; पण मला आनंद होईल, बरं वाटेल की मी प्रभूसाठी काही करू शकलो.'

विष्णू म्हणाला, 'करू शकशील? खूप कठीण असेल ते.'

पण भक्त हटूनच बसला. तर विष्णूने सांगितलं, 'ठीक आहे, मला तहान लागली आहे. क्षीर-सागरात राहणारे विष्णू, तिथे कसली तहान? पण या भक्तासाठी त्यांनी सांगितलं तहान लागली आहे. तू एक पेलाभर पाणी आण.'

भक्त धावला. तुम्ही म्हणाल, क्षीर-सागर होता, तिथूनच पेला भरून दिला असतात; पण ते जवळ आहे, ते कुणालाही दिसत नाही. जे जवळ असतं, त्यासाठी तर आपण संपूर्ण आंधळे असतो. आम्हाला दूरची वस्तू दिसते. जितकी दूर, तितकी स्पष्ट दिसते. चंद्र-चांदण्या दिसतात; पण शेजारी राहणारे लोक दिसत नाहीत. त्यालाही दिसलं नाही. तुमच्यासारखाच मनुष्य असणार. धावला आणि म्हणाला, 'आत्ता आणतो.'

निघाला, संसारात आला. एका दाराशी आला. दार ठोठावलं. एका सुंदर युवतीने दार उघडलं. भक्त म्हणाला, 'देवी, मला पेलाभर थंड पाणी मिळेल का?'

युवती म्हणाली, 'तुम्ही आला आहात, ब्राह्मण देव! आत या, बसा. माझं घर धन्य करा. असं बाहेरच्या बाहेर जाऊ नका. माझे वडीलही बाहेर गेलेत, घरात मी एकटीच आहे. ते येतील तर नाराज होतील की, चक्क देव आले आणि त्यांना तू बाहेरच्या बाहेरूनच जाऊ दिलंस. नाही, तुम्ही आत या!'

एका क्षणासाठी तो घाबरला. युवती आहे, सुंदर, अति सुंदर असं सौंदर्य कधी बघितलं नाही. एका क्षणासाठी विष्णूही फिके पडले. तर भक्त घाबरला. घाबरला कारण त्याला विष्णूचाही क्षणभर विसर पडला. आवाज दूर-दूर वाटायला लागला.

त्याने नकार दिला. कपाळावर घर्मबिंदू उमटू लागले; पण युवती काही ऐकायला तयार नाही. तिने त्याचा हातच धरला की आपण आत या, मी तुम्हाला

असं जाऊ देणार नाही. म्हणाली, 'पाणी तर तुम्ही घेऊन जा; पण आधी स्वतः जलपान तर करा.' तर तिने आहार करवला, पाणी पाजलं.

एकांत! त्या युवतीचं सौंदर्य! त्या युवतीचं लगबगीने ब्राह्मण देवाची सेवा करणं! हळूहळू विष्णू विस्मृतीत जायला लागला. मधूनच आठवण व्हायची की, बिचारे तहानलेले असतील. मग विचार यायचा, ठीकच आहे, देवाला कसली तहान? ते तर त्यांनी माझ्यासाठी सांगितलं. देवाला कसली तहान? ते तर परम तृप्तीच. मग एवढी कसली घाई? अजून क्षण-दोन क्षण थांबू!

आणि जेव्हा युवती म्हणाली, 'तुम्ही आलाच आहात, माझे वडीलही थोड्याच वेळात येतील, त्यांना भेटूनच जा.' तर त्याने अगदी सहजी होकार दिला आणि युवती सेवा करत राहिली. आणि युवतीचं रूप, सौंदर्य मनाला मोहवत राहिलं. संध्याकाळ होत आली, वडील तर आले नाहीत. युवती म्हणाली, 'तुम्ही भोजन करा. आता संध्याकाळचं कुठे जाणार भोजनासाठी?'

जेवण बनवलं, जेवण झालं. रात्र झाली. युवती म्हणाली, 'या अशा रात्रीचं आता कुठे जाणार?'

रात्रीचं कुठे जायचं? असा विचार तर तो ही करत होता, 'सकाळी, पहाट होता होता ब्रह्म मुहूर्तावर निघून जा!' मान्य केलं. मग तर वर्षं सरली. तो तिथून निघालाच नाही. मग एकावर एक कामं येत राहिली. तो तरी काय करेल? सकाळी युवती म्हणाली, 'वडील तर आले नाहीत. गाईचं दूध काढायचं आहे, मला येत नाही, तुम्ही काढून द्या.' मग गाईचं दूध काढलं गेलं. मग बैल आजारी होता तर युवती म्हणाली, 'तुम्ही, याचाही काही इलाज करा. मी औषध आणायला कुठे जाऊ? आणि हे सर्वच जण परमात्म्याचेच आहेत.' गोष्ट पटली.

तो थांबला ते थांबलाच. मग त्यांना मुलं झाली, संसार मोठा पसरला. पन्नास-साठ वर्षं सरली. मुलांनाही मुलं झाली. तेव्हा गावात पूर आला. भयंकर पूर! ब्राह्मण देव म्हातारे झालेत. कसं तरी आपल्या मुला-नातवांना घेऊन पुरापासून संरक्षण करण्याचा प्रयत्न करत आहेत. सारं गाव बुडतंय, प्रलय – असा प्रलय, ना कधी ऐकला, ना कधी बघितला. पत्नीला वाचवायला गेले तर ज्या मुलाचा हात धरला होता तो सुटला. पैलतीरावर पोहोचे-पोहोचेपर्यंत सर्व परिवार त्यात पुरात विलीन झाला.

त्या किनारी एका दगडाच्या माथ्यावर ते उभे आहेत आणि एक उत्तुंग लाट येते. त्या उत्तुंग लाटेवर विष्णू बसले आहेत. म्हणत आहेत, 'मी तहानलेला आहे, तू अजून पाणी घेऊन आला नाहीस? मी तुला आधीच सांगितलं होतं, तू करू शकणार नाहीस, कठीण आहे. कारण तू संसार सोडून पळाला होतास. जो हे सोडून पळून जातो, त्याचं आकर्षण कायम उरतं.'

ही गोष्ट खूप छान आहे... कारण तुम्ही संसार सोडून पळून जाता. संसारात

जागृत होऊन वर येत नाही. संसाराकडे डोळे मिटून पळता. तर, छोट्याशा कामासाठी जरी संसारात जाल, तरी गुंतून पडाल. पाणी आणायला गेला होता आणि सर्व संसार थाटला. 'गये थे हरी भजन को, लोटन लगे कपास!'

मी तुम्हाला पळून जायला नाही सांगत. मी तुम्हाला जागं व्हायला सांगतो. पळून जाणं सोपं, स्वस्त काम आहे. मुलांना सोडून पळून जाण्यात कुठलीही शूरता नाही, फक्त उत्तरदायित्वाची जाण नसणं पुरेसं आहे, मुलांना-पत्नीला सोडून जाण्यासाठी! थोडी कर्तव्यपराङ्मुखता, बुद्धिहीनता, जडत्व असेल तर पुरेसं आहे. कुठलीही मोठी बुद्धिमत्ता लागत नाही मुलांना सोडून पळून जाण्यात! बस, फक्त थोडंसं कठोर, पाषाण हृदय असावं. मुलांना सोडून पळून जाल; पण हे पाषाण-हृदय परमात्मा प्राप्त करू शकेल? हे असं पाषाण-हृदय परमात्म्याला प्राप्त करण्यासाठी असमर्थ असेल, कारण परमात्म्याला प्राप्त करण्यासाठी संवेदनशीलता हवी, सहृदयता हवी आणि तुम्ही तर विरुद्ध केलंत. संसारातून पळून जाऊ नका, असं मी म्हणूनच म्हणतो. सांगतो की ही संधी दिली आहे परमात्म्याने तुम्हाला. या मागे रहस्य आहे, तुम्हाला 'जागं' करण्याची सोय आहे. ही एक पाठशाळा आहे. इथून पळून जाऊन तुम्ही ज्ञानी होणार नाही. या पाठशाळेत उत्तीर्ण झालात, तर ज्ञानी व्हाल. विश्वविद्यालयात संघर्ष करावा लागेल, उत्तीर्ण व्हावं लागेल. यातून पार पडावं लागेल. पळून काय होणार!

हा संसार म्हणजे एक विद्यापीठ आहे. परीक्षेत उतरा. त्यातली प्रत्येक परीक्षा महत्त्वाची आहे. जसजशी एकएक परीक्षा उत्तीर्ण व्हाल, तितके तितके परमात्म्याच्या निकट जाल.

आणि शेवटची परीक्षा आहे, 'पदार्थांमध्ये परमात्म्याला बघण्याची क्षमता. रूपात-अरूपात ओळखण्याची क्षमता. क्षुद्रातलं विराटाचं दर्शन! ही शेवटची परीक्षा. ही ज्या दिवशी उत्तीर्ण व्हाल, सर्व काही मिळवाल.'

म्हणूनच माझ्या संन्याशांना मी पळून जायला सांगत नाही. माझ्या संन्याशांना मी 'जागं' व्हायला सांगतो. जागणं श्रमपूर्ण आहे. जागण्याची प्रक्रिया कठीण प्रक्रिया आहे. डोंगरावर चढण्यासारखी! पळून जाण्याची प्रक्रिया सोपी आहे, घाट उतरण्यासारखी!

हेच आहे, ज्याचा तुम्ही शोध घेत आहात. तुमच्या पत्नीत, मुलात तोच लपलेला आहे. तुमच्या शेजाऱ्यांमध्येही तोच विराजत आहे. तुमच्यातही तोच आहे. त्याच्या व्यतिरिक्त अजून कुणीही नाही, दुसरा कुणीही नाही.

मैं बनाऊं घर इसी मझधार में
अगम जल की सोनमछरी मन बसी
मैं बनाऊं घर इसी मझधार में।

किनारे मत तलाशो। इसी मझधार में जो घर बना ले, वही कुशल है। किनाऱ्यांना शोधत बसू नका. या पाण्यातच जो घर बांधेल, या प्रवाहातच जो घर बांधेल, तो कुशल आहे.

मैं बनाऊं घर इसी मझधार में
अगम जल की सोनमछरी मन बसी।
गढ़ा उसको किसी चतुर सुनार ने
नये सांचे में ढली वह कामिनी
रंग ऐसा भर दिया करतार ने।
दिपे सोना अंग जैसे दामिनी।
प्राण की हर पोर में उसकी चुभन।
ज्यों अंगूठी अंगुली में हो कसी।
जब हटे जल का रुपहला आवरण
दीख जाए वह सलोनी एक क्षण।
दृष्टि की आराधना साकार हो।
ज्योति-पुलकीत हो उठे वातावरण।
दिशाएं हैं मौन उसके ध्यान में
चेतना के लोक की वह उर्वशी।
बनिज नौकाएं लुटाएं लाख धन
गीत माझी के करे अनगिन गुहार।
व्यर्थ हैं ये सभी आकर्षण मुझे।
मैं न जाऊं छोड़कर यह अगम धार।
प्रीत की बंसी इसी जल मैं लगे –
मूढ़ जग चाहे उड़ाये जो हंसी
मैं बनाऊं घर इसी मझधार में
अगम जल की सोनमछरी मन बसी।

कला ही पलायन करण्यात नाहीये. कला, त्या क्षणी जीवनातली खोली शोधण्यामध्ये आहे. कला गाभ्यापर्यंत पोहोचण्यात आहे, त्यात उतरून जाण्यात आहे.

परंतु, तुमच्या प्रश्नाचा अर्थ मी समजावून सांगतो. वर्षांनुवर्षं संन्यास, ह्याचं स्वरूप हेच आहे – भेकड! याच कारणामुळे अनंत-अनंत लोक संन्यासाच्या अपूर्व संपदेपासून वंचित राहिले. जे पळून गेले, त्यांच्यापैकी फार कमी जणांना पूर्तता मिळाली, प्राप्ती झाली. ज्यांनी प्राप्त केलं त्यांना संसारात राहूनही प्राप्त झालं असतं. ते पळून गेले म्हणून प्राप्तता मिळाली या संभ्रमात राहू नका.

मी तुम्हाला असं सांगू इच्छितो की, महावीर जरी जंगलात गेले नसते तरी त्यांना

प्राप्त झालं असतं आणि हे मी उगीचच नाही म्हणत आहे. या मागे मोठी साक्ष आहे. महावीर जेव्हा तरुण होते, तेव्हा त्यांनी त्यांच्या आईला सांगितलं होतं की, मी सर्व सोडून जंगलात जाऊ इच्छितो. तेव्हा आई म्हणाली, 'मी जिवंत असेपर्यंत पुन्हा असं कधीही म्हणू नकोस. मला सहन होणार नाही आणि जर तू पळून गेल्यामुळे माझा मृत्यू झाला तर हे हिंसेचं पातक तुझ्याच माथी लागेल.'

महावीराने पुन्हा तसा उल्लेख केला नाही. उल्लेख केला नाही तरीही आई मृत्यू पावली. मग त्याने वडिलांना विचारले. ते म्हणाले, 'मी असे तोवर असं होऊ शकत नाही. जर मला काही झालं तर त्याला तूच जबाबदार ठरशील.'

तरीही वडील मृत्यू पावले. महावीर गप्प बसले. मग वडिलांना निरोप देऊन परतत होते. वाटेत मोठ्या भावाला म्हणाले, 'आता मला आज्ञा द्या. आईसाठी थांबलो, वडिलांसाठी थांबलो. दोघं गेले; पण मोठ्या भावाची आज्ञा तर घ्यायला हवी. आज्ञा द्या.'

मोठा भाऊ एकदम चिडला. म्हणाला, 'आई गेली, वडील गेले. माझ्यावर जणू डोंगरच कोसळला आणि आता तूही मला सोडून जायचं म्हणतोस? हे शक्य नाही. पुन्हा बोलूही नकोस असं.'

आता ही खरी अडचण होती. मोठा भाऊ हे जग सोडून कधी जाणार? शेवटी आई-वडिलांचं वय झालं होतं. आज नाही, तर उद्या देवाज्ञा होणारच होती; पण हे वडील-बंधू कदाचित जास्त जगतील आणि तोपर्यंत महावीरही वृद्ध होणार. तोपर्यंत क़जंगलात जाण्याची क्षमताही राहणार नाही. पण महावीर गप्प बसले. घरात असून नसल्यासारखे राहू लागले. शरीराने जीवंत पण मनाने मेलेले. कुणाला कळायचंच नाही की ते आहेत की नाहीत? दोन वर्षं अशीच अवस्था राहिली. घरातली माणसं त्यांना विसरू लागली, कारण ते कुणाच्याच अध्यात न मध्यात. महावीरांचा स्वर, वाणी दोन वर्षांत कुणालाही ऐकू आली नाही. गप्प! असून नसून सारखं! शेवटी घरातली माणसं एकत्र आली. वडील-बंधू म्हणाले, 'आता थांबवणं योग्य नाही. आणि थांबवून मिळणार तरी काय? त्यात काही अर्थच नाही. आपण कशाला पाप करा? आणि स्वातंत्र्यात बाधा का घालायची?'

घरातल्या लोकांना काळजी वाटली. त्या सर्वांनी प्रार्थना केली, 'तुम्ही तर निघून गेलाच आहात, आम्ही आडकाठी, अडवणूक करू शकत नाही. जशी तुमची इच्छा.'

त्या दिवशी महावीर सर्व सोडून निघून गेले. मी तुम्हाला सांगतो, 'जर भावाने असं सांगितलं नसतं, तर महावीर कधीही निघून गेले नसते. तरीही महावीर ज्ञानासाठी वंचित राहिले नसते. प्रक्रिया सुरू झालीच होती. घरातच वन झालं होतं.'

बुद्ध जेव्हा बारा वर्षांनंतर, बुद्धत्वाला प्राप्त करून परतून आले. त्यावर रवींद्रनाथांनी एक कविता लिहिली आहे. यशोधरेला विचारलं आहे. अतिशय

महत्त्वपूर्ण असा प्रश्न आहे. कोणत्याही शास्त्रात नाहीये. रवींद्रनाथांनी विचारला अडीच हजार वर्षांनंतर! पण तरीही मी असं म्हणतो की, हाच प्रश्न यशोधरेने नक्की विचारला असणार. दोन हजार वर्षांत कुणीही कुठल्याही शास्त्रात त्याचा उल्लेख केला नाही, मी त्याची तमा बाळगत नाही. रवींद्रनाथांनी तो विचारला, मी म्हणतो त्यामुळे तो शास्त्रीय झाला. हे योग्य आहे आणि असा प्रश्न यशोधरेने विचारला असणारच. जेव्हा बारा वर्षांनंतर परतून आले, तेव्हा यशोधरेने पहिला प्रश्न विचारला की, 'हे प्रभू, एकच प्रश्न माझ्या मनात आहे, तो हा की जे जंगलात जाऊन मिळालं, ते इथे मिळालं नसतं का?' बुद्ध जे कधीही कुठल्याही प्रश्नासाठी गप्प राहिले नाहीत, ते गप्प उभे राहिले, त्यांनी काहीही उत्तर दिलं नाही. उत्तर देण्यासारखं काही नव्हतंही.

ज्यांनी जाणलं, त्यांना हेही जाणवायला हवं की, जाणणं कुठेही होऊ शकतं. त्यासाठी कुठल्याही परिस्थितीचं बंधन नाही. तर ते हे हजारो-लाखो लोक जंगलात गेले त्यांच्यापैकी दोन-चार जणांनी जाणलं, माझा तर असा हेका आहे की ते जंगलात गेले नसते तरी त्यांनी जाणलं असतं. जंगलाचा त्याच्याशी काहीही संबंध नाही आणि बाकीचे जे मूर्खासारखे जंगलात गेले, त्यांनी जाणलं नाही, ते नसते गेले तरीही असेच राहिले असते – अजाण!

ज्याला इथे जाणता येत नाही, त्याला कुठेच जाणता येणार नाही. 'जाणणं' याला महत्त्वं आहे. मग काय फरक पडतो. जंगलात आणि घरात?

मला ठाऊक आहे, तुमच्या प्रश्नाचा रोख काय आहे. तुम्ही म्हणता, 'पर्वतावर बसलं की अशांती होणार नाही. घरात बसलं, तर मुलं रडत असतात. पत्नी म्हणते, नुसतं बसून काय करताय? काही काम करा. नुसतं बसून काय होणार? व्यत्यय येतो.'

म्हणून तुम्हाला वाटतं निघून गेलं की, व्यत्यय येणार नाही. तुम्ही चूक करताय. गुहेत बसाल, पोट म्हणेल भूक लागलीय, नुसतं बसून काय होणार? ऊठ, गावात जाऊन भीक माग!

पत्नीला सोडून तर जाऊ शकता, पण पोटाला कुठे सोडणार? महावीरांना सुद्धा गावात यावं लागायचं भिक्षा मागायला. थंडी वाजेल, सर्दी होईल, शरीर थरथर कापेल. तर शरीर म्हणेल, उठ, कुठूनशी दुलई आण. याला कसं थांबवणार? पाऊस पडेल, तर डोक्यावर छप्पर हवं असं डोकं म्हणेल, तर डोकं कुठेतरी झुकवावं लागेल, आसरा शोधावा लागेल. आजारी पडलात तर औषधाची गरज वाटेल. हे सर्व असंच चालू राहणार. स्वरूप बदलेल; पण व्यत्यय येतच राहणार.

माझी दुसरी प्रक्रिया आहे. माझी प्रक्रिया अशी आहे की, व्यत्ययांना व्यत्यय मानू नका. व्यत्ययांना व्यत्यय मानल्यामुळेच चुका होतात.

तुम्ही शांतपणे बसला आहात आणि मुलांनी येऊन गोंधळ घातला की,

तुम्हाला व्यत्यय वाटतो. कारण तुमचा विचार असा असतो की, मुलांनी गोंधळ करू नये. तुम्ही शांत बसला आहात तर विचार करता की, फार मोठं काम करत आहात शांत बसून! मोठं पवित्र कार्य करत आहात. धार्मिक कृत्य करत आहात आणि मुलं ही बुद्दू, मूर्ख, आरडाओरडा करत आहेत. त्यांना कळत नाहीये, मी ध्यान करतोय!

तुमच्या या धारणेत चूक आहे. तुम्ही असं मानता की, तुम्ही ध्यान करताय म्हणजे विशिष्ट काम करताय, सर्वांनी शांतता पाळायला हवी. यामुळेच अडथळा होतोय. संसार आपल्या पद्धतीने चालू आहे. मुलं दंगा करत आहेत, करू देत. तुम्ही त्याचा स्वीकार करा. विरोध करू नका आणि मग तुम्ही आश्चर्यचकित व्हाल. स्वीकारण्यातच मुलांचा दंगाही चालू आहे आणि तुमची शांतताही! काही कुठे व्यवधान होत नाही. व्यवधान, फरक पडतो. तुमच्या धारणेमुळे – कुणी दंगा करायचा नाही, कुणीही आरडा-ओरडा करायचा नाही.

हा विराट-विशाल संसार, तुमच्या ध्यानामुळे शांत होऊन जाईल, तर एक ध्यानी सर्वांना गारद करून टाकतो.

नाही. तुम्ही ध्यान करा. तुमच्या ध्यानाच्या पद्धतीत काहीतरी चुकतंय. तुम्ही एकाग्रतेला ध्यान समजत आहात, म्हणून अडचण होते. ध्यानाचा अर्थ आहे – स्वीकार-भाव, पण एकाग्रता नव्हे. जे काही घडतंय, ते स्वीकारलंय. सर्व स्वीकार आहे. तथा ध्यानाचा अर्थ, जसं आहे तसं – मान्य आहे.

जरा करून बघा. जेव्हा तुम्ही स्वीकाराल की एक मूल दंगा करतंय, आवाज येत आहेत, पण विघ्न येणार नाहीत. आरडा-ओरडा कायम राहील, पण विघ्न येणार नाही. विघ्न तेव्हाच येतं जेव्हा तुम्ही त्याच्या विरोधात उभे राहता. तुम्ही म्हणता, हे असं नाही व्हायला पाहिजे आणि होतंय, तेव्हा त्रास सुरू होतो. केवळ तुमच्या या 'नाही' या भावामुळे! मुलांच्या दंग्यामुळे नाही.

जंगलात बसला आहात, पर्यावरण विसंवाद करू लागेल, तेव्हा काय कराल? मुलं कदाचित तुमचं ऐकतीलही, वडील ध्यान करत आहेत, त्यांना ध्यान करू देत. एक-अर्धा तास कुठे दुसरीकडे खेळू या; पण जंगलात असं होणार नाही. प्राणी तुमचं का ऐकतील? त्यांचा काहीच संबंध नाही की तुम्ही कोण, काय करताय याच्याशी! मग काय कराल? सोसाट्याचा वारा सुटला, झाडांमधून त्याचा आवाज होऊ लागला, मग काय कराल? आकाशात विजा कडाडतील, ढग गडगडतील, ते तुमचं ऐकणार नाहीत. तुम्ही काय कराल?

तुमचा दृष्टिकोन जर चुकीचा आहे, तुमचा भाव चुकीचा आहे, तर तुम्ही जिथे कुठे राहाल तिथे उत्पात होईल. उत्पाताला मिटवून टाकण्याचा उपाय हाच भाव होय!

संन्यासी तथामध्ये संपूर्ण तयार व्हायला हवा. त्यासाठी संसारासारखी दुसरी जागा नाही, कारण इथेच सतत परीक्षा आहे. इथे जराशी चूक झाली की उपद्रव सुरू. प्रत्येक उपद्रव तुम्हाला सांगत राहील – केव्हा तुम्ही चुकलात, चुकीचे होतात, पाय केव्हा घसरला.

'मेरो मन बडो हरामी,' तुम्हाला समजेल की, तुमच्या मनाने तुम्हाला धोका दिलाय. संसारातल्या सुविधांमुळे समजेल. संसारात हजारो परीक्षा आहेत, तुम्ही इथे धोका खाऊ शकत नाही.

हां, कधीकधी जंगलात धोका होऊ शकतो. पर्वतातल्या गुहेत वर्षो न् वर्षं राहून तुम्हाला असं वाटू शकतं की तुमचा अहंकार संपला, कारण अहंकाराला डिवचणारं तिथे काहीही नाहीये. ना कुणी शिवी देतंय, ना कुणी दगड मारलाय, वर्षो न् वर्षं... मग तुम्हाला कळणार कसं? न कळणं म्हणजे अहंकार संपला असं तर नाही. जर संसारात पुन्हा परतून याल तर क्षणात समजेल.

मी ऐकलंय, डोंगरावर एक संन्यासी तीस वर्षं रहात होता. त्याला वाटलं, आपला अहंकार संपला. मग कुंभमेळा भरला, तर त्याने विचार केला. आता तर जाऊ शकतो, आता अहंकार राहिला नाही. कधीकधी गावातली लोकं डोंगरावर येत, म्हणत 'कुंभमेळा भरतो आहे, दर्शन घ्या!' तर त्याला वाटलं दर्शन देण्याची वेळ आली आहे.

जेव्हा तो कुंभमेळ्यात आला, कुंभमेळा तर कुंभमेळा आहे! गर्दी, असंख्य माणसं, धक्का-बुक्की! एका माणसाचा पाय त्याच्या पायावर पडला. एका क्षणात ती तीस वर्षं पुसून गेली. एकदम त्या माणसाची त्याने मान पकडली आणि म्हणाला, 'माहीत नाही, मी कोण आहे?' मग त्याच्या अचानक लक्षात आलं की अरे, हे मी काय करतोय? तीस वर्षांत कुणाची मान पकडली नव्हती. कुणी तसा अवसरच दिला नव्हता. मानच नव्हती. ना कुणाचा पाय पायावर पडला होता. क्षणात जाणीव झाली. हात सुटला. त्या माणसाची क्षमा मागितली आणि म्हणाला, 'तू माझा गुरू आहेस. तीस वर्षांत हिमालय मला जे सांगू शकला नाही, ते तू एका क्षणात मला सांगितलंस.'

संसारात साधकाला व्यत्यय आहेत; जर नजर चुकीची असेल तर, अन्यथा संसारात परमात्मा जवळ पोहोचण्यासाठी पायऱ्या लागलेल्या आहेत. संसार साधक होतो, बाधक नाही. फक्त 'समज' असण्याची गरज आहे.

ढोंगी संन्याशांमुळे करोडो माणसं संन्यासाच्या अपूर्व अवस्थेला वंचित राहिले. माझी अजिबात इच्छा नाही की, या दुनियेत ढोंगी संन्यास असाच चालू राहावा. संन्यास असा हवा की, जो जिथे आहे तिथेच तो संन्यस्त होऊ शकेल. संन्यासात आतून अंतरभाव असावा. क्रांती व्हायला हवी. हे संसारात घडलं तरच

मूल्यवान आहे.

दुसरा प्रश्न : *तुम्ही तुमच्या संन्याशांना संसारापासून वेगळं व्हायचा सल्ला देत नाही. मग तुमच्या प्रवचनांत संन्यासी आणि संसार यांच्यात लक्ष्मण-रेषा का बनते?*

* कारण लक्ष्मण-रेषा आहे. ती आखली नाहीये. कुणीही आखत नाही. रेषा आहेच. संन्यासी मात्र फक्त संसारी नाहीये, त्याच्यात अजूनही काही होत आहे, कमीत कमी होण्याची आशा तरी आहे. मी जेव्हा असं म्हणतो की, संन्याशाने संसारातच रहावं, याचा अर्थ असा नाही संसार आणि संन्यास एक झाले. फरक तर राहणारच.

हा फरक कसा राहणार?

संसारी तो आहे जो संसारात आहे आणि संसाराचा आहे. संन्यासी तो आहे जो संसारात आहे; पण संसाराचा नाहीये. आतून बाहेरचा आहे. बसला आहे बाजारात पण हृदयाचा पक्षी आकाशात उडतोय! बसला आहे गर्दीत पण तरी एकटा आहे.

संन्यासाचा अर्थ आहे, ज्याने आपला प्रत्येक क्षण ध्यानासाठी समर्पित केला आहे. काहीही जरी करत असेल, दुकान चालवतोय, खड्डा खणतोय, पोळी भाजतोय आणि आतून सजगता, अलिप्तता! आत प्रभूचं स्मरण चालू आहे. बाहेरून संसाराचं काम चालू आहे. देह संसारात आहे, कारण तो संसाराचाच आहे. आत्मा परमात्म्यात कारण आत्मा परमात्म्याचा आहे. ही जी सरगम आहे, आत आणि बाहेर यामध्ये हा जो समतोल आहे, असा अपूर्व ताळमेळ – हाच संन्यास! संसारात राहूनही संसाराहून अलिप्त राहण्याची कला म्हणजेच संन्यास!

तर संसारी आणि संन्यासी यात फरक आहेच आणि स्वभावत: ज्यांनी संन्यास घेतला आहे, त्यांनी हिंमत जाहीर केली. ज्यांनी नाही घेतला, ते अजून हिंमत करू शकले नाहीत. ज्यांनी संन्यास घेतलाय त्यांना खचितच मी काय म्हणतोय हे समजेल. त्यांनी त्यांचं हृदय उघडलं आहे. त्यांनी माझ्या बरोबर चालण्यात, जगाने उडवलेली खिल्ली मान्य केली आहे. ज्यांनी इतकी हिंमत केली नाही, ते फक्त श्रोता आहेत, साधक नाही.

जे ऐकण्यासाठी आले आहेत, त्याची एक अवस्था आहे. जो आपलं आयुष्य बदलण्याच्या प्रयत्नात आहे त्याची दुसरी अवस्था आहे. मला लोकांची पत्रं येतात, की मी संन्यासी नाहीये; पण मी पहिल्या पंगतीत बसू शकत का नाही?

कारण तुम्ही संन्यासी नाही आहात. पहिल्या पंगतीत बसण्याचा अधिकारही मिळवा. पहिल्या पंगतीत बसण्याचा अर्थ असा आहे, की माझ्याशी जवळीक साधणं, माझ्या जवळ येणं ते तर एक प्रतीक आहे. हा हक्क मिळावा आणि तुम्हाला जर हे समजलं, की गैर-संन्यासी माझ्या समोर बसले आहेत, तर मला

बोलणं कठीण पडतं, तर तुम्हाला आश्चर्य वाटेल; पण हे खरं आहे कारण मग मला अगदी तळापर्यंत पोहोचून बोलावं लागतं, असं बोलावं लागतं, की ते त्यांना समजू शकेल. जेव्हा मी संन्याशांना काही सांगतो, माझ्या आजूबाजूला बघतो, तर मला जे सांगायचं असतं ते मी सांगू शकतो. त्यांची तशी पात्रता असते. त्यांनी त्यांचं भांडं उघडून ठेवलं आहे. ते झेलू शकतात. त्यांची तशी तयारी आणि मर्जी असते. ते आतुर, तहानलेले आहेत.

आणि तुम्हाला ही गोष्टसुद्धा अडचणीची आहे, की लक्ष्मण-रेषा का आहे? ही रेषा जर मिटवायची असेल तर संन्यासी व्हा. तर त्या रेषेच्या आत याल, नाहीतर बाहेरच राहाल. उशीर करू नका कारण हळूहळू लाखो संन्यासी होतील आणि तुम्ही जर उशीर करून आलात तर पाठी राहाल. आत्ताच संधी आहे. आत्ता पुढे येणं अगदी सुलभ आहे.

माझ्या जवळ असण्यासाठी तुम्हाला काही कमवावं लागेल. म्हणून मी बाहेर जाणं बंद केलं. आता मी सार्वजनिक ठिकाणी बोलत नाही कारण मला मग सर्वसाधारण लोक जसं समजतील, तसंच बोलावं लागतं. जरा वरचं, उच्च विचारांचं काही बोलू लागलो तर लोकं जांभया द्यायला लागतात. त्यांना मी रेषेच्या बाहेर ठेवतो कारण जी माणसं इथे येऊन जांभया देऊ लागतात त्यांनी इथे यायलाच नको. इथे काही मनोरंजन होत नाहीये. नाटक होत नाहीये. इथे जे कुणी समजून घ्यायला आलंय, जागृत व्हायला आलंय, त्यांनाच संधी आहे.

म्हणून याचं वाईट वाटून घेऊ नका, की तुम्ही मागे उभे आहात. तुम्ही जबाबदार आहात. तुम्ही या रांगेत पुढे येऊ शकता पण येण्याची हिंमत दाखवा.

तिसरा प्रश्न : *मी पुण्याला येताना निश्चय करून आलो होतो की, आता संन्यास घेऊनच परतेन; पण इथे तुमच्या सान्निध्यात आल्यावर संन्यास हा भाव विलीन झाला.*

* अगदी विचित्र व्यक्ती आहात. स्वत:ला धोका देत आहात आणि मलाही धोका देऊ इच्छिता. सर्वांत पहिली गोष्ट म्हणजे, जेव्हा घरून निघताना तुम्ही हा दृढ निश्चय करून निघालात तेव्हाच तो दुबळा होता. संन्यास समजला, मग त्यात निश्चय काय करायचा!

साप जेव्हा रस्त्यावर तुमच्या आड येतो, तेव्हा तुम्ही रस्त्यावरून पलायन करण्याचा निश्चय करता का? दृढ निश्चय ठेवता की, रस्त्यावरून पलायन करायचं? उडी मारता. मग विचार करता, साप होता, उडी मारली गेली.

घराला जर आग लागली, तर दृढ निश्चय करता की घरातून बाहेर पडावं?

तुम्ही बाहेर पडता.

दृढ निश्चय करून निघालात, याचा अर्थ तुम्ही दुबळे आहात. जेव्हा केव्हा कुणी म्हणतं, 'दृढ निश्चय' तेव्हा नक्की समजून चला की तो मनुष्य दुबळा आहे. नाही तर हा दृढ निश्चय कशाच्या विरोधात करत आहे?

म्हणता, 'या वेळेला...!' म्हणजे, या अगोदरही येऊन गेला आहात. आधीही आला असाल; पण तेव्हा दुबळा निश्चय असेल. असा विचार करून आला असाल, की बघू झालं तर झालं! या वेळेला दृढ निश्चय करून आलात. तोही खूप कामी नाही आला.

इथे 'संन्यासा'बद्दलच्या गोष्टी चालू आहेत आणि तुमचा भाव विलीन झाला. तुम्ही विलीन झाला असतात तर काही योग्य गोष्ट घडती. संन्यासचा भाव विलीन झाला.

मन चलाख आहे. 'मन मेरो बडो हरामी!' जरा मनाची चलाखी बघा! आता या मनाने नवी शक्कल लढवली. ते म्हणालं, 'मी तर जाणलं की गोष्ट आतली आहे, तर बाहेरून संन्यास कशाला घ्यायचा?' हे तेच मन आहे ज्याच्याविरुद्ध तुम्ही दृढ निश्चय केला होतात. त्या मानाने तुमचा दृढ निश्चय कवडी मोलाचा केला आणि त्याने तुम्हाला नवा सल्ला दिला की आता तर काही गरजच नाही. गोष्ट आतली आहे.

मी सुद्धा सांगतो, गोष्ट आतली आहे; पण आत तुम्ही तेव्हाच पोहोचू शकाल जेव्हा बाहेरून सुरुवात होईल, नाहीतर हा एक केवळ वाचण्याचा उपाय आहे, एक निमित्त! जेव्हा तुम्हाला भूक लागते, ती तर आत लागते; पण अन्नग्रहण बाहेरूनच करावं लागतं. तेव्हा तर तुम्ही असं म्हणत नाही की भूक तर आत लागलीय, बाहेरून अन्नग्रहण करण्याचं काय देणं-घेणं? आतल्या आत अन्नग्रहण करू. दोन-चार दिवस असं करून बघा, मग समजेल.

भूक नक्कीच आतून आहे आणि अन्न बाहेरून घेतलं जातं. कारण बाहेर आणि आत, यामध्ये भिन्नता कुठे आहेत? ते एकमेकांना जोडलेले आहेत. एकच लहर-तरंग आत बाहेर आहेत.

जो श्वास आत आहे तोच श्वास बाहेर आहे. तोच श्वास आत-बाहेर करतो. तोच तुम्हाला जिवंत ठेवतो. बाहेर आणि आत अशी दोघांत देवाण-घेवाण होते.

तुम्ही म्हणता, 'मी पुण्याला येताना निश्चय केला होता की, संन्यास घेऊनच परतेन.' कुठे गेला तुमचा दृढ निश्चय? वा! दृढ निश्चयाचा अर्थ काय होतो? पण मला ठाऊक आहे की, या दृढ निश्चयामागे दुर्बलता लपली आहे.

जेव्हा कुणी तुम्हाला एकसारखं, सतत सांगत राहतं की मी प्रेम करतो, खूप प्रेम करतो, तर जरा सावध व्हा. कारण प्रेम पुरेसं आहे, खूप प्रेम याचा अर्थ काय? निश्चय एवढं पुरेसं आहे. त्याला अजून काही वेगळ्या शब्दांची जोड कशासाठी?

दृढ निश्चयाचा अर्थ असा झाला की निश्चयी, मात्र हाही निश्चय नव्हता. म्हणून दृढता जोडावी लागली. निश्चय नपुंसक होता. त्याला तुम्ही दृढतेने कसं काय भरून काढणार?

समजून – निश्चय होऊ देत. नाही तर तुम्ही नवीनवी कारणं शोधून धोका खाल. इथे लोक येतात. माझ्याकडून संन्यास घेतात. घरी गेल्यावर विचार करतात की काय फरक पडतो. वस्त्रं भगवी धारण करू किंवा पांढरी करू, सर्व एकच तर आहे. इथून माळ घेऊन जातात आणि आश्रमाबाहेर पडल्याबरोबर ती माळ वस्त्रांच्या आत टाकतात. म्हणतात, 'ही तर आतली गोष्ट आहे, माळ बाहेर का ठेवायची?'

जरा विचार करा की काय करत आहात. घाबरता की लोक माळ तुमच्या गळ्यात बघतील, तर समजतील की तुम्हीही वेडे झालात? तर तुम्हीही संमोहित झालात? तुम्ही गुंतलात? तुमच्यासारखा समंजस माणूस गुंतला? नासमंजस असलेल्यांना गुंतू देत. तुम्ही तर बुद्धिवान होतात, हुशार, तुम्ही कसे गुंतलात?

लोकलज्जेला घाबरता म्हणून तर मुकता. आयुष्यात काहीही मिळवू शकत नाही. हेच गोळा करा. लोकलज्जेला गोळा करा. लोक काय म्हणतील हीच काळजी करत राहा. कधी असा विचार करणार की, परमात्म्याला काय हवंय? ही लोकांकडून सर्टिफिकेटस गोळा करत आयुष्य घालवायचं आहे?

पण मन मोठं हुशार आहे. मन म्हणेल, 'काय फरक पडतो? सर्व रंग त्याचेच आहेत.' मला माहीत आहे, फरक पडतो. पोलीस त्याच्या गणवेशामध्ये उभा असेल तर तुम्ही घाबरता, जर तो पांढऱ्या कपड्यात असेल तर त्याला एक थप्पड माराल, तेव्हा घाबरणार नाही.

डॉक्टर त्याची बॅग, स्टेथास्कोप गळ्यात अडकवून येतो, तेव्हा तुम्ही प्रसन्न होता; पण तोच डॉक्टर साध्या कपड्यात, हात हलवत आला, तर तुम्ही त्याला हाकलवून द्याल, त्याचा तुम्हाला विश्वास वाटणार नाही.

त्याचं असं झालं. माझ्या गावात एक डॉक्टर आले. ते बुटके होते; पण त्यांची बायको उंच होती. त्यांनी दवाखाना उघडला. त्यांचा कंपाऊंडर त्यांच्यापेक्षा तंदुरुस्त आणि देखणा होता. ते डॉक्टर माझ्या ओळखीचे होते. पाच-सहा दिवसानंतर मी त्यांना भेटलो, तर ते मला म्हणाले, 'तुमचं गाव अगदी अजब आहे. लोक मला येऊन विचारतात की कंपाऊंडर साहेब, डॉक्टरसाहेब कुठं आहेत?' तो कंपाऊंडर त्यांना डॉक्टर वाटायचा. लोकांनी असं विचारल्यावर बिचारा डॉक्टर असं कसं म्हणणार की मीच डॉक्टर आहे? त्यांनाही ते अडचणीचं वाटायचं.

मी त्यांना म्हणालो, 'तुम्ही एक मुलगा शोधा. जो तुमच्यापेक्षाही लहानखुरा असेल, त्याला कंपाऊंडर करा. हा कंपाऊंडर नाही चालणार, नाही तर तुमचा दवाखाना बंद पडेल.'

तुम्ही म्हणता, 'कपड्यांनी काय होणार?' परंतु कपड्यांमुळे खूप काही होतंय.

मनुष्य जगतो तो बाहेरूनच. बाहेरचाच सर्व परिणाम होतो, कारण तुम्ही अजून बाहेर आहात, आत गेला नाहीत. 'आत'ल्या गोष्टी अजून निरर्थक आहेत. आत जायचंय ते बाहेरून शिडी लावून. ही भगवी वस्त्रं फरक घडवतील.

एका दारुड्यानं मला सांगितलं की संन्यास घेतला. तो म्हणाला, मी दारुडा आहे. तुमच्याशिवाय कुणी माझा स्वीकारही करणार नाही.

मी म्हणालो, तू काळजी सोडून दे. तू संन्यासी हो, मग बघू.

तो म्हणाला, 'पण मी दारुडा आहे. आधीच सांगून ठेवतो आणि मी दारू सोडू शकत नाही.'

मी म्हणालो, 'तुला दारू सोडायला सांगतंय तरी कोण? मी तर दारुड्यांच्या शोधातच आहे.'

मग तो म्हणाला, 'तुम्ही पण हे काय बोलताय? अगदी मस्त!' तो स्वतःच घाबरू लागला. म्हणाला, 'तुम्ही माझ्या बोलण्याचा अर्थ कदाचित समजत नाही आहात. मी खरी दारू पितो.'

मी म्हणालो, 'मीही खऱ्या दारूबद्दलच बोलतो आहे.'

तो मान हलवून म्हणाला, 'तुम्ही समजत नाही आहात. भगव्या वस्त्रांमुळे कठीण जाईल.'

मी म्हणालो, 'काही कठीण जाणार नाही. मी तुला विरोध करत नाहीये.'

पंधरा-वीस दिवसांनी तो आला. म्हणाला, 'तुम्ही कठीण केलंत. काल मी बारच्या दारात उभा होतो. दोन-चार दारुड्यांबरोबर गप्पा मारत होतो, एक माणूस माझ्या पाया पडला. म्हणाला, 'स्वामीजी!' मी तिथून पळून आलो. बार जवळ स्वामीजी होऊन उभं राहणं योग्य नाही. एकदा चित्रपटगृहात तिकिटासाठी गर्दी होती. मोठी रांग लागली होती, तर एक मनुष्य म्हणाला, 'स्वामीजी तुम्ही इथे?' मी तिथून पळून आलो. हे कपडे फार पंचाईत करतात.'

आता तुम्ही तर घरून ठरवून निघाला होतात की 'या वेळेला संन्यास घेऊनच परतणार; पण इथे तुमच्या सान्निध्यात राहून संन्यासाची भावना विलीन झाली.'

तुम्ही मलाही पापी बनवणार. मलाही तुमच्याबरोबर नरकात नेणार. तुमची संन्यासाची भावना विलीन झाली, त्याला मी जबाबदार ठरतोय. तर मग जे दुसरे संन्यास घेत आहेत, ते कदाचित इथे आलेलेच नाहीत. तुम्ही एकटेच आला आहात.

स्वतःची बेईमानी ओळखा, स्वतःची चलाखी ओळखा. स्वतःची हुशारी ओळखा. दुसऱ्यांना धोका देतादेता मनुष्य स्वतःला धोका देण्यातही वाकबगार होतो.

'वर्षापासून सक्रीय ध्यान करत आहे. पाच-सहा वेळा ध्यानाचा क्षणिक अनुभवही आला. एकदा तर नजर आपोआप वर गेली. डोळे वरती फिरले आणि आज्ञाचक्र एकदम प्रकाशित झालं; पण प्रत्येक ध्यानानंतर हा भाव येऊ लागला.

शेवटी याने काय साध्य झालं? अनुग्रहाचा भाव तर झाला नाही. भगवान, तुम्हीच सांगा की मी काय करू?'

मी सांगेन तसं करणार? जसं विष्णूने सांगितलं होतं, एक पेलाभर पाणी घेऊन ये, तसंच कुठेतरी हरवून जाऊ नकोस ब्राह्मण देवा!

पहिली गोष्ट अशी की जो दृढ निश्चय करून आला होतात, तो हरवू नका. संन्यासात डुंबून जा. या डुबकीमुळेच अहोभाव यायला प्रारंभ होईल.

आणि हे जे लहान-सहान अनुभव येत आहेत. आज्ञाचक्र प्रकाशित झालं, त्यात गुंतून पडायची गरज नाही; पण आभार मानायची गरज आहे, कारण आभार मानल्यानंतर असेच अनेक अनुभव येतील.

अशा परिस्थितीत दोन चुका होऊ शकतात. हे शुभ घडतंय की ध्यान करता करता क्षणभर सर्व अंतरतम ज्योतिर्मय होऊन जातं; पण यात धोका असा आहे की तुम्ही समजू लागाल की 'पोहोचलो'. तर गोंधळ होईल. हे 'पोहोचणं'झालं नाही. ही एक झलक आहे. पण यामुळेच तुम्ही 'पोहोचू'शकता याची शाश्वती होते. हे तर मैलावरचे दगड आहेत, ज्यावर खुणा आहेत की पुढे जा, एक मैल पुढे आलात, प्रवास एक मैल कमी झाला. पोहोचला नाहीत. मी असं अजिबात सांगत नाहीये की, या मैलाच्या दगडाला छातीशी धरून बसा. मग तर कुठेच पोहोचू शकणार नाही. हे मैलाचे दगड आहेत. म्हणूनच हे ठीक आहे की याने काय होणार? पण जर प्रत्येक मैलाच्या दगडाशी तुम्ही जर असं म्हणाल की एक मैल चाललो, याने काय होणार? तर पुढे चालण्याची, प्रवास करण्याची हिंमत कमी होत जाईल. त्यातला रस निघून जाईल. जर याने काही होणार नसेल तर एक मैल अजून चालून काय होणार? मग तुम्ही पोहोचणार कसे?

तर, एक चूक अशी होती की, सर्व झालं ही भावना! छोटसं काही झालं, कुणाला जरा मणक्याच्या शेवटी काही जाणवलं, खाज आली तर तो समजतो कुंडलिनी जागृत झाली. बस, सर्व झालं, पोहोचलो. एक तुम्ही आहात की जरासं काही जाणवलं तर आभारही मानत नाही. तो भावच उमटत नाही.

हे काय कमी आहे? या अंधाऱ्या जीवनात तर एका क्षणाकरिता का होईना, प्रकाश व्यापून राहतो, हा काय कमी चमत्कार आहे? कारण ना तिथे वीज, ना काही कनेक्शन, ना इंधन, ना तेल. विना वात, विना तेल! हा प्रकाश एक चमत्कार आहे. जिथे कायम अंधार आहे, तिथे ज्योत प्रज्वलित होते, हा चमत्कार आहे. प्रभूची तुमच्यावर अनुकंपा झाली आहे. आभार माना! आभार मानल्यामुळे अनुकंपा अजून वाढेल. ही गोष्ट कायम लक्षात ठेवा. जितके तुमचे आभार मन:पूर्वक असतील, तेवढी उपलब्धता वाढत जाईल. कारण ज्या लहान भेटी मिळत आहेत, त्यांना जर नाकारलं तर मोठी भेट मिळणार नाही. कारण मग तुमची पात्रता सिद्धच

होऊ शकली नाही. तुम्ही समजलातच नाहीत. या सर्व लहान-छोट्या भेटी आहेत. परमात्म्याने तुमच्या दिशेने फासे फेकायला सुरुवात केली आहे. आनंदित व्हा, नाचा, गुंग होऊन जा की माझ्यासारख्या अपात्र व्यक्तीला इतकं तरी मिळालं; हे काय कमी आहे? इतकंही खरं तर व्हायला नको होतं. तरीही झालं, तर ते त्याच्याच अनुकंपेमुळे झालं असणार, माझ्या पात्रतेमुळे नाही.

नम्र व्हा. त्याच्या चरणांवर नतमस्तक व्हा. आणि मग तुम्हाला जाणवेल, अजूनही काही होऊ लागलंय. हळूहळू आधी सूक्ष्म इंद्रित अनुभव येतात. अतिंद्रिय अनुभवांअगोदर. जगात तीन तऱ्हेचे अनुभव आहेत – स्थूल इंद्रित अनुभव... तुम्ही एका सुंदर फुलाला फुलताना बघितलंत. त्याचा सुगंध तुमच्या श्वासात भरभरून आला. क्षणभरासाठी सुख अनुभवलं. तुम्ही आकाशात चंद्र बघितलात. शीतल चांदण्यांनी तुम्हाला न्हाऊ घातलं. त्यात तुम्ही प्रफुल्लित झालात, ताजे झालात. स्थिर-स्तब्ध झालात. चंद्राच्या सौंदर्याने तुम्हाला घेरून टाकलं, स्पर्शिलं. एक तऱ्हेचं सुख मिळालं... इंद्रियांचं सुख!

मग दुसरी सुखं असतात – सूक्ष्म इंद्रिय! हे जे तुम्हाला झालं, आज्ञाचक्रात प्रकाश प्रकाशला, हा सूक्ष्म इंद्रिय अनुभव आहे. याचा बाहेरच्या गोष्टींशी काहीही संबंध नाही. याचा आतूनही काही संबंध नाही. हा दोहोंचा मध्य आहे; पण सूचक आहे की प्रवास आतून सुरू झाला आहे. स्थूल इंद्रियांचा अनुभव बंद झाला, सूक्ष्म इंद्रियांचा अनुभव सुरू झाला.

जशी पाच इंद्रियं स्थूल अनुभव देतात, तसेच पाच प्रकारचे सूक्ष्म अनुभवही मिळत असतात. कधी तरी अचानक तुम्हाला जाणवतं की, अकारण आत सुगंध पसरला आहे, जणू हजारो फुलं फुलली. तुम्हाला विश्वासच वाटणार नाही. चपापून बघाल की, बाहेर कुठे सुगंध तर नाही? आणि आत नुसता दरवळ! असा सुगंध जो आधी कधीही अनुभवला नाही. जणू तुमच्या आतली कस्तुरी उमलली. कधी आत संगीत, सूर वाजतील, नाद घुमतील. अपूर्व नाद तुम्हाला भारून टाकेल. लयबद्ध व्हाल आणि बाहेर मात्र काहीच नाही. बाहेरचं संगीत फिकं पडेल, तेव्हा आत नाद घुमेल. बाहेरचा प्रकाश जणू अंधारासारखा वाटेल, जेव्हा आतल्या प्रकाशाचा अनुभव येईल. पण आता हा मध्य आहे. हे आत्ता तुम्हाला आतलं वाटेल, कारण अजून आतल्याची तुम्हाला ओळख झालेली नाही. हे तुम्ही उंबरठ्यावर उभे आहात, ना बाहेर, ना आत! उंबरठ्यावर उभे आहात हे सूचक आहे. आता घरात जाऊ शकता.

जेव्हा पाचही इंद्रियांचे सूक्ष्म अनुभव, तुमच्या जीवनात प्रकट होतील, तेव्हा एक दिवस अचानक जाणवेल की स्वाद येत आहे. असा स्वाद जो तुम्ही अगोदर कधीही घेतलेला नाही. त्या दिवशी 'रसना'चा ना अर्थ प्रकट होईल. जेव्हा हे

अनुभव गहिरे होत जातील, तेव्हा एक दिवस तुम्ही अतिंद्रियामध्ये उतरला. स्थूल इंद्रियातून सूक्ष्म इंद्रियात, सूक्ष्म इंद्रियातून अतिंद्रियात. जेव्हा अतिंद्रिय तुमच्या हृदयात अनुभवाल तेव्हा. हो, आता झालं! तेव्हा परमतृप्ती प्राप्त होते.

पण हे मिळवण्यासाठी जो सूक्ष्म इंद्रियांचा अनुभव येतोय, त्याचं स्वागत करा, अभिनंदन करा. त्यांचे असेच अनुभव येत राहू देत, वाढू देत. असं म्हणू नका की हे काय झालं? एवढे दरिद्री बनू नका. कमीत कमी आभार मानायची संपत्ती मिळवा. कमीत कमी धन्यवाद देण्याइतके श्रीमंत व्हा!

जगात सर्वांत दरिद्री मनुष्य तो आहे, जो धन्यवाद, आभार मानू शकत नाही.

विचारताय, 'आता मी काय करू?'

संन्यासापासून सुरुवात करा आणि मी तुम्हाला सांगतोय, दृढ निश्चयी संन्यास नको आहे. कारण दृढ निश्चयाला संन्यास कधीही ढिला होऊ शकतो. त्याचा विश्वास ठेवू नका.

संन्यास घ्यायचा आहे. समजून, जाणीवपूर्वक घ्या, निश्चय करून नाही. निश्चय ही वेगळी गोष्ट आहे. निश्चयचा अर्थ संकल्प आणि समज, याचा अर्थ समर्पण!

जिद्दीने ठरवू नका. अनेक वेळा मनुष्य जिद्दीने काम करतो. असं होऊ शकतं की, तुमची पत्नी संन्यासाच्या विरोधात असेल आणि तुम्ही तिला दाखवून देऊ इच्छिता की, 'बघ, कोण जास्त मौल्यवान आहे! माझ्यावर कोण हुकूमत गाजवणार? मी संन्यास घेऊन दाखवेनच!' असंही असू शकतं की, तुमचे शेजारी म्हणत असतील, 'अरे जा. तुम्ही काय संन्यास घेणार? खूप बघितलं, तुमच्याकडून होणारच नाही.' आणि त्यांना केवळ दाखवण्यासाठी तुम्ही संन्यास घेण्याचा दृढ निश्चय केलात. हा चुकीचा संन्यास ठरेल.

कुणाला तरी केवळ दाखवण्यासाठी संन्यास घेणं चुकीचं आहे आणि कुणी बघेल या भीतीने न घेणं हे चुकीचं आहे. दुसऱ्याची तमा बाळगणं हे चूक आहे.

असं होऊ शकतं पत्नी जिद्दी आहे, धमकी देते की तुम्ही संन्यास घेऊन आलात तर मी बघतेच! सर्वसाधारणत: असं होतं.

मुल्ला नसरुद्दिन एक दिवस मशिदीत बसला आहे. धर्मगुरू बोलत आहेत. बोलताबोलता ते म्हणाले की, जी माणसं स्वर्गात जाऊ इच्छितात, त्यांनी हात वर करावेत! सर्वांनी हात वर केले. मुल्ला तसाच हात खाली ठेवून बसून राहिला. धर्मगुरूना आश्चर्य वाटलं. मग ते म्हणाले, 'आता जी माणसं नरकात जाऊ इच्छितात त्यांनी हात वर करावेत.' कारण एकच मनुष्य उरला होता – मुल्ला. त्याने नरकात जाण्यासाठी सुद्धा हात वर केला नाही. धर्मगुरूने विचारलं, 'काय इच्छा आहे? तुला कुठेच जायचं नाही?'

तर त्याने सांगितलं, 'कुठे जाऊ शकतच नाही.' धर्मगुरू म्हणाले, 'म्हणजे?'

त्याने सांगितलं, 'माझा पाय तोडायचा आहे काय?' धर्मगुरू म्हणाले, 'पाय तोडण्याचा प्रश्न येतोच कुठे? तुला स्वर्गात जायचंय की नरकात?'

तो म्हणाला, 'माझी बायको, जेव्हा मी घरून निघालो तेव्हा मला म्हणाली, 'मशिदीतून सरळ घरी ये, नाहीतर तंगडं तोडून टाकेन.' आता तुम्ही झंझट सांगत आहात. स्वर्गात जा, नरकात जा – कुठेही जायचं नाहीये. माझा पाय तोडून घ्यायचा नाहीये.'

बायका येतात. त्यांचे पती त्यांना सांगतात की, सर्व काही करा पण संन्यास घेऊ नका. तर असं घडू शकतं की, अहंकाराला डिवचलं जातं. मग वाटतं, आता दाखवतोच बायकोला – घेतला संन्यास, आता ही काय करेल? एकदा तरी दाखवून देतो की मी मालक आहे, मी! तू नाही. कुठल्या नवऱ्याला अशी इच्छा होणार नाही?

मुल्लाची बायको लाटणं घेऊन त्याच्या मागे धावते. मुल्ला घाबरून पलंगाखाली घुसतो. बायको जाड आहे, ती पलंगाखाली जाऊ शकत नाही, म्हणून बचावाचा हाच एक मार्ग आहे. पलंगाखाली गेल्यावर निश्चिंत होतो. मग त्याच्या केसालाही धक्का लागत नाही. बायको चारही बाजूंनी फिरते आणि म्हणते, 'चल, बाहेर पड!'

तेवढ्यात दारावर शेजाऱ्याने टकटक केली. तर बायकोने हळुवार म्हटलं, 'बघा, शेजारी आले आहेत. बाहेर या. आता मी तुम्हाला मारणार नाही.'

तो म्हणाला, 'आज नाही बाहेर येणार. शेजाऱ्यांनाही कळू देत की घरात कुणाची हुकूमत चालते.'

पलंगाखाली बसले आहेत; पण शेजाऱ्यांना दाखवून देणार की, कुणाचं चालतं घरात. बघू दे कोण मला पलंगाखालून बाहेर काढतंय. हे माझं घर आहे. जिथे बसावंसं वाटेल तिथे बसेन. ज्याला जे काही करायचं असेल करू देत. आज ठरूनच जाऊ देत की कोण मालक आहे! शेजाऱ्यांनाही कळू देत.

तर कधीकधी असं होतं की, तुम्ही दुसऱ्यासाठी संन्यास घेता – संसार, पत्नी, मुलांना, शेजाऱ्यांना, मित्रांना, वडिलांना दाखविण्यासाठी. तर हा चुकीचा संन्यास आहे.

संन्यास घ्यायला हवा प्रभूवरच्या प्रेमामुळे, अजून कुठल्या वेगळ्या कारणाने नाही. जर तुमचं ईश्वराशी मित्रत्व, आस आहे, जर तुम्ही त्याला शोधत आहात, निश्चय करून नाही. कारण निश्चय हे अहंकाराचं अंग आहे. निश्चय तर तुम्हाला अहंकारी बनवेल. अहंकारी संन्यासी कसा होणार? निरहंकारीच संन्यासी बनू शकतो.

तर विचार करा. समजून घ्या. संन्यासाचं जे सार आहे त्यावर लक्ष द्या. जर स्फूर्ती येतेय, तर मनाचं ऐका आणि संसाराचं ऐकू नका. पण स्फूर्तीने संन्यास घ्या. कुठल्याही जिद्दीने, हटकून घेऊ नका. हट्टी माणूस मूर्ख असता.

संन्यासी संसारात असतो पण संसाराचा नसतो.

शादाबिये जमाले बुतां मेरे दिल में है।
बेताबिये जनूं जदगां मेरे दिल में है
दरियाये इम्बसात रवां मेरे दिल में है
तूफाने सोजो आहो फुगां मेरे दिल में है
नाचे कोई तो नाचता हूं मैं भी उसके साथ।
कूहे निशाते हर दो जहां मेरे दिल में है
तड़पे कोई तो मैं भी तड़पता हूं उसके साथ
जिन्नो बशर का दर्दे निहां मेरे दिल में है
होता हुआ भी सबका किसी का नहीं हूं मैं
इक बंद सोज बर्के तपां मेरे दिल में है
हैं वुसअतों से वसुअतें मुझमें – यही नहीं
इक वसुअते मकानो जमां मेरे दिल में है
लब पे मेरे सकूते मुसलसल है मोअजन
इक शोरे मावराये बयां मेरे दिल में है
जो परदाये नमूद में छिप कर है जौफिशां
इक एक रंग इसका अयां मेरे दिल में है
एहले नजर को जिसने गजल खां किया वो खुद
सरशारो मस्त नगमा कुनां मेरे दिल में है।

ती गीतांची गीतं तुमच्या हृदयात लपलेली आहेत. ते गीताचं परमगीत तुमच्या हृदयात लपलं आहे. ज्याच्यातून विश्वाचं गीत निर्माण झालं आहे, त्या गीताचा स्रोत तुमच्या आत लपला आहे. ज्याच्यामुळे सर्व आनंद उतरला आहे, सर्व आनंद निर्माण झाला आहे, तो मालक तुमच्या आत बसलेला आहे. त्याला शोधून काढायचा एकमेव उपाय आहे –

होता हुआ भी सबका किसी का नहीं हूं मैं
इक बंद सोज बर्के तपां मेरे दिल मैं है।

सगळ्यांचे आहात, तरीही कुणाचेही नाही. नवरा अजून नवरा नाही. पत्नी अजून पत्नी नाही. मित्र.... मित्र नाही. शत्रू... शत्रू नाही. हे एक मोठं नाटक आहे. त्याला कुशलतेने पूर्ण करा.

संन्यासाचा अर्थ आहे – कुशल अभिनेता! संसार हा अभिनय आहे, नाटकाचा सर्वांत मोठा रंगमंच. सर्व काही पूर्ण करा. तुम्हाला जी भूमिका पूर्ण करण्यासाठी दिली गेली आहे, जो कथेचा काही अंश पूर्ण करण्यासाठी दिला आहे, त्याला पूर्ण करा. त्याला संपूर्ण समरसतेने पूर्ण करा; पण हे करताना त्यात मिसळून जाऊ नका. तादात्म्य पावू नका, अलिप्त राहा.

नाचे कोई तो नाचता हूं मैं भी उसके साथ
कूहे निशाते हर दो जहां मेरे दिल में है
तड़पे कोई तो मैं भी तड़पता हूं उसके साथ
जिन्नो बशर का दर्दे निहां मेरे दिल में है
होता हुआ भी सबका किसी का नही हूं मैं
इक बंद सोज बर्के तपां मेरे दिल में है।

संन्यास ही अशी एक कला आहे की, पाण्यातून जरी चालत असाल तरी पाय ओले न करता. पाण्याला स्पर्शही होता कामा नये. पाण्यात कमळासारखं होण्याच्या कलेला, संन्यास हे नाव आहे.

चौथा प्रश्न : *समाधी काय आहे?*

* कहने से समझ न आएगी। जौहरि की गति जौहरि जाने।
समाधि तो अनुभव की बात है। घायल की गति घायल जाने।

सांगता येईल अशी 'समाधी' गोष्ट नाहीये, काही खाणाखुणा जरूर सांगता येतील. जसं कुणी बोटाने चंद्र दाखवेल. बोट म्हणजे चंद्र नाही, हे लक्षात ठेवा. बोटाशी चंद्राचं काय देणं-घेणं! चंद्र-चंद्र आहे. बोट-बोट आहे. बोटात गुंतून पडू नका. नाहीतर चंद्र हरवेल. चंद्राला बघायचं असेल तर बोटाला विसरूनच जा. बोटाकडे बघूच नका. बोटाकडून खूण करून घ्या. त्या मार्गावरून प्रवास करा. त्या प्रवासात तुमची दृष्टी धावली पाहिजे. त्या दिशेने नजर गेली पाहिजे तर चंद्र दिसेल.

तर जे काही समाधीच्या संदर्भात सांगितलं गेलं, चंद्राला दाखवणाऱ्या बोटाप्रमाणे आहे.

'समाधी' शब्द तयार झाला, 'समाधान' या शब्दापासून. शब्दाचा अर्थ आहे – जिथे सर्व गोष्टीत समाधान मिळालं. जिथे कुठल्याही तऱ्हेच्या अडचणी, कुठे काही प्रश्न, काही शोध, कशाचीही तहान, कुठली आकांक्षा, ना कुठे पोचायची ईर्ष्या, भविष्यच राहिलं नाही. जिथे काळ-वेळाचं नातं संपलं, त्या अवस्थेचं नाव समाधी असं आहे. इथे सर्व काही स्थिर झालं, निष्कंलक झालं.

जसं एका दिव्याची ज्योत तेवते आहे, जिथे वाऱ्याची झुळूकही नाही. स्थिर, कंपन न पावता अशी जेव्हा तुमच्या चेतनेची ज्योत तेवेल, निष्कंप, कुठलेही विचार नाहीत, भावनांचे तरंग नाहीत, अशा अवस्थेचं नाव समाधी आहे.

समाधी परम रस आहे. समाधीत जाणं म्हणजे संगीतमय होणं.

समाधीचा अर्थ – द्वैत नाही राहिलं, द्वंद्व नाही उरलं, ना कुठला तणाव, ना कुठली चिंता!

समाधीचा अर्थ – जाणलं, ओळखलं, अनुभवलं, त्याला जो शाश्वत आहे, त्याचं – जे अमृत आहे.

पण जाणलं तरच जाणलं म्हणून समाधीच्या ऐवजी, समाधीच्या संदर्भात समजलं पाहिजे, ध्यानाच्या संदर्भात समजून घेतलं पाहिजे. कारण ध्यान ही प्रक्रिया समाधीसाठी पूरक आहे. ध्यानच समाधीपर्यंत आपल्याला घेऊन जातं. ध्यान हे आजारावरचं औषध आहे आणि जेव्हा आजारपण संपतं तेव्हा जे उरतं तेच स्वास्थ्य आहे.

स्वास्थ्याची कुठलीही परिमाणं नाहीयेत. इतक्या तऱ्हेने स्वास्थ्य या विषयावर, या गोष्टीवर शास्त्रोक्त लिखाण झालंय; पण स्वास्थ्याची व्याख्या होऊ शकत नाही. आमचा शब्द खूप छान आहे. इंग्रजीत 'हेल्थ' हा शब्दही महत्त्वपूर्ण आहे. 'स्वास्थ्य' हा शब्द मात्र त्याहूनही महत्त्वपूर्ण आहे. 'स्वास्थ्य' याचा अर्थ – स्वतःमध्ये स्थिर होणं. म्हणजेच ही तर 'समाधी' झाली. ज्याच्या आत ताणतणाव आहेत, तो स्वतःमध्ये स्थिर होऊ शकत नाही.

तुम्ही कधी विचार केलात? पायात जर काटा रुतला तर सर्व लक्ष त्या काट्याकडेच केंद्रित होतं. तुम्ही स्वतःमध्ये तेव्हा स्थिर होऊ शकत नाही. डोकं दुखत असेल तर सर्व लक्ष तिथेच जातं. जेव्हा कुठलंही दुःख नसेल तेव्हा लक्ष अजून कुठेही जात नाही, स्वतःमध्येच राहतं, स्थिर होतं. तर पक्षी आपल्या घरट्यात स्थिरावतात.

स्वास्थ्य, याचा अर्थ लक्ष इतर कुठल्याही ठिकाणी जात नाही. लक्ष दुःखामुळे, त्रासामुळेच विचलित होतं. जेव्हा कुठला त्रासच नाही तर लक्ष जाणार तरी कुठे? आता या पक्ष्याला जाण्यासाठी काही कारणच उरलं नाही. स्वास्थ्य म्हणजे अशी अवस्था!

समाधी ही स्वास्थ्याची अंतिम अवस्था आहे. शारीरिक अशी अवस्था येईल तर ते स्वास्थ्य! आत्म्याच्या संदर्भात अशी अवस्था येईल तर ती समाधी!

इंग्रजी शब्द 'हेल्थ,' जो 'होल' या शब्दातून निर्माण होतो. पूर्ण! जो पूर्ण झाला तो स्वस्थ झाला. जोपर्यंत अपूर्णता आहे तोपर्यंत अस्वास्थ्य आहे. जेव्हा कुणाला पूर्णत्व मिळतं तेव्हा तो स्वस्थ होतो. जेव्हा शरीर पूर्ण होतं तेव्हा स्वास्थ्य आणि जेव्हा आत्मा पूर्ण होतो तेव्हा समाधी!

या वचनाला लक्षात घ्या.

न हैं चांद-सूरज न कोई सितारे
कहीं रोशनी का निशां तक नहीं है
खलाये फजा की है बस बेकरानी
जहां नक्शे मौहूम आलम का साया

है अम्बवाजे हस्ती के दामन में रक्सां
खला मन की है मौज दर मौज पैदा
खुदी की जबरदस्त रो चल रही है
इसी रो में दुनिया बहे जा रही है
कभी डूबती है कभी तैरती है
ये सारा हजूमें नक्शे खयाली
है मौहूम सायों का रक्से तमाशा
हुआ वतने तखलीक में फिर से गायब
रहा सिर्फ एहसास बाकी खुदी का
रही मोअजन सिर्फ इक रौ अना की
वो देखो अना की भी रौ रुक गई है
खला से खला अब गले मिल रही है
बयां ऐसी हालत का मुमकिन नहीं है
ये आलम तो अदराक से मावरा है
ये दिल जिस दिल पे गुजरे वही जाणता है
हे समजून घ्या.
न है चाँद-सूरज न कोई सितारे

समाधी अशी अवस्था आहे, जिथे काहीही शिल्लक राहत नाही. जिथे कुठलाही विषय बाकी राहत नाही, जिथे बघण्यासारखं काहीही उरत नाही. दृष्टी शुद्ध होते. दर्शन आरशासारखं होतं आणि प्रतिफलन काहीही होत नाही.

न है चाँद-सूरज न कोई सितारे

त्या परम शांततेत चंद्र-सूर्यही नाही येत. प्रकाशही नाहीये, तर मग काळोखाची तर गोष्टच नाही. हे समजून घ्या.

कहीं रोशनी का निशां तक नहीं है।

तुम्ही म्हणाल, ही तर अगदी अजब गोष्ट आहे. आम्ही असा विचार करतो की जेव्हा समाधी घेऊ तेव्हा प्रकाशच प्रकाश असेल; पण प्रकाश तिथेच असू शकतो, जिथे अंधार असतो. जिथे अंधारच नाहीये तिथे प्रकाशही असू शकत नाही. अंधार आणि प्रकाश या एकाच नाण्याच्या दोन बाजू आहेत. हे एकत्रच आहेत.

समाधी ही अशी अवस्था जिथे अंधार आणि प्रकाश दोन्ही हरवून जातात. मरणच काय पण जीवनही हरवतं. दुःखाचं काय; पण सुखही हरवतं. कारण या सर्व गोष्टी एकमेकांना बांधलेल्या आहेत. सुख-दुःख, अंधार-प्रकाश, जीवन-मृत्यू या सर्व गोष्टी बांधलेल्या आहेत, वेगवेगळ्या नाहीयेत. यातून एक वाचलं, तर दुसरं किनाऱ्यावर उभं असेल. जर प्रकाश असेल तर अंधार त्याची

सीमा बनेल. जसं सुख असेल तर दुःख किनाऱ्यावर हजर आहे. वाट बघतंय की, आता मला संधी कधी मिळणार. ते तयार आहे तुमच्या छातीवर स्वार व्हायला.

द्वंद्वच संपतं, तेव्हा समाधी असते.

न हैं चांद-सूरज न कोई सितारे
कहीं रोशनी का निशां तक नहीं है।
खलाये फजा की है बस बेकरानी

एक शून्य आहे – असीम शून्य!

खलाये फजा की है बस बेकरानी।

एक रिक्तता सर्व शून्य झालंय, असीम शून्य, ज्याची सीमा नाही.

जहां नक्शे मौहूम आलम का साया
है अम्बवाजे हस्ती के दामन मे रक्सां

आणि जिथे सर्व तरंग-लहरी शांत झाल्या आहेत, अस्तित्वात निद्रा घेत आहेत. सर्वसाधारणपणे याच्या उलट अवस्था आहे. तीच तुमची दिशा आहे. त्याला आधी समजून घ्या, तर समाधी म्हणजे काय हे समजू शकाल.

खला मन की है मौज दर मौज पैदा

मनात तरंग उमटत आहेत. ही साधारण अवस्था आहे. तरंगांवर तरंग, संपतच नाहीत. मन कधी रिकामं होतच नाही. तरंग येतच राहतात. हा एक अंतहीन पूर आहे. एका क्षणासाठीसुद्धा मन रिकामं होत नाही. असीम रिक्तता कशी समजू शकाल जेव्हा क्षणभरासाठीही रिक्त होऊ शकत नाही. उठता-बसता, झोपेत, जागृततेत विचार, विचार... चालूच. फक्त विचार! रस्ता कधी रिकामा राहतच नाही. कधी दुःख, कधी सुख, कधी सफलता, कधी असफलता, कधी क्रोध, कधी प्रेम चालूच राहतं. गर्दी चालूच राहते... चालूच!

खला मन की है मौज दर मौज पैदा
खुदी की जबरदस्त रो चल रही है।

आणि जोपर्यंत ही वाट तुडवली जाते, ही विचारांची गर्दी चालूच राहते, तोपर्यंत अहंकार जसाच्या तसा राहतो. अहंकार तुमच्या विचारांचं नाव आहे. अहंकार तुमच्या सर्व आजाराचं मूळ आहे.

समाधीमध्ये ना विचार असतील, ना अहंकार असेल. एवढंच सांगता येईल की, समाधीमध्ये काय नसेल. काय होईल, हे कदाचित सांगता येणार नाही; पण काय नसेल हे नक्की सांगता येईल. विचार नसतील – ही गर्दी, गदारोळ नक्की नसेल, जो तुमच्या मनात चालू असतो. हे चिखल जे तुमच्या मनात साचतं, ते नक्की नसेल आणि अहंकार नसेल, कारण या चिखलाचं मूळ अहंकारामध्येच आहे. तुमचे सर्व आजार, या सर्वांचं मिळून नाव अहंकार हे आहे.

खला मन की है मौज दर मौज पैदा

खुदी की जबरदस्त रौ चल रही है।

अहंकाराचे मोठे वारे वाहत आहेत. वादळी-मस्ती चालू आहे अहंकाराची!

इसी रो में दुनिया बहे जा रही है

कभी डूबती है कभी तैरती है

ये सारा हजूमें नक्शे खयाली।

हे जे जगात बुडणं-तरणं चालू आहे, हे सर्व मनाचे खेळ आहेत. सफलता हा मनाचा खेळ-भास, विचार आहे आणि असफलताही मनाचा खेळ भास आहे. सर्व विचारांचा खेळ आहे.

मी ऐकलंय, एक माणूस एका अनोळखी प्रदेशात गेला. तिथली भाषा त्याला समजत नव्हती. त्याने एक मोठं हॉटेल बघितलं... 'ताजमहाल' समजा. तिथे लोकांची ये-जा चालू होती. तोही आत गेला. त्याला वाटलं की, राजाचा राजवाडा आहे. तो एका टेबलापाशी बसला. वेटर आला. अगदी पांढरे शुभ्र कपडे घातलेला. त्याला वाटलं, अद्‌भुत राजा आहे. सर्वांचं स्वागत करत आहे, माझ्यासाठीसुद्धा एक खास माणूस स्वागतासाठी पाठवला! त्या वेटरने लवून नमस्कार केला. त्याने एक ताट आणलं. अतिशय स्वादिष्ट भोजन! तो अनोळखी माणूस प्रसन्न झाला. म्हणाला, ही तर कमाल झाली! परका आहे मी, कुणीही ओळखत नाही मला. राजा असावा तर तो असा!

त्याने मनसोक्त अन्नग्रहण केलं. मग वाकून वेटरला नमस्कार करू लागला. पण वेटर बिल घेऊन उभा. तो बिल द्यायचा प्रयत्न करतोय आणि हा वाकवाकून नमस्कार करतोय. त्याने नंतर बिल घेतलंही, असं वाटून की राजाने चिठ्ठी पाठवलीय की कृपा केलीत, तुम्ही इथे येऊन! आम्ही धन्य झालो! असेच येत राहा.

तो अजून वाकू लागला, अजून-अजून! चिठ्ठी त्याने खिशात ठेवली, स्वत:च्या देशात गेल्यावर कुणाला दाखवता येईल. वेटरनं बघितलं की हा मनुष्य औरच आहे. तो पैसे मागतोय आणि हा वाकवाकून नमस्कार करतोय, धन्यवाद देतोय आणि काही बोलतोय जे वेटरला कळत नाहीये, कुठली भाषा आहे ही? तर तो त्याला मॅनेजरकडे घेऊन गेला. तर त्या माणसाला वाटलं की हा वेटर, जो अतिथीचं स्वागत करणारा राजाचा प्रतिनिधी आहे, इतका प्रसन्न झालाय की त्याला राजाकडे घेऊन जात आहे, नाहीतर कमीत कमी वजिराकडे तरी! जेव्हा तो मॅनेजरच्या केबिनमध्ये गेला, तर समजला की ही वजिराची खोली, अगदी सुंदर! मॅनेजरनं त्याला बसवलं. म्हणाला, की बाबा रेऽ पैसे दे; पण त्याला काहीच कळलं नाही, ही भाषा त्याला समजत नव्हती. तर मॅनेजरने त्याला न्यायालयात पाठवलं. त्याला वाटलं, आता त्याला राजाकडे घेऊन जात आहेत आणि त्याने न्यायालय

बघितलं, अगदी विशाल, भव्य! आणि जेव्हा त्याने न्यायाधीशाला बघितलं, तेव्हा पक्का समज झाला की हा राजा! महाराज! तो अगदी नम्रतेने वाकवाकून नमस्कार करू लागला. कुणाचंच बोलणं कुणालाच समजत नव्हतं.

शेवटी न्यायाधीश म्हणाले की, हा मनुष्य वेडा आहे किंवा पक्का बनेल आहे. आम्ही सांगतोय तरी तो ऐकतच नाहीये. स्वत:चंच बोलत राहतोय. याला शिक्षा करा. याचं तोंड काळं करा आणि त्याला चपलांचा हार घालून गाढवावर उलटं तोंड करून बसवून संपूर्ण गावातून फिरवा.

पुरातन गोष्ट आहे. जेव्हा त्याला चपलांचा हार घातला गेला तेव्हा तो म्हणाला, या देशाची विचित्र पद्धत आहे. कदाचित इथे फुलं नसतील किंवा पद्धती वेगळ्या असतील; पण इथले लोक विचित्रच दिसतात.

जेव्हा त्याचं तोंड काळं केलं गेलं, तेव्हा तो अगदी प्रसन्न झाला. त्याला वाटलं रंग उधळत आहेत. आता बघू, अजून पुढे काय करतात....

आणि तो तर अगदी आनंदात, प्रसन्न! रंगवणारेच आश्चर्यचकित झाले. त्यांनी इतरांनाही कधी तरी रंगवलं होतं; पण ज्यांचं तोंड काळं, तो दु:खी व्हायचा; पण हा तर आनंदित होत होता. त्याच्या डोळ्यांतही चमक होती. जेव्हा त्याला गाढवावर बसवलं, तेव्हाचं तर काय विचारता? तो म्हणाला, ही तर कमाल झाली. वरात निघतेय! आणि जेव्हा जुलूस निघाला. मुलं त्याच्या आजूबाजूने चालू लागली, माणसं जमली, ती ही गंमत बघू लागली, अगदी गर्दी झाली, तेव्हा तर तो अगदी प्रसन्नतेने ताठ्यात बसला आणि चहूबाजूंनी नजर फिरवू लागला आणि जास्तच खूश झाला. विचार करू लागला, एकच कमतरता राहिली की मी जेव्हा पुन्हा माझ्या देशात जाईन आणि हे सर्व वर्णन करून सांगेन की माझं असं-असं स्वागत झालं तर कुणीही विश्वास ठेवणार नाही. खरंच, कुणी एक साक्षीदार हवा होता. माझ्या देशाचा कुणी रहिवासी आत्ता इथे भेटला तर अगदी मस्त मजा येईल!

तेवढ्यात त्याला त्याच्या देशातला एक माणूस त्या गर्दीत उभा असलेला आणि हा देखावा बघत असलेला दिसला. 'अरे...' तो म्हणाला. 'बघतोयसना, कसं स्वागत होतंय ते?' आणि तो माणूस खूप दिवसांपासून या देशात राहत होता म्हणून त्याला त्या देशाची भाषा समजत होती. तो लगेचच मान खाली घालून त्या गर्दीतून पळून गेला. त्याला आश्चर्य वाटलं की हा वेडा, मूर्ख, गाढवावरून काढलेल्या या वरातीत ताठ्याने बसलाय आणि लोकांना जर हे कळलं की, मी याच्या देशातला रहिवासी आहे तर माझाही अपमान होईल!

आणि या माणसाने काय विचार केला? त्याने विचार केला, 'हद्द झाली! जळण्याची सुद्धा कमाल झाली – जळतोय माझ्यावर! याचं स्वागत झालं नाही, जसं माझं होतंय तर किती जळतोय!'

मनाचा खेळ आहे. तुमची सफलता, असफलता, तुमच्या व्याख्या आहेत या. तुम्ही दिलेली मान्यता!

खला मन की है मौज दर मौज
खुदी की जबरदस्त रौ चल रही है।
इसी रौ में दुनिया बहे जा रही है
कभी डूबती है कभी तैरती है
ये सारा हजूमे नक्शे खयाली

हे सर्व काल्पनिक आहे, सर्व आपल्यासारखं आहे.

है मौहूम सायों का रक्से तमाशा
हुआ वतने तखलीक में फिर से गायब

आणि जेव्हा समाधी येते, तेव्हा सारा तमाशा गायब होऊन जातो.

हुआ वतने तखलीक में फिर से गायब

हे सर्व स्वप्न शांत होऊन जातं. तिथेच हरवतं, जिथून सुरुवात झालेली असते.

रहा सिर्फ एहसास बाकी खुदी का

जेव्हा सर्व विचार लयास जातात आणि सर्व तरंग हरवतात, तरीही काही काळ अहंकार टिकून राहतो. तसंच, जसं तुम्ही सायकल चालवत आहात, तेव्हा पायडल मारावं लागतं, दोन-चार मैल पायडल मारल्यावर, तुम्ही पायडल मारणं बंद केलंत तरी काही अंतर सायकल चालू राहते, आधीच्या गतीच्या आधाराने! एकदम थांबत नाही. दहा-पाच पावलं चालते आणि जर उतार असेल, तर अजून काही अंतरही चालेल.

तसाच अहंकार असतो. विचार तर आधी थांबतील; पण अगदी सूक्ष्म 'स्व' सूक्ष्म अहंकार थोडे दिवस ढुशा देत राहील, जुन्या सवयींमुळे.

हुआ वतने तखलीक में फिर से गायब
रहा सिर्फ एहसास बाकी खुदी का
रही मोअजन सिर्फ इक रौ अना की

सर्व काही संपलं, फक्त एक लहर उरली – अहंकाराची!

रही मोअजन सिर्फ इक रौ अनाकी
वो देखो अना की भी रौ रुक गई है

आणि जेव्हा समाधी जवळ येते, तेव्हा जी घटना घडते – ती ही, की अचानक अहंकाराची लहर थांबते. अचानक तुम्हाला जाणवतं की, तुम्ही आहात पण अहंकाराचा कुठलाही भाव नाहीये. 'मी,' 'स्व' समर्पित झालं. अस्तित्व तर आहे; पण 'मी' हा भाव नाही राहिला. अस्तित्व शुद्ध झालं.

वो देखो अना की भी रौ रुक गई है
खला से खला अब गले मिल रही है

शून्य आणि शून्याचं आलिंगन घडतंय. ही समाधीची परिभाषा आहे.

वो देखो अना की भी रौ रुक गयी है
खला से खला अब गले मिल रही है
बयां ऐसी हालत का मुमकिन नहीं है

आता या अशा अवस्थेचं वर्णन करणं शक्य नाहीये. शून्य आणि शून्याने मिठी घातली आहे. तुम्ही शून्य झालात आणि परमात्मा तर सदासर्वदा शून्य आहे. आणि जेव्हा तुम्ही शून्य व्हाल तेव्हाच परमात्म्याच्या शून्याशी एकरूप होऊ शकाल. तुम्ही जेव्हा त्याच्यासारखे व्हाल, तेव्हाच त्याला भेटू शकाल. जेव्हा तुम्ही संपाल, तेव्हा तो मिळेल. जोपर्यंत 'तुम्ही' तुम्ही म्हणून आहात तोपर्यंत अडथळा आहे, तोपर्यंत मिलन शक्य नाही. जेव्हा 'तुम्ही' नसाल तेव्हा मिलन होईल. कारण नसणं हे परमात्मा होण्याचं स्वरूप आहे. म्हणूनच तर परमात्मा दिसत नाही. त्याची अनुपस्थिती त्याच्या उपस्थितीचा ढंग आहे. जेव्हा तुम्ही अनुपस्थित व्हाल, जेव्हा तुम्ही परिपूर्ण शून्य व्हाल तेव्हा – तेव्हाच समाधी!

खला से खला अब गले मिल रही है।
वो देखो अना की भी रौ रुक गई है
बयां ऐसी हालत का मुमकिन नहीं है
'ये आलम तो अदराक से मावरा है!'

ही अवस्था बुद्धिमत्तेच्या पलीकडची आहे.

'ये आलम तो अदराक से मावरा है!'

हे बुद्धीच्या पलीकडचं आहे, म्हणून याला बुद्धिमत्तेच्या जोरावर सांगता येणार नाही. जेव्हा समाधी होते, तेव्हा बुद्धी राहतच नाही. जेव्हा समाधी लागते तेव्हा बुद्धी साक्षीदार म्हणून राहत नाही. ती नसतेच. म्हणूनच समाधीचा अनुभव बुद्धीला नाही.

ये आलम तो अदराक से मावरा है
ये दिल जिस दिल पे गुजरे वही जानता है।

तुम्ही विचारता, समाधी म्हणजे काय?

– ये दिल जिस दिल पे गुजरे वही जानता है।
घायल की गति घायल जाने।
जौहरि की गति जौहरि जाने।

पण तुम्ही जवाहीर बनू शकता. तसं होण्यासाठीच जन्मला आहात. नाही बनू शकलात तर ती तुमची चूक आहे. घायाळ होण्याची क्षमता तुमच्यात आहे. प्रभू तर बाण घेऊन उभाच आहे. त्याने तर बाणाला धनुष्यावर धरून केव्हाचीच प्रत्यंचा

खेचून ठेवली आहे. तुम्ही जरा स्थिर व्हा, कारण तुम्ही जर हिंदकळत, डुलत राहणार असाल, तर तो कितीही मोठा धर्नुवीर असला तरी तुमच्या हृदयाला छेदू शकणार नाही. तुम्ही जरा थांबा, तर बाण लागेल. तुमचं हृदय भेदलं जाईल. तुम्ही घायाळ व्हाल, तर समजू शकाल.

समाधी अनुभव आहे, अनुभूती आहे. समाधीमध्ये कायकाय नाही, हे सांगता येतं. द्वंद्व नाही, द्वैत नाही, विचार नाही, भाव नाहीत, अहंकार नाही. हे सर्व जिथे नाही, तिथे समाधी अवतरते. जेव्हा तुम्ही शून्य होता, तेव्हाच तुमची पात्रता तयार होते. जेव्हा तुम्ही रिक्त होता, तेव्हा परमात्मा प्रवेश करतो.

समाधी – तुमचं परमात्म्याशी लीन होऊन जाणं आणि परमात्म्याचं तुमच्यात लीन होऊन जाणं. समाधी आपल्या मूळ स्रोताला मिळवणं आहे. गंगा-गंगोत्रीला पोहोचणं, अशी समाधी आहे. वृक्षांचं पुन्हा बी होणं, अशी आहे समाधी! तुम्ही पुन्हा परमात्मा व्हा. जे मुळात तुम्ही होताच, जो तुमचा मूळ स्वभाव आहे, त्याला पुन्हा एकदा तुम्ही मिळवा. हे मिळवणं, हे अंगीकारणं याचं नाव समाधी आहे.

समाधी म्हणजे समाधान. जिथे सर्व समस्या संपल्या!

शेवटचा प्रश्न : *मी परमात्म्याला शोधत फिरत आहे आणि तो मला मिळत नाहीये. प्रभू अजून किती प्रवास करावा लागणार आहे? संन्यासही घेतलाय; पण परमात्मा मिळालेला नाही. उलट लोकं आता मलाच वेडा समजू लागले आहेत.*

* परमात्मा शोधून सापडत नाही. 'शोध' म्हणजे काही अंशी अहंकार बाकी राहतो. परमात्मा हरवून मिळतो, शोधून नाही. तुम्ही हरवून जा, मग मिळेल. तुम्ही हेका धरून शोधत राहिलात, तर तो हेकाच शाबूत राहतो. तुम्ही म्हणता, 'मी शोधतच राहीन!' तर तुमचा हा शोधच तुमच्या 'मी'ला पूरक ठरत आहे. तुम्ही म्हणता, 'मी थांबू शकत नाही, तर काय वाट्टेल ते होवो, डोंगर तुडवायला लागेल तर लागू देत, सात समुद्र पार करावे लागले तरी बेहत्तर! तू चंद्रावर असशील तरी काही फरक पडत नाही, मी तिथे पोहोचेन; पण तुला मिळवीनच!'

हा 'मी' भावच तर अडथळा आहे. अन्यथा, कुठेही जायची गरज नाही. ना डोंगर पार करावे लागणार, ना समुद्र, ना चंद्रावर जाण्याची गरज. या अहंकाराला समजून घ्या.

मी समजलो. तुम्ही म्हणता की तुम्ही शोधत आहात. तर तुम्ही काशीला गेलात, की मक्केला! वेद वाचलेत की कुराण, की बायबल – तुम्ही याला 'शोध' म्हणत आहात. उपास केलेत, डोक्यावर उभे राहिलात, आसनाधिस्त झालात – याला तुम्ही 'शोध' म्हणत आहात! माळ जपलीत, शरीराला क्लेष दिलेत, याला

तुम्ही 'शोध' म्हणता आहात! पण हे सर्व तुमच्या अहंकाराला अजून कणखर, मजबूत करत आहेत. कुराण समजून घेतलंत तर मन म्हणेल की, मला कुराण माहितीय. अहंकार वाढला! वेद वाचलेत, मुखोद्‌गत केलेत. अहंकार वाढला की मला हे सर्व मुखोद्‌गत आहे. आसनं, व्यायाम केलेत, पुन्हा अहंकाराला पुष्टी मिळाली की योगी झालो. व्रत-उपास केले, त्यागी झालो. मौन ठेवलं, मुनी झालो. हा आडमुठेपणा वाढतच जातो आणि हा आडमुठेपणाच अडथळा आहे.

तुम्हाला परमात्म्याला भेटण्यासाठी कोण अडवतंय? तुमच्याशिवाय अजून कुणीही नाही. ना उपास करण्याची आवश्यकता आहे. ना व्रत, ना त्याग. समज हवी. बोध व्हायला हवा की अहंकार हाच अडथळा आहे. अहंकाराचं विसर्जन करायचं आहे. ज्या दिवशी तुम्ही शोधक म्हणून राहणार नाही, ज्या दिवशी तुम्ही म्हणाल, 'माझ्या हातात काय आहे? मी तर असहाय! मी तुला कुठे शोधणार? तुला आधी-कधी बघितलं नाही, मग मिळालास जरी तरी मी तुला ओळखणार तरी कसं? तुझी एखादी खूणही नाहीये. तुझा काही नाव-पत्ताही नाही. कसं शोधू?' ज्या क्षणी तुम्हाला हे जाणवेल की, तुम्ही असहाय आहात, त्या असहाय अवस्थेत सर्व काही हरवेल, शोध आणि शोधक त्या क्षणी शांतता मिळेल, एकदम शांती!

माझं हे म्हणणं समजून घ्या. असं बसून, शांती आणू शकत नाही किंवा व्रत-वैकल्य करून शांतता मिळत नाही. ज्या दिवशी तुम्हाला जाणवेल स्वत:ची परम असहायता की, मी करून काहीही होत नाही, कधीही झालं नाही. युगानुयुगं, जन्मो न् जन्म करत आहे पण काहीही घडलं नाही – ही जाणीव ज्या दिवशी तुम्हाला होईल, त्या क्षणी काय घडेल? एक अपूर्व शांती सधन होईल. सर्व कृत्यं थांबतील. सर्व शोध संपतील. शोधकही हरवून जाईल. एक गहन शांती तुम्हाला वेढून राहील. त्याच शांततेत परमात्मा तुम्हाला शोधत येईल. तुम्ही परमात्म्याला शोधू शकत नाही, परमात्मा तुम्हाला शोधू शकतो.

तुम्ही विचारता, 'मी परमात्म्याला शोधत फिरत आहे.'

आता खूप शोधलंत, खूप फिरलात, आता थांबा. आता भटकू नका. भटके होऊन परमात्मा मिळत नाही. आता थांबा, स्तब्ध व्हा, शांत व्हा. समजून घ्या. हा परमात्मा म्हणजे एखादा प्रयास, खटपट नाहीये की, चालत राहा आणि शोधून मिळवाल. कुठे जाणार? बसा. समजून घ्या की काय घडतंय? परिस्थिती समजून घ्या की परमात्मा का मिळत नाहीये? काय अडचण आहे? आपल्या रोगाचं निदान करा. त्यातच शांती मिळेल. त्या शांततेत परमात्मा तुमच्या जवळ कधी आला, हे समजणारही नाही. एका क्षणात वाटेल की, नाहीये आणि दुसऱ्याच क्षणी अचानक तो तुम्हाला वेढून टाकेल. क्षणात जाणवेल की तोच आहे. हसाल आणि स्वत:शीच म्हणाल की मी तुला शोधत हिंडत होतो. तू सर्व ठिकाणी होतास.

तूच-तोच होतास!

तुम्ही विचारता, 'प्रभू, अजून किती प्रवास करायचा आहे?' तुमची जितकी मर्जी, इच्छा असेल तेवढा करा. प्रवास-यात्रा करून परमात्मा मिळणारच नाहीये. परमात्मा दूर कुठे असता तर यात्रा करण्यात अर्थ होता. परमात्मा जवळच आहे. तर यात्रा कशी आणि कशाला करा? जो तुमच्या हृदयातल्या हृदयात विराजमान आहे, त्याच्यासाठी यात्रा कराल? कसली यात्रा?

'यात्रा,' हा शब्दच विसरून जा. हा चुकीचा शब्द आहे. कुठेही जायचंच नाहीये कारण परमात्मा इथेच आहे. जायचं नाहीच आहे – यायचं आहे. तुम्ही तसेही खूप दूर निघून गेला आहात, आता घरी परतून या.

तर मी म्हणतो, 'घरी परता. कुठे जाताय? कुठेही जाऊ नका. आत शांत होऊन बसा. थांबा! पळत राहाल तर काहीच मिळणार नाही. परमात्मा स्थिरतेने थांबण्याने मिळतो. हे थांबण्याचं गणित समजून घ्या.'

यात्रा कायम दूरच्या ठिकाणासाठी करायची असते. चंद्रावर जायचंय, तर यात्रा हवी. कैलासावर जायचंय, यात्रा हवी. स्वत:पाशी पोहोचायचं आहे, तर यात्रेची गरज काय? विक्षिप्त व्हाल. स्वत:जवळ येण्यासाठी कुणी यात्रा करत नाही. सर्व यात्रा, प्रवास जेव्हा संपतो, तेव्हा तुम्ही स्वत:पाशी पोहोचता.

तर परमात्मा यात्रा करून मिळत नाही, यात्रेतून मुक्त झाल्यानंतर मिळतो. खूप मेळे भरवलेत, खूप प्रवास झाला. आता थांबा!

आणि तुम्ही म्हणता संन्यास तर घेतला, परमात्मा मिळत नाही. लोकं उलट मलाच वेडं म्हणू लागले.

स्वाभाविक आहे. लोकं वेडं समजणारच. कारण लोकं धन, पत, प्रतिष्ठा यालाच सार्थक समजतात, त्याला तर तुम्ही लाथ मारलीत. तुम्हाला वेडं नाही समजणार तर काय? जे त्यांना मौल्यवान वाटतं, ते तुम्हाला निर्मूल्य वाटायला लागलं, तर ते वेडच समजणार. ते तुम्हाला समजू शकत नाहीत; पण तुम्ही तरी त्यांना समजा की बिचारे, बरोबरच तर म्हणतात! त्यांना दोष देऊ नका.

तुम्ही म्हणता, 'आम्ही परमात्म्याचा शोध घेत आहोत.' ते म्हणतात, 'अरे, धन शोधा, पत शोधा. जर कुठे जायचंच असेल तर दिल्लीला जा. निवडणुका येत आहेत, त्या लढा. लॉटरीचं तिकीट विकत घ्या. काहीतरी करा. या परमात्म्यामुळे काय होणार? कुठल्या गोष्टी करता आहात या? स्वप्न बघताय? कवी झाला आहात की डोक्यावर परिणाम झालाय?'

दोन्हींचा अर्थ एकच आहे – कवी झाला आहात की वेडे?

मोहम्मदाला जेव्हा प्रथम कुराण स्फुरलं, तेव्हा घरी आल्यावर तो बायकोला म्हणाला की, मला वाटतंय एक तर मी कवी तरी झालोय किंवा वेडा. काहीतरी

माझ्या डोक्यात येतंय, जे माझ्या शक्तीच्या बाहेरचं आहे. माझ्यात काहीतरी घोषणा होतेय, जी माझी नाहीये. मी कुठल्या तरी वेगळ्याच शक्तीच्या हातात पडलो आहे. विराटाशी संलग्न झालोय. मी एक छोटासा कण आहे जो घोंघावत, वादळात सापडलो आहे.

जे शब्द त्याने आपल्या पत्नीला येऊन सांगितले की, माझ्यावर पांघरूण घाल मी थरथरतो आहे. मी कवी तरी झालोय नाहीतर वेडा तरी!

तर लोक असंच समजतील. जी चांगली माणसं आहेत; ती म्हणतील, 'तुम्ही कवी झाला का?' याचा अर्थ तुम्ही समजून जा. जे सुसंस्कृत नाहीयेत, ते सरळसरळ म्हणतील, 'वेडे झालात का?' पण गोष्ट तर एकच आहे.

तुम्ही तर समजा, लोक काय करणार? लोक बघतील. त्यांच्या अनुभवांवर बरोबर समजतील. तुम्ही त्यांच्या अनुभवांच्या विरुद्ध वागता. तुम्ही त्यांना सांगा की, 'मी वेडा झालो आहे आणि त्यामुळे मला जे काही मिळालं ते मी समजूतदार, शहाणा असतानाही मिळालं नाही. तुम्हीही वेडे व्हा.' तुम्ही त्यांना वेडं होण्याचा आशीर्वाद द्या.

कहां कहां तू फिरेगा भटकता आवारा
न इस जहां से न उससे मिलेगा कोई पता
नहीं है दोनों जहानों में कोई तेरे सिवा
तू अपने आप में खोकर खुद अपने आप को पा
खुदी में देख खुदा ओम् ओम् तत् सत् ओम्
तुझे जहान में संन्यासी कम ही समझेंगे
यहां के लोग हिकारत से तुझको देखेंगे
हर एक बात पै तेरी हंसी उड़ाएंगे
तुझे सताएंगे, पागल तुझे पुकारेंगे
दुआएं सब को दिये जा तू ओम् तत् सत् ओम्

और दुआ यही देना की प्रभू करे, तुम भी पागल हो जाओ!

खोजने की व्यर्थता समझो। जिसे तुम खोज रहे हो, वह तुममें छिपा बैठा है।

जिससे हर दो जहां मुनव्वर है
तेरे इस हुस्न की जमा हूं मैं
नाज़ है अपनी जिस अदा पै तुझे
इसका इक अक्से हश्र जा हूं मैं
मैं तेरी आरजू की हूं तशकील
शौक तेरा, तेरी दुआ हूं मैं
तेरा ही नगमाए निशात हूं मैं

तेरे ही दिल की इक सदा हूं मैं
इन्तहाये कमाल हुस्न है तू
इश्क कामिल की इन्तहा हूं मैं
तू है आजाद हर तआल्लुक से
हर तआल्लुक में मुबतला हूं मैं
फिर भी मैं कोई दुसरा तो नहीं
तेरा ईमां तेरी रजा हूं मैं
जिंदगी मेरी – आरजू तेरी
जीते जी – तालिबे फना हूं मैं।

तुम्हीच सर्व काही आहात. परमात्मा तुमच्या आत विराजमान आहे. घरी परतून या.

जिससे हर दो जहां मुनव्वर हैं
तेरे इस हुस्न की जमा हूं मैं।

ज्याच्यामुळे या साऱ्या दुनियेचं सौंदर्य भरलेलं आहे, सर्व जग – हे जग, ते जग! दोन्ही जगाचं सौंदर्य, ते माझ्या आत भरून राहिलं आहे.

नाज़ है अपनी जिस अदा पै तुझे
इसका एक अक्से हश्च जा हूं मैं

आणि परमात्म्याला सांगितलं जातंय की, तुला स्वतःबद्दल जो अभिमान आहे, मी ही त्याच अभिमानाची एक लकेर आहे.

मैं तेरी आरजू की हूं तशकील
शौक तेरा तेरी दुआ हूं मैं

मी तुझी अनुकंपा, तुझी करुणा आहे. तुझ्यावाचून भिन्न नाहीये.

तेरा ही नगमाये निशात हूं मैं

मी तुझं गीत आहे.

तेरे ही दिल की इक सदा हूं मैं
इन्तहायो कमाले हुस्न है तू

तू संपूर्ण सौंदर्य आहेस.

इश्क कामिल की इन्तहा हूं मैं

तर मग मी ही संपूर्ण प्रेम आहे.

तुम्ही प्रेम बना. परमात्मा सौंदर्य आहे. दोघांचं मिलन होईल; पण शोध घेऊन नाही, हरवून!

संपून जा. संपून जाणं हेच त्याला मिळवण्याचं परिमाण आहे.

प्रार्थना : भक्तीचा प्राण

प्रवचन दुसरे

सूत्र

झुक आई बदरिया सावन की, सावन की मनभावन की।
सावन में उमग्यो मेरा मनवा, भनक सुनी हरि आवन की।
उमड़ घुमड़ चहुं दिसे से आये, दामण दमक झर लावन की।
नन्हीं-नन्हीं बुंदिया मेहा बरसे, सीतल पवन सुहावन की।
मीरा के प्रभु गिरधर नागर, आनंद मंगल गावन की।

राणाजी, मैं सांवरे रंग राची।
सज सिंगार पद बांध घुंघरू, लोकलाज तजि नाची।
गई कुमति लहि साधु संगति, भक्ति रूप भई सांची।
गाय-गाय हरि के गुण निसदिन, काल-ब्याल ते बांची।
उन बिन सब जग खारो लागत, और बात सब कांची।
मीरा के प्रभु गिरधर नागर, भक्ति रसीली जांची।

मीरा के प्रभु सांची दासी बनाओ। झूठ धंधों से मेरा फंदा छुड़ाओ।
लुटे ही लेत विवेक का डेरा। बुधिबल यदपि करूं बहुतेरा।
हाय राम नहिं कछु बस मोरा। मरती बिबस प्रभु धाओ धाओ।
धर्म उपदेस नित ही सुनती हूं। मन कुवाल से बहुत डरती हूं।
सदा साधु सेवा करती हूं। सुमिरण ध्यान में चित्त धरती हूं।
भक्ति मार्ग दासी को दिखाओ, मीरा के प्रभू सांची दासी बनाओ।

अभी तक स्पर्श-संवेदित सुनहली धूप की बालें
प्रतीक्षा से सतत चित्रित घने हेमंत की छाया
अभी तक सुन रहा आकाश अपने छोर फैला कर
अरुण आलोक के मन में दिवा का गीत गदराया
अभी तक है सहेजे पंछियों की पांत बादल तक
बिछुड़ती, बेसंवारी, फैलती रेखा सगेपन की
अभी तक है बसाये डूबता दिन वक्र किरणों में
अचिह्नित तलतृणों की राह देखी लय विसर्जन की।

प्रभूच्या सहवासातले क्षण विसरू म्हणूनही विसरता येत नाहीत. त्याचे पदरव एकदा का ऐकले की, एक न मिटणारी रेघ हृदयावर उमटते. त्याचा सुगंध एकदा का आला की, त्याचं विस्मरण होणं शक्य नाही.

प्रभूच्या सान्निध्याची जी रेषा उमटते, ती मनावर नाही तर आत्म्यावर उमटते. परमात्म्याचा संस्पर्श आत्म्यामुळे होतो. मनावर उमटलेल्या स्मृती धूसर होत जातात. आज नाही, नाही तर उद्या काळाची धूळ त्यावर साचत जाते; पण आत्म्यावर जो स्पर्श होतो तो नेहमी ताजा, नेहमीच ताजा राहतो. ते स्पर्श कधी शिळे होत नाहीत. मनावर घटना घडली रे घडली की, भूतकाळात जमा होते, व्यतीत होते. आत्म्यावर जे घडतं, उमटतं ते शाश्वत, नेहमीचं वर्तमान बदलून राहतं. भूतकाळ होत नाही, व्यतीत होत नाही. कारण परमात्म्याचा संस्पर्श काळांतर्गत नसतो. ही शाश्वत घटना आहे, काळातीत आहे. जरी काळाच्या धारेत ही किरणं उतरतात तरी ती काळाची नाहीयेत.

जशी अंधारात काही किरणं उतरतात, अंधारात उतरतात पण अंधाराची नसतात. अशाच समयाच्या – काळाच्या ओघात भक्त कधीकधी कालातीत बोलून घेतो. त्याच्या रुदनाने, त्याच्या तीव्र हाकेने, जे व्हायला नको तेही घडतं. अघटीत घडतं. असंभव-संभव होतं.

भक्ताच्या जीवनातला सर्वांत मोठा चमत्कार हा नाहीये की, पाण्यावर चालू शकतो. पाणी हे चालण्यासाठी बनवलं गेलंही नाहीये. भक्ताच्या जीवनातला मोठा चमत्कार हाही नाहीये की, तो आकाशात उडू शकेल. परमात्म्याला माणसाला

आकाशात उडवायचं असतं, तर त्याने त्याला पंख दिले असते. भक्ताच्या जीवनातला एकमेव चमत्कार हाच आहे की, काळाच्या धारेतून समयातीताला खेचून आणू शकतो. क्षुद्राच्या मध्यावर विराटाला बोलावतो. इथे-जिथे वासनेने सर्वांना प्रेतवत बनवलं आहे, उजाड वाळवंट बनवलं आहे, तिथे प्रभूच्या वर्षावाचा प्रसाद मिळतो. हा भक्ताचा चमत्कार आहे. भक्त वर्षा, पावसाळी ढग जमवतो. जन्मो न् जन्म हृदयाची भूमी, जी सुकलेली, तप्त, भेगा पडलेली, ज्या हृदयात वेदनेशिवाय दुसरं काहीही नव्हतं, तिथे महोत्सव होतो. भक्ताचा हाच चमत्कार आहे.

भक्ताकडून अजून वेगळे चमत्कार घडण्याची अपेक्षा ठेवणं हे मुळातच चुकीचं आहे. या आकांक्षाच गैर आहेत. याहून मोठा काय चमत्कार असू शकतो की परमात्मा, जो अदृश्य आहे, तो भक्तासमोर साक्षात अवतरतो? त्याच अपूर्व क्षणांचं वर्णन मीराच्या या शब्दांमध्ये आहे.

'झुक आई बदरिया सावन की। सावन की मनभावन की।'

वर्षाऋतूत जसे ढग झुकतात. आठवा! पृथ्वी आशेने भरून येते, अहोभावाने भारली जाते, मंगलगाणी छेडली जातात. झाडं-वृक्ष नाचू लागतात. पक्षी गाणी म्हणू लागतात. सर्वत्र हिरवळ होते! सर्वत्र भरभरून येतं, पृथ्वी नवरी होते.

आत्ता काही दिवसांपूर्वी आला असता, तर सर्व कोरडं होतं, सुकलेलं, विदग्ध, वाळवंट होतं. संसार असाच वाळवंट आहे. जिथे सर्व प्रेतवत, जळलेलं, काष्ट! लोकंही तशीच, ना त्यांना पालवी फुटत, तर फुलं दूरच राहिली. वसंत येतच नाही. पानगळती हीच नियती झाली. हे आहे, ते हरवत जातं. जे मिळायला हवं ते मिळत नाही. जे जवळ आहे, तेही नष्ट होत जातं. थेंबा-थेंबाने लोक हळूहळू सुकून जातात, पाषाणवत होत जातात. कठोर, दगडासारखे होत जातात. फुलांनी फुलायचं तरी कुठे?

मीरेने योग्य उपमा दिली, जशी पावसाची सर, पावसाळी ढग घेरून येत आहेत. जणू पृथ्वी मंगलगाण्यावर नाचते आहे, तशीच एक दिवस मनमोहनाची सर, त्याच्या प्रेमाचा ढग भक्तावर घेरून येतो. हृदयात उमंग नव्हे हृदयच उमंग होतं. कणन् कण नृत्यमग्न होतो. जीवनात पहिल्यांदाच अर्थ उदय पावतो. पहिल्यांदाच अनुभवाची झलक मिळते. सारं काही व्यर्थ नाही, सार्थकही आहे! आणि जे समर्पक आहे, ते इतकं मोठं आहे की त्यासाठी सर्व व्यर्थता झेलता येतील. जन्मो न् जन्म, ज्या वेदना सहन केल्या त्या क्षुल्लक वाटतात, तेव्हा तेव्हा प्रथमच मनभावनाचे ढग घेरतात.

ढगाचं प्रतीक समजण्यासारखं आहे. ढग जल घेऊन येतात आणि वर्षाऋतूतले ढग तर पाण्याने काठोकाठ भरलेले असतात. जसा काही आकाशात समुद्र लहरतो

आहे. ढग सागरामुळेच तयार होतात, ते त्याचंच रूप आहे. म्हणूनच ढग हे प्रतीक म्हणून लक्षात घ्या. ते अनंत सागरापासूनच येतात. तसंच परमात्म्याच्या अनंत सागरामधून त्याच्या महाकृपेने ढग घेरून येतात.

जसे पावसाचे ढग भरून आलेले असतात, तयार असतात कोसळायला, जरासं कारण मिळावं की बरसायला आतुरलेले! आणि कारण नाही मिळालं तरीही बरसण्यासाठी आतुरलेले. आणि अटीविना बरसतात. असं नाही की कोरड्या पृथ्वीवरच बरसतात, नदी नाल्यांमध्येही बरसतात. बघतच नाहीत की कुठे-कुणावर बरसत आहेत. बस, फक्त बरसायचं. जेव्हा ढग इतके भरलेले आहेत तर बरसायला तर हवेतच.

भक्ताला जेव्हा पहिल्यांदा परमात्म्याचं सान्निध्य मिळतं, तेव्हा त्याला समजतं की माझ्यामुळे नाही, माझ्या कुठल्याही गोष्टीमुळे नाही, ना माझ्या प्रार्थनेमुळे, ना भजनामुळे, ना व्रत-नियम-उपासामुळे, केवळ परमात्म्याच्या अनुकंपा, प्रसाद, कृपेमुळेच हा वर्षाव होत आहे. म्हणून नाही की मी हाक मारली होती. केवळ एकाच कारणामुळे, परमात्मा इतका काठोकाठ भरून राहिला आहे की, बरसला नाही तर काय करेल? माझ्या प्रयत्नांमुळे नाही तर त्याच्या प्रसादाच्या वर्षावामुळे!

पावसाचे ढग जमून आले की सर्व वातावरणच बदलतं. जिवंत होतं. पावसाचे ढग फक्त पाणी आणत नाहीत तर जीवनही आणतात. पाण्याशिवाय जीवन असूही शकत नाही.

तुम्हाला ठाऊक आहे? तुमच्या देहात ऐंशी टक्के पाणी आहे. तुमचा देह जर पाण्यापासून वंचित झाला तर तुमचं जगणं अशक्यप्राय आहे. ऐंशी टक्के! एक मोठा भाग पाण्याचा आहे. ऐंशी टक्के तुम्ही पाणी आहात. आणि हाच अनुपात तुमच्यात आत्म्याचा आहे. वीस टक्के संसार आहे. ऐंशी टक्के तुमच्या आत परमात्मा लपलेला आहे; पण तुम्ही या वीसमध्ये इतक्या वाईट तऱ्हेने गुंतलेले आहात की, ऐंशीचा पत्ताच लागत नाही. तुम्ही जितके आहात, त्यापेक्षा किती तरी जास्त प्रमाणात परमात्मा तुमच्या आत आहे; पण तुम्ही तुमच्या क्षुद्रतेत इतके तल्लीन झाला आहात की तुमची नजर त्या विराटापर्यंत पोहोचतच नाही. तुम्ही देहाला असं पकडून ठेवलं आहे की समजत आहात, सर्व काही मिळालं आणि देह तर केवळ भिंत आहे. मालक आत बसलेला आहे. देह तर मंदिर आहे. परमात्मा आत विराजमान आहे.

जसं कुणी मंदिराच्या भिंतींची पूजा करून निघून येतं आणि आत परमात्म्यापर्यंत पोहोचत नाही – जास्तीत जास्त लोकांचं जीवन हे असं आहे.

आकाशात जेव्हा पाण्याचे ढग जमतात, तेव्हा सर्वत्र वर्षा होते. जमीन अंकुरते, हिरवंगार होतं सर्वत्र. गवतच गवत पसरतं. फुलंच फुलं उमलतात. अगदी

असंच हिरवंगार, अशीच संजीवनी भक्ताच्या आत प्रकट होते. तर मीरा योग्यच म्हणते –

झुक आयी बदरीया सावन की। सावन की मन भावन की।

तो जो मनासाठी नेहमीच प्रिय आहे, ज्याला मनाने कायम स्वेच्छिलं, अनेकानेक रूपांत, न जाणो कित्येक पद्धतीने त्याचा शोध घेतला – तो आलाय! ती शुभ वेळ आली. ज्या वेळेची जन्मो न् जन्म प्रतीक्षा केली. प्रतीक्षा करता करता किती वेळा आशेचा धागा हातातून सुटला. खूप वेळा वाटलं, परमात्मा नाहीच आहे, असता तर मिळाला असता. खूप वेळा असं वाटलं की मी व्यर्थ शोध घेतोय, खूप वेळा असं वाटलं की मी या कुठल्या गुंत्यात अडकलो, हे कुठलं वेड घेतलं? सर्व जग एका अर्थाने प्रसन्न आहेसं वाटतं. धनाची शोधाशोध, पत, प्रतिष्ठेचा शोध – आणि मग मिळवतंही. मीच कुठल्या वेडाचा ध्यास घेतला – परमात्म्याला शोधू लागलो! कदाचित तो नाहीच! कदाचित ती एक मानवाची फक्त कल्पना आहे.

स्वभावत: मोठ्या प्रवासात खूप वेळा या तऱ्हेच्या शंका निर्माण होतात. कैक वेळा द्विधा मन:स्थिती होते. कैक वेळा पाय मागे फिरतात. भक्त परतूनही जातो संसारात! कैक वेळा मूळ मूख्य वाट सोडली जाते, थकून-भागून आपली माळही आपटली जाते. अस विचार केला जातो, की कुणीही नाहीये, आकाश रिकामं आहे, मी कुणाची प्रार्थना करतो आहे? या सर्व प्रार्थना म्हणजे अरण्यरुदन आहेत. माझं रडणं जंगलातलं आहे जे कुणीही ऐकत नाहीये. या प्रार्थना म्हणजे माझा विक्षिप्तपणा आहे. मी कुणाला सांगतोय? इथे तर कुणीच नाहीये.

असं भक्ताचं होणं अगदी स्वाभाविक आहे. असं जर कधी तुम्हाला झालं तर घाबरू नका. हे शक्य आहे. प्रवास बराच लांबचा आहे. मनुष्य असहाय आहे. त्याची क्षमता सीमित आहे आणि तो शोध घेतोय असीमतेचा! सफलता मिळते हा चमत्कार आहे. विफलता मिळते हे स्वाभाविक आहे. परमात्मा जर मिळाला नाही तर असा विचार करू नका की, महापापी आहात आणि परमात्मा जर मिळाला तर असा विचार करू नका, की पुण्यात्मा आहात. त्याची दया आहे, म्हणून तो मिळतो.

मनुष्य स्वत:च्याच प्रयत्नांनी जर शोधत राहिला तर शोधतच बसेल आणि मिळवू शकणार नाही. ही गोष्ट लक्षात घ्या! शोधता शोधता एक वेळ अशी येते, की शोध संपतो. कारण स्वत:ची असहायता समजून येते, की माझ्या शोधण्याने, माझ्या काही करण्याने, काहीही फरक पडत नाही, काहीही घडत नाही. ज्या दिवशी ही गोष्ट तुम्ही स्पष्टपणे समजून, पूर्णत्वाने स्वीकारता, त्या दिवशी तुमची प्रार्थना खरी होते. त्याआधी प्रार्थनेमध्ये संकल्प असतो. तुम्ही म्हणता, 'उपास करेन, व्रत पाळेन, तुला मिळवेन!' पण विश्वास तुमचा

स्वत:वर आहे. तुमच्या उपासावर, व्रतावर, प्रार्थनेवर, पूजेवर! जोपर्यंत हा असा विश्वास आहे, तोपर्यंत भटकत रहाल. हा अहंकार – अहंकाराचं हे एक सूक्ष्म रूप आहे. त्यात काही स्वारस्य नाही, सार नाही. काहीही मिळणार नाही. पण हा हळूहळूच जाईल. आज जरी त्याला सोडू म्हटलं तरी नाही सुटणार. जोपर्यंत तुमचा अनुभवच तुम्हाला सांगत नाही, एकदा नाही तर पुन्हा पुन्हा हजार वेळा सांगत नाही, की तुझ्या करण्याने काहीही होणार नाही; ज्या दिवशी तुमचा स्वत:वरचा हा विश्वास तुटेल, त्या दिवशी जी प्रार्थना उमटेल तीच खरी असेल.

अतिशय बारकाईने ही गोष्ट लक्षात घ्या, की ध्यानात सामावून जा. तुमची प्रार्थना चुकते – परमात्मा बहिरा नाहीये. तुमची प्रार्थना चुकते कारण ती तुमच्या अहंकारातून उमटते. अहंकार प्रार्थना कशी काय करणार? अहंकार प्रार्थनेचा धोका देऊ शकतो. अहंकार पूर्ण हृदयातून प्रार्थना उमटूच शकत नाही. अहंकार प्रार्थनेहून अगदी विरुद्ध आहे.

तर अहंकार प्रार्थनेचा आभास निर्माण करतो. तुम्ही मंदिरात जाता, हात जोडता, नतमस्तक होता – जरा आत बघा, तुमच्या आत कुणीही वाकत नाही, फक्त देह झुकतो! ही तर देहाची कसरत झाली!

एका मुसलमान मित्राने एक पुस्तक लिहिलं आहे. त्यात त्याने असं सिद्ध करण्याचा प्रयत्न केला आहे, की मुसलमानांची नमाज पढण्याची जी पद्धत आहे, ती एक तऱ्हेचा योग आहे. कारण मुसलमान वारंवार वाकतो. तर त्या पुस्तकात असं म्हटलं आहे, की वाकल्यामुळे शरीराचा व्यायाम होतो. हे एक तऱ्हेचं योगासन आहे. हा इस्लामिक योग आहे.

ते मित्र पुस्तक घेऊन माझ्याकडे आले. मी त्यांना म्हणालो, 'तुम्ही योग्य तेच केलंत. ही कसरतच आहे.' ते म्हणाले, 'तुमच्या बोलण्याचा अर्थ?'

मी म्हणालो, 'तुम्ही खरी गोष्ट सांगितलीत. जरी तुमचं सांगण्याचं प्रयोजन हे नव्हतं. तुम्ही तर असं सिद्ध करत होतात, की ही एक महान गोष्ट आहे, हा योग आहे. पण गोष्ट खरी निघाली. ही कसरत आहे. कारण मनुष्य तर वाकतच नाही. देह वाकतो. मनुष्य तर आतमध्ये ताठ उभा आहे.'

तुम्ही जेव्हा मंदिरात वाकता, तुम्ही वाकता? देह वाकतो. तुम्ही जरा नीट बघा, तुम्ही स्वत:ला ताठच दिसाल. असं असू शकतं, की मंदिरात प्रार्थना चालू आहे, वाकतानाही तुम्ही चारही बाजूला लक्ष देऊन असता, की लोक तुमच्याकडे बघत आहेत की नाहीत? की मी किती मोठा धर्मात्मा, किती मोठी प्रार्थना करणारा, जरा बघा माझ्याकडे!

जेव्हा मंदिरात गर्दी असते, तेव्हा तुमची प्रार्थना मोठी, लांबलचक होते. तुम्ही जरा जास्त काळ वाकता. तुम्ही परमात्म्याच्या चरणांशी पडताच, जरा लोकांनी नीट

बघूच देत! आणि जर फोटोग्राफरही हजर आहे, मग तर काय सांगावं? त्या दिवशी तर तुम्ही ऑफिसही विसराल, प्रार्थनेतच राहाल!

पण ही तुम्ही कुणाची प्रार्थना करत आहात? परमात्म्याची की त्या लोकांची जी तुम्हाला बघत आहेत? की फोटोग्राफरची? की पत्रकारांची? तुम्ही कुणाच्या चरणांशी नतमस्तक होत आहात? कुणाला फसवत आहात? हा तर अहंकार अर्जित करत आहात, की मी किती प्रार्थना करणार, कसा विनम्र, कसा पुण्यात्मा!

ज्या दिवशी भक्त प्रार्थना करकरून हरतो, हरतच जातो, पराजया व्यतिरिक्त अजून काहीही मिळत नाही, फक्त विफलता. ही विफलता छातीवर दगड बनून बसते, तेव्हा एक दिवस बोध होतो, की परमात्मा बहिरा नाहीये. नक्कीच माझ्या प्रार्थनेतच काहीतरी चूक आहे. मी जी भाषा बोलतो, ती परमात्म्यापर्यंत पोहोचू शकत नाही. अहंकार माझ्या प्रार्थनेचा गळा आवळत आहे.

त्या दिवशी अहंकार चारही मुंडी चीत होतो. जमिनीवर धारातीर्थी पडतो. मग उमटते एकच प्रार्थना! तुम्ही ज्या प्रार्थनेला करत नाही, ती प्रार्थना उमटते. तुम्ही जी करता, ती ही प्रार्थना नसते. अचानक तुम्हाला जाणवतं, की तुमच्या आतून एक 'आह' एक तरंग उठलाय. एक नाद! तुम्ही त्याला बघता, तुम्ही हा नाद करत नाही. तुम्ही करणारेही नाही. आता तर तो नाद येतच जातो. अवश!

ज्या दिवशी तुम्ही न करताही प्रार्थना होते, ती त्याचदिवशी पोहोचते. तुम्ही केलेली प्रार्थना पोहोचत नाही. तुम्ही जे काही कराल त्यात अहंकार असेल. कृत्याने अहंकारात भर पडते. ज्या दिवशी प्रार्थना सहजी उठेल... ज्याला कबीराने म्हटलं आहे, 'साधो सहज समाधी भली.' ज्या दिवशी सहजतेने होईल. सहज याचा अर्थ? तुम्ही केल्याने उठणार नाही, आयोजित न करून, तुमच्या व्यवस्थेने न उठणारी. ज्या दिवशी तुम्हाला जाणवेल की तुम्ही काहीच करत नाही आहात आणि प्रार्थना उमटत्येय, तुम्ही तर वाकलेले नाही आहात, तरी वाकत जाताय, तुम्ही हजर नाहीच आहात, अगदी रिक्त उभे आहात, हरवलेले, त्यात तुम्ही मृतवत झालात. आता तुमच्या जाण्याने, जो उरला आहे तुमच्या आत, तो प्रार्थनेत तल्लीन आहे. त्या दिवशी प्रार्थना पोहोचते. त्या दिवशी परमात्म्याचे ढग तुम्हाला घेरून टाकतात.

'झुक आई बदरिया सावन की। सावन की मनभावन की।'

तो ढग, जो तुमची वाट बघतो आहे, की तुम्ही कधी झुकाल तर तो ही झुकू शकेल. कारण जो झुकलेला आहे त्यावरच तो झुकतो.

जे रिकामं आहे, त्यालाच परमात्मा भरू शकतो. जे अजूनही भरलेलं आहे, त्याला कसं काय भरता येईल?

झेन कथा आहे. एका विश्वविद्यालयाचा प्रोफेसर सद्‌गुरु नानइनकडे आला. डोंगरावर नानइनची झोपडी होती. डोंगर चढता चढता प्रोफेसरची दमछाक झाली.

पोचला. पोचल्या पोचल्या त्याने विचारलं, 'दर्शनशास्त्रावर काही चर्चा करायचीआहे. ईश्वर आहे?'

नानइन, म्हातारा साधू म्हणाला, 'तुम्ही थकून आला आहात. जरा आराम करा. चेहऱ्यावर घाम ओघळतो आहे. सुकू द्या. तोपर्यंत मी चहा बनवतो. चहा पिता पिताच उत्तर मिळेल. नाही मिळालं तर नंतर उत्तर देईनच.' नानइन इतकं बोलून चहा बनवण्यासाठी आत गेले. प्रोफेसर विचार करू लागला. चहा पिता पिता उत्तर मिळेल! हा मनुष्य वेडा तर नाही ना? मी विचारतोय, ईश्वर आहे? हा म्हणतोय चहा पिता पिता उत्तर मिळेल असं कसं? शंका येऊ लागली, की मी विनाकारण एवढा डोंगर चढून आलो. हा मनुष्य विक्षिप्त दिसतो. बघू, आता आलोच आहोत तर एखादा तास अजून बघू!

नानइन, चहा घेऊन आला. त्याने प्रोफेसरच्या हातात कप दिला. किटलीतून चहा ओतू लागला. कप भरला, तरी ओतत राहिला. बशी सुद्धा भरली, तरीही ओततच राहिला. तर प्रोफेसर ओरडला, 'बस. थांबा! मला आधीच शंका आली होती, की तुमचं डोकं फिरलेलं आहे. एक थेंबही मावणं शक्य नाही कपात, आता काय जमिनीवर सांडू दे?'

नानइन हसू लागला. तो म्हणाला, 'तर, हेच उत्तर आहे. तुम्हाला दिसतंय एक थेंबही कपात मावू शकत नाही. तुमच्या आत परमात्म्याला ठेवण्यासाठी एक थेंब तरी जागा आहे? विचारताय, ईश्वर आहे की नाही? आधी हे तर विचारा, की तुमच्या आत त्याला ठेवण्यासाठी जागा आहे? तुम्ही रिकामे आहात. जो रिकामा आहे, तोच प्रश्न विचारू शकतो. कारण रिकाम्या जागेतच प्रवेश होऊ शकतो.'

परमात्मा तर सर्व-चहूबाजूंनी प्रयत्न करतोय तुमच्यात प्रवेश करण्यासाठी; पण तुमचा कप इतका भरलेला आहे, की कुठे काही जागा शिल्लक नाही. त्याच्या ढगांनी तुम्हाला आत्ताही घेरलेलं आहे. त्याच्या राज्यात तर नेहमीच वर्षा आहे. त्याच्या राज्यात वर्षा ऋतूव्यतिरिक्त दुसरा ऋतूच नसतो. तिथे एकच ऋतू, नेहमीच हिरवळ, नेहमीच जीवन, नेहमीच यौवन. तिथे पानगळ नसते.

परमात्मा केवळ वसंत ऋतूच जाणतो. जसं तुम्ही फक्त पानगळच जाणता, तसं तो फक्त वसंत जाणतो. जसं तुम्ही केवळ मृत्यू जाणता, परमात्मा केवळ अमृत जाणतो.

परमात्मा तुमच्या अगदी विरुद्ध दिशेला उभा आहे आणि चहूबाजूंनी फक्त घेरलेला आहे, की कधी संधी मिळेल, कधी तुमच्याकडून एखादी चूक होईल, दार उघडं राहील, तर तो प्रवेश करेल. तो चोरासारखा रात्रीही तुमच्या बाजूला उभा असतो.

म्हणूनच तर हिंदूंनी त्याला नाव दिलंय – हरी! हरीचा अर्थ आहे – चोर. जो

हिरावून घेईल तो हरी! जो संधी साधून झडप घालेल – तो हरी! तुम्हाला त्याने वेढलंय. कधी संधी मिळेल, कदाचित तुमच्या नकळतही. तुम्ही कधी दाराला साखळी लावायला विसरत आहात, रात्री कधी खिडकी उघडी राहतेय, दारात एखादी फट मिळतेय, तर तो आत घुसेल; पण कुठूनही तुमच्या आत जागा नाही. तुम्ही संपूर्णपणे भरलेले आहात.

तुम्ही बघता, जेव्हा पाऊस पडतो, डोंगरावरही पडतो; पण डोंगर रिकामे राहतात. कारण आधीपासूनच भरलेले आहेत. खड्ड्यात पाणी साचू शकतं. तुम्ही खड्ड्यांपासून भक्तीचं गुपित शिका. खड्ड्यांचं वैशिष्ट्य काय? खड्डा रिकामा आहे, म्हणून भरतो. सरोवर बनतं. खूप सुंदर सरोवर बनू शकतं. खूप खोल सरोवर बनू शकतं.

तितका खोल परमात्मा उतरेल जितके खोल तुम्ही रिकामे असाल. त्याच्या अनुपाताने उतरेल. तुम्ही रिकामे कसे होणार? तुमचा कृत्यावरचा विश्वास उडेल, तेवढे तुम्ही रिकामे व्हाल.

'सावन में उमग्यो मेरो मनवा, भनक सुनी हरि आवन की।'

मीरा म्हणते, हरीच्या येण्याची चाहूल लागते, इतकंही पुरेसं आहे. अजून हरी दिसलाही नाही. आत्ता त्याचे दूरवरचे पदरव ऐकू येऊ लागलेत; पण ढग गडगडाट करत येत आहेत. त्याचा आवाज येऊ लागलाय, इतकं पुरेसं आहे.

'सावन में उमग्यो मेरो मनवा...' आणि माझं मन उमंग, आशेने भरून आलं. आणि माझं मन नाचू लागलं आणि मी पायात घुंगरू बांधले.

'...भनक सुनि हरि आवन की।' अजून हरी आलेला नाही, फक्त त्याची चाहूल, की येतो आहे. येतोय असा आवाज आलाय, इतकंही पुरेसं आहे. परमात्मा भेटला, की आनंद होतोच; पण त्याची चाहूल जरी लागली तरीही अपार आनंद होतो. स्वत:ला मग सावरताच येत नाही.

'उमड़-घुमड़ चहुं दिसि से आये, दामण दमक झर लावन की।'

आणि ढग जसे चहुदिशांनी गडगडाट करत येतात, तसाच परमात्मा येतो. त्याची कोणतीच दिशा नाहीये. ना पूर्व, ना पश्चिम. हिंदू पूर्वेला नतमस्तक होतात, मुसलमान पश्चिमेला नतमस्तक होतात. परमात्म्याची कुठलीच दिशा नाही. तुम्ही जिथे नतमस्तक होता, तिथे तो असतो कारण सर्व दिशांत तो आहे. सर्व दिशा त्याच्याच आहेत.

नानकच्या आयुष्याची गोष्ट वाचली आहेत? ते काबाला गेले आणि त्याच दिशेने पाय करून झोपले. पुजारी नाराज झाला. लोकांनी लाखो वेळा सांगोत की, आम्ही मूर्तीपूजा करत नाही, पण मूर्ती परत परत प्रकटते. तर काबाचीच मूर्ती झाली. काबा एक दगड, मूर्ती झाला. मग त्याच्या दिशेने पाय करू शकत नाही.

आता, इस्लामचा मौलिक सिद्धांत हा आहे, की परमात्म्याची कुठलीही मूर्ती बनवू नका. का? कारण मूर्तीमुळे दिशा संबोधित होते. मूर्ती जिथे ठेवाल, तर असा भाव होतो, की परमात्मा स्वयं येऊन बसलेत. परमात्मा तर सर्वत्र आहे; पण मूर्तीमुळे असा भास होतो, की परमात्मा फक्त तिथेच आहे. पूजा होईल, तर फक्त मंदिरात, प्रार्थना होईल तर मंदिरात. इतकी कुठे प्रार्थना होऊ शकणार नाही! या झाडाखाली बसून प्रार्थना होऊ शकत नाही?

जेव्हा तुम्ही परमात्म्याला स्थानबद्ध करता, तेव्हा त्याला सीमित, संकुचित करता. तुम्ही तर विराट होऊ शकला नाहीत. त्यालाही बंधनात बांधलंत. खरं तर असं व्हायला हवं होतं, की तुम्ही सीमा तोडून विशाल व्हायला हवं होतंत. असीमात विहार करायला हवा होतात. तुम्ही उलटं केलंत. तुम्ही जर परमात्म्यासारखे झाले असता तर क्रांती घडली. तुम्ही उलट केलंत. परमात्म्याला तुमच्यासारखं केलंत.

बायबल सांगते, की परमात्म्याने मनुष्याला त्याच्या चेहऱ्यात बनवलं. हे चूक आहे. मनुष्याने परमात्म्याला त्याच्या चेहऱ्यासारखं बनवलं, म्हणूनच तर मूर्ती घडल्या.

इस्लामचा मौल्यवान सिद्धांत आहे, की मूर्ती बनवू नका. पण गोष्टी थांबत नाहीत. मूर्ती घडतातच. मनुष्य असा मूर्ख आहे, की मूर्ती घडवल्याशिवाय राहू शकत नाही. फक्त परम भक्ती ज्याने जाणली, तीच व्यक्ती मूर्ती बनवण्यापासून वाचली तर वाचली.

तर काबाचे पुजारी नाराज झाले. नानकला उद्धट म्हणाले. असंही म्हणाले, की दिसता तर साधू. पण तुम्हाला इतकेही संस्कार नाहीत, की पवित्र दगडासमोर पाय केलेत, तसेच झोपलात? परमात्म्याच्या मंदिरासमोर पाय करून झोपलात?

नानकने योग्य तेच सांगितलं. त्यांनी सांगितलं, 'जर असं असेल तर माझे पाय तिथे करा. जिथे परमात्मा नाही.'

पुजारी अडचणीत सापडले असतील; पण त्यांच्यासारखे मूर्ख... गोष्ट पुढे अशी सांगितली जाते की, त्यांनी प्रयत्न केला. नानकचे पाय त्यांनी दुसऱ्या दिशेला करण्याचा प्रयत्न केला; पण जिथे जिथे त्यांनी नानकचे पाय ठेवले मंदिर तिथे तिथे सरकलं. हे घडलं असेल किंवा नसेल, झालं नसेलही; पण या मागे गर्भितार्थ आहे.

या तऱ्हेच्या गोष्टी, कथा इतिहास नाहीयेत. या तऱ्हेच्या कथा म्हणजे पुराण आहेत आणि पुराण इतिहासापेक्षा खूप मौल्यवान आहे. इतिहास तर केर-कचऱ्याचा हिशोब आहे. पुराण शाश्वताची दृष्टी आहे.

आता तुम्ही असा अट्टाहास करा – जसा शीख करतात, की खरोखरच काबा चारही बाजूंना सरकला; पण गोष्ट अतिशय महत्त्वाची आहे. नानकचे पाय ज्या ज्या

दिशेने गेले, पुजारीला वाटलं असणार की देव-परमात्मा इथेही आहे. अशी कुठली जागा आहे, जिथे परमात्मा नाही? काबा सरकण्याचा हाच अर्थ आहे. त्यांनी आधी पूर्वेला, मग पश्चिमेला, दक्षिणेला, मग उत्तरेला – सर्व दिशांना केल्यावर त्यांना नानकचे शब्द आठवले असतील, की माझे पाय त्या दिशेला करा, जिथे परमात्मा नाही. सर्व दिशांना परमात्मा तर आहे. अशी कोणती जागा, दिशा आहे, जिथे परमात्मा नाही?

परमात्मा सर्व दिशांना आहे. सर्व दिशा त्याच्याच आहेत. हे अस्तित्वच मुळी त्याचं आहे. या अस्तित्वात तो ओतप्रोत भरलेला आहे. तोच नदी आहे, दगड आहे, वृक्ष आहे, तोच पशु-पक्षी, चंद्र-तारे सर्व तोच. सर्व दिशांना काबा – पाय कुठे करणार?

नानक म्हणाले, 'आता तुम्हीच विचार करा. मला गरिबाला झोप तरी हवी ना? कुठे ना कुठे पाय करावेच लागणार ना? मग ते काबाच्या दिशेने करू, की काबाच्या दिशेने न करू काय फरक पडतो? पाय तर परमात्म्याच्या दिशेनेच होणार ना? आणि पायांच्या आतही तोच विराजमान आहे. मग अडचण काय आहे? नाराजी कशासाठी?'

मीरा म्हणते, 'उमड़-घुमड़ चहुं दिसि से आये।' तो चारही दिशांनी येतो. तुम्ही फक्त रिकामे राहा. तुम्ही शून्य होऊन जा. रिक्त व्हा. असेच तर पावसाचे ढग येतात.

तुम्ही शास्त्रज्ञाला विचारा, 'ढग गडगडाट करत का येतात?' तर तो सांगतो, 'उन्हामुळे तप्त सूर्यामुळे वायू विरळ होतो, पसरतो. जिथे जिथे वायू विरळ होतो, तिथे खड्डे तयार होतात. जसे पृथ्वीवर खड्डे होतात, तसेच वायूतही होतात. त्या खड्ड्यांना बुजवण्यासाठी, भरून काढण्यासाठी ढग जमा होतात!'

परमात्म्याचे ढग असेच जमा होतात, धावतात. जेव्हा तुमच्यात ध्यानरूपी खड्डा, विवर, प्रार्थनेचा विवर तयार होतो, तेव्हा इतके विरळ होता की दगडासारखा तुमचा अहंकार छिन्न-विच्छिन्न होईल.

'उमड़-घुमड़ चहुं दिसि से आये, दामण दमक झर लावन की।'

खूप विजा चमकतात. 'दामण दमक झर लावन की।' पाण्याने ओथंबलेले ढग जवळ येतात आणि विजा चमकतात.

अगदी असंच आतही घडतं, म्हणूनच मीराने हे अतिशय सुंदर प्रतीक निवडलं आहे. परमात्मारूपी ढग जेव्हा तुमच्या जवळ येतात तेव्हा विजा चमकतात. खूप प्रकाशमय होतं. या प्रकाशाची चर्चा संतांनीही केली आहे. कबीर म्हणतात, 'जणू हजार-हजार सूर्य एकत्र आले आहेत, इतका प्रकाश। आत आलोकच आलोक पसरतो. त्याचाच झरा वाहतो. त्याचीच कारंजी! कणन् कण आलोकने भरून जातो.

सर्व अंधार मिटून जातो.'

या विजा चमकण्याच्या निरनिराळ्या कथा आहेत. वेगवेगळ्या परंपरा, वेगवेगळ्या पद्धतीने या अनुभवाला कथन करतात; पण सर्वांचं सांगणं एकच आहे, की आत परमात्मा येण्यापूर्वी अतिशय प्रकाशमय होतं. जणू प्रकाश परमात्म्याची वाट स्वच्छ करतो. त्याच्या येण्यासाठी मार्ग तयार करत आहे. जणू त्याच्या मागोमाग परमात्मा येतो आहे.

ढगही वीजेशिवाय बरसत नाहीत. तुम्ही जर शास्त्रज्ञांना विचारलंत, तर म्हणतील, 'वीजेशिवाय पाणी तयार होतच नाही. पाणी वीजेच्या अस्तित्वानेच बनतं. पाणी तर हायड्रोजन-ऑक्सिजनमुळे बनतं. पण दोघांचं मिलन तेव्हाच होतं, जेव्हा वीज असते. वीजेचा एवढा उत्साह हवा. याच उत्पात ऑक्सिजन आणि हायड्रोजन एकरूप होतात, पाणी बनतं.'

कदाचित अशीच घटना आत 'रस' निर्माण होण्यासाठी घडते. त्याचं शास्त्र अजून कुणी शोधू शकलं नाही. त्याचं रसायनशास्त्र कुणालाही मांडता आलं नाही. संत म्हणतात, त्याच्या येण्यापूर्वी खूप विजा चमकतात, खूप प्रकाश व्यापून राहतो, मग तो येतो.

तर खचितच परमात्म्याचा अनुभवही, तो जो रस वाहतो, तोसुद्धा, प्रकाशाशिवाय वाहू शकत नाही. प्रकाशच वाट बनतो. प्रकाशाच्या सान्निध्यातच तुमच्या आत पसरलेली तत्त्व संग्रहीत होतात, एक होतात. तुमच्या आत 'एकता' चा जन्म होतो. याच एकतेत परमात्मा बरसू शकतो, त्याशिवाय तो बरसणं अशक्य!

तर, दोन तत्त्वं मिळतात. एक तर तुम्ही शून्य व्हा, दुसरं – शून्यात तुम्ही विलीन व्हा. ही दोन तत्त्वं जर पूर्णत्वाला आली, तर भगवान आणि तुम्ही यात काहीही फरक नाही. भक्त भगवान होतो.

या दोन्ही तत्त्वांचं स्मरण ठेवा. पहिलं – शून्य होऊन जा. जर तुम्ही शून्य होऊ शकलात, तर एक होणं कठीण नाही. शून्यात आपोआपच 'एक'चा भाव होतो. कारण शून्याचं खंडन होऊ शकत नाही. तुम्ही जर दोन शून्य जवळ ठेवलेत, तर लवकरच एक होऊन जातील. पन्नास-साठ शून्य सुद्धा एकच होतात. म्हणूनच तर गणितात कितीही शून्य जोडा, शेवटी एकच शून्य राहतं, एकता शून्याचा भाव आहे.

तर, आधी शून्य व्हा – निर-अहंकार! मग अचानक तुम्हाला जाणवेल, की तुमच्या आत एका तत्त्वाचा उदय होत आहे. तुमच्या आत एकता साधली गेली. हा एकतेचाच संपूर्ण शास्त्र-योग आहे. योग म्हणजे जोडणं, एक होणं. भक्तीचा सर्व जोड आहे. शून्य व्हा. योगाचा सर्व जोड आहे – एक होणं. जर तुम्ही शून्य व्हाल तर एक व्हाल. जर तुम्ही एक व्हाल तर शून्य व्हाल. हे एकाच घटनेला

दोन बाजूंनी धरण्याची कला आहे.

भक्त म्हणतो, 'शून्य व्हा, पूर्ण उतराल.' योग म्हणतो, 'तुम्ही एक व्हा, तर पूर्ण व्हाल.' दोन्ही एकाच नाण्याच्या दोन बाजू आहेत.

कसक बढ़-बढ़ के दर्दे दिल का दरमा होती जाती है
खिजां आखिर मेरी रश्के बहारां होती जाती है
जहां में जब से अपने-आप को मैंने मिटाया है
यहां हर शै खुशी का मेरी सामां होती जाती है
तेरी चश्मे करम की बिजलियों की मेहरबानी से
जरा-सी खाक इश्के मेहरे ताबां होती जाती है
जहां का जर्रा-जर्रा नूरे जल्वा से चमक उठा है
जमीं खुर्शीद से बढ कर दरक्शां होती जाती है
कसक बढ़-बढ़ के दर्दे दिल का दरमां होती जाती है
खिजां आखिर मेरी रश्के बहारां होती जाती है

वेदना वाढता वाढता औषध होऊन जातात. पीडा वाढता वाढता एक अशी वेळ येते, की त्या पीडेतच तुम्ही बुडता आणि त्यातच मिटून जाता. तोच उपाय आहे. तुमचं मिटून जाणं हाच उपाय! आणि...'खिजां आखिर मेरी इश्के बहारां होती जाती है।' मग तुमची पानगळ वसंतात रूपांतरित होऊ लागते. मग संपले ते गुदमरलेले, उष्म्याचे दिवस. ढग झुकले!

जहां में जब से अपने-आप को मैंने मिटाया है।

लक्षात ठेवा, तुमच्या मिटण्यातच सर्व रहस्य आहे. तुम्ही संपलात की, परमात्मा आहे. तुम्ही असलात तर परमात्मा मिटलेला राहील. दोनातून एकच राहू शकतं. तुम्हीही आणि परमात्माही असं होऊ शकत नाही. तुम्ही तरी किंवा परमात्मा तरी!

जहां में जब से अपने-आप को मैंने मिटाया है,
यहां हर शै खुशी का मेरी सामां होती जाती है।

तर मग हर एक घटना, प्रत्येक आनंदाचा आधार बनत जाते. मिटून जा, मग आनंदच आनंद!

तेरी चश्मे करम की बिजलियों को मेहेरबानी से... आणि तुझ्या दयेच्या, कृपेच्या विजा माझ्यावर कडकडत आहेत.

तेरी चश्मे करम की बिजलियों की मेहेरबानी से,
जरा-सी खाक इश्के मेहरे ताबां होती जाती है।

ही जी प्रेमाची छोटीशी धूळ मी तुझ्या चरणांवर ठेवण्यासाठी घेऊन आलो आहे, या धुळीचा कणन् कण अशा प्रकाशाने भरलेला आहे की जणू सूर्य! तुझ्या

कृपेच्या विजांमुळेच हे असं घडलं; त्याचाच हा परिणाम!

जहां का जर्रा-जर्रा नूरे जल्वा से चमक उठा

आणि जोपर्यंत तुम्ही त्या तेजोवलयाने चमकणार नाही, तोपर्यंत तुमच्या आत परमात्म्याचे तेज प्रकट होणार नाही. तुम्ही तेच बघू शकता जे तुम्ही आहात. तुम्ही तुमच्यापेक्षा जास्त बघू शकत नाही. तुम्ही तुमच्या पार पलिकडे अजून काही बघू शकत नाही.

दृष्टी तेवढंच बघू शकते, जितकी तिची क्षमता असते. जे तुम्ही आत बघता, तेच तुम्ही बाहेर बघू शकता. जे तुम्ही आत बघितलं नाही, ते तुम्हाला बाहेरही दिसणार नाही. म्हणूनच तर चोराला चारही दिशांना चोरच दिसतात. बेइमानांना बेईमान दिसतात. जे इमानदार आहेत, त्यांना बेईमान दिसत नाही आणि जर इमानदारांना बेइमान दिसू लागले तर समजून जा, की इमानदारी वरवरची आहे, आतून प्रकटलेली नाही.

भक्ताला तर सर्वत्र भगवानच दिसतो. चोर कसा दिसणार? बेइमान कसा दिसणार? ज्या दिवशी तुम्हाला आत अनुभव येईल, बाहेर पसरायला सुरुवात होईल.

जहां का जर्रा-जर्रा नूरे जल्वा से चमक उठा

एकदा आत प्रकाशमय होईल तर तसंच बाहेरही होईल.

जमीं खुर्शीद से बढकर दरक्शां होती जाती है।

आणि मग ही साधारणशा माती-दगडांनी बनलेली जमीन चंद्राहून जास्त सुंदर भासते. सर्वत्र सौंदर्य आहे. अपार सौंदर्य! पण तुमच्याकडे हे सौंदर्य बघण्याची दृष्टी नाहीये, तसा प्रकाश नाहीये.

उमड़-घुमड़ चहुं दिसि से आये, दामण दमक झर लावन की।
नन्हीं-नन्हीं बुंदिया मेहा बरसे...।

आणि जेव्हा परमात्मा बरसतो, तेव्हा तो लहान लहान थेंब बनून बरसतो. तुम्हाला इजा होऊ नये म्हणून! तीव्र जलधारा नाही बरसत. तुम्ही जितकं झेलू शकाल, तितकाच बरसतो.

तुम्ही बघितलंत, जीवनाची हीच व्यवस्था आहे. लहान मूल फक्त दूध पचवू शकतं, तर परमात्मा आईच्या स्तनांत दूध बनून येतो. जसं जसं मूल मोठं होत जातं, त्याची पचन शक्ती वाढत जाते तसं तसं ते आईपासून दूर होतं, तर दूधही थांबतं स्तनातलं.

तसं, प्रथम परमात्मा थेंबाथेंबाने बरसतो. जेव्हा तुम्ही तितके थेंब पचवता, तर धार लागते. जेव्हा ही धारही पचवता, तेव्हा तो सागरासारखा तुमच्यावर बरसतो. परमात्म्याची अनुकंपा प्रतिपल हजर आहे. तुम्ही किती पचवू शकता, त्याप्रमाणात

तो बरसतो. म्हणून परमात्म्याचा शोध घेण्यापेक्षा तुमची पचनशक्ती वाढवा.

लोक म्हणतात, कुठे आहे परमात्मा? हे असंच आहे, जसं तुम्ही विचाराल की सूर्य कुठे आहे आणि सूर्यासमोर डोळे उघडून बघाल तर अंधत्व येईल. पचवण्याची क्षमता. किती आहे तुमची क्षमता? जितके तुम्ही रिकामे आहात, तितकीच. जर तुम्ही परत शून्य झालात, तर संपूर्ण परमात्मा पचवण्याची क्षमता तुमच्यात आहे.

'नन्हीं-नन्हीं बुंदिया मेहा बरसे. सीतल पवन सोहावन की।'

ढग बरसत आहेत – लहान लहान थेंब, कारंज्यासारखे! आणि थंडगार हवा वाटते!

जस जशी हिरवळ तुमच्यात येईल तस तशी थंड हवाही वाहू लागेल. खरं तर तुम्ही जेव्हा हिरवे होता, जो कुणी तुम्हाला स्पर्शतो थंड होतो. ही शीतलता बाहेरून येत नाही हा तुमच्या मोहोरण्याचा, फुलण्याचा, हिरवेपणाचा परिणाम आहे. कारण तुम्ही तप्त आहात, जळत आहात आणि नरकाला स्वत:बरोबर घेऊन चालत आहात, सर्व तऱ्हेच्या ज्वाला तुमच्या अवती-भोवती आहेत, म्हणूनच जो कुणी तुम्हाला स्पर्श करतो, तप्त होतो, उष्ण होतो.

तुम्ही ती गोष्ट ऐकली आहे का की नरकात भीषण आग लागलेय आणि लोक त्या आगीत फेकले जात आहेत. तुम्ही हे जर नीट समजून घेतलंत तर तुम्हालाही जाणवेल की तुमची अशीच परिस्थिती आहे.

लोक विचार करतात – मेल्यावर, जर पाप केलं असेल तर नरकात जाल; पण प्रत्येक पाप तुमच्या आत नरक निर्माण करतं. बुद्ध म्हणतात, 'मनुष्याचं घर प्रत्येक क्षणी जळत आहे. तुम्ही ज्वाळांनी लपेटलेले आहात.' जे कुणी त्यांच्याजवळ जायचे, बुद्ध म्हणायचे, 'वेड्या, तुझं घर ज्वाळांनी घेरलेलं आहे!'

आणि बुद्धांनी सांगितलं, 'तीन तऱ्हेच्या ज्वाळा आहेत. तृष्णाची ज्वाळा – की जे माझ्याकडे नाही, ते माझ्याकडे हवं. आज माझ्याजवळ नाहीये; पण उद्या असेल. दुसरी ज्वाळा – रागाची. जेव्हा तुमची तृष्णा पूर्ण होत नाही, कुणी पूर्ण होऊ देत नाही, अडचणी, अडथळे निर्माण करतात तेव्हा क्रोध-राग येतो. तुम्ही धन कमवायला जाता, कुणी अडसर घालतं, कारण अजूनही बरेच जण धन कमवायला निघाले आहेत, तुम्ही एकटेच नाही. तर स्पर्धक जितके कमी होतील, तितकं चांगलं. कारण धन कमी आहे आणि आकांक्षा भरपूर! म्हणूनच तुमच्या या धनाच्या मार्गावर अनेक अडचणी निर्माण होतील.'

तर ज्या व्यक्तीच्या मनात तृष्णा आहे, त्याच्या जीवनात आज नाही तर उद्या क्रोधाच्या ज्वाळा जरूर असणार आणि अडथळे असणारच. तुम्ही जर या अडथळ्यांना पार करून सफल झालात, धन कमवण्यात, पत-प्रतिष्ठा मिळवण्यात – तर मग

लोभ पैदा होईल. लोभाचा अर्थ – जे मला मिळालं, ते माझ्याजवळ आहे, माझं आहे, ते आता अजून कुणाकडे जाता कामा नये.

बुद्धांनी सांगितलंय – या तीन ज्वाळा – अग्नी आहेत, ज्यात प्रत्येक मनुष्य जळत आहे. प्रत्येक मनुष्य या तीन ज्वाळांनी घेरला गेला आहे. आणि याच तीन ज्वाळा तुमच्यात अहंकार निर्माण करतात.

राग हे अहंकाराचं भोजन आहे. तृष्णा, अहंकाराचा फैलाव आहे. लोभ, अहंकाराचा पाय धरून उभा आहे. 'जे माझं ते माझं आहे आणि ते तुझं, ते ही मी तुझं राहू देणार नाही! ते ही मी माझं करेन! मी वाढत जाईन, संपूर्ण पृथ्वी माझी असेल!' या तीन ज्वाळांमध्ये तुम्ही जळता. त्याचा परिणाम – अहंकार! आणि अहंकार नरक आहे. बुद्धांनी सांगितलंय, 'जी या तीनही ज्वाळा विझून जातील तर अहंकारही विझेल. कारण अहंकाराचं ते इंधन आहे.'

जे तुमच्या जवळ नाही त्याची इच्छा धरू नका. आणि जे तुमच्याजवळ आहे, त्यावर मालकी हक्क गाजवू नका. ही तर प्रभूची इच्छा जे काही तुमच्याजवळ आहे आणि त्याला जेव्हा ते घ्यायचं असेल – घेऊ देत. ज्याने दिलं तोच परत घेतोय तर त्यात अडथळा आणू नका.

आणि धन कमवण्यासाठी लोक धावत आहेत आणि तुमच्या मार्गात अडथळा निर्माण करत आहेत तर तुम्ही क्रोध करू नका. कारण तुम्हीही तेच करत आहात. तुम्हाला त्यांच्या मार्गावर पाहूनच तर ते तुम्हाला परतवत आहेत. तर अशा ठिकाणाहून तुम्ही बाजूला जा जिथे क्रोध निर्माण होतो.

लोभ, क्रोध आणि वासना या तीनही गोष्टी जर नसतील, तर तुमचा अहंकार विझेल. आणि जिथे अहंकार विझेल तिथे शून्य निर्माण होईल. त्याच शून्यात परमात्मा अवतरतो. त्याच रिकाम्या जागेत. अहंकार ज्या सिंहासनावर विराजमान झाला होता, त्याच सिंहासनावर परमात्मा विराजमान होईल. अहंकाराला संपवा, नष्ट करा. सिंहासन रिकामं करा.

'नन्ही नन्ही बुंदिया मेहा बरसे, सीतल पवन सुहावन की।'

आणि जेव्हा आतमध्ये सर्व शांत होऊन जातं, अहंकार, वासना, तृष्णा, मोह, लोभ, क्रोध, सहजी, स्वभावतः शीतल वारे वाहू लागतात, सुगंधित हवा वाहू लागते.

मीरा के प्रभु गिरधर नागर, आनंद मंगल गावन की।

मीरा म्हणते, ती वेळ आली. आनंद, मंगल गाण्याची, ती नाचण्याची वेळ आली. ती वेळ आली पायात घुंगरू बांधण्याची. ज्या क्षणाची जन्मो न् जन्म वाट पाहिली तो क्षण उगवला.

जो इन आंखों ने देखा क्या बताएं

जो गुजरी अपने दिल पे क्या सुनाएं
फलक न ढाये हम पर जुल्म क्या-क्या
जमीं ने हम पे कीं क्या क्या जफायें
न पूछ ऐ दोस्त रुदादे गमे दिल
तुझे भी साथ अपने क्यों रुलाएं
तमन्नाओं, उम्मीदों, हसरतों के
फिर अब खाबीदा फितने क्यों जगाएं।
इसी से मसलहत है चुप रहें हम
जहां में हश्र आखर क्यों उठाएं
इनायत जिसने दर्दे दिल किया है
उसी को देते जाऐंगे दुआयें
चमक उठी हैं तेरे नक्शे पासे
जहाने शौक की तारीक राहें
तेरी चश्मे करम की एक झलक से
मिटी हैं आसमां की सब जफाएं
तेरे एक हर्फे ज़ेरे लब से उठें
खलूसे इश्क की सारी वफायें
दमे जां बख्श से तेरे हुई हैं
मुअत्तर दोनों आलम की फिजाएं
रुखे रोशन अम्बवाजे तबस्सुम
मेरी बख्शी गयी हैं सब खताएं
भुला सकते हैं दुनिया की हर इक शै
मुहब्बत को तेरी कैसे भुलाएं।

भक्त जेव्हा भगवान – परमात्म्याच्या जवळ जाऊ लागतो, त्याच्या सान्निध्यात येतो तेव्हा त्याला समजतं, की इतकी दुःख भोगली, त्रास सहन केला, वाटेत इतके काटे टोचले, या वाटचालीत इतके नरक भोगले; पण ते सर्व आता विसरायला होतंय. त्याच्या अनुकंपेच्या एका थेंबाने त्या सर्व गोष्टी विसरण्यासाठी कष्ट पडत नाहीयेत.

जो इन आंखों ने देखा क्या बताएं
जो गुजरी अपने दिल पे अपने क्या सुनाएं
फलक न ढाये हम पर जुल्म क्या क्या
जमीं ने हम पे कीं क्या क्या जफायें
न पूछ ऐ दोस्त रूदादे गमे दिल

तुझे भी साथ अपने क्यो रुलाएं

सर्व काही मिटून जातं, जणू एखादं दु:ख, स्वप्न बघितलं. त्याचा साधा उच्चारही करवत नाही. भक्त खूप वेळा विचार करतो, की भगवान भेटला, की सर्व तक्रार करेन. त्याच्यासमोर आपल्या त्रासाची, वेदनांची पोतडी उघडून ठेवेल. विचारेल, 'का इतके कष्ट मला दिसेल? का एवढा त्रास दिलास? का असा संसार बनवलास? का आमच्या मनाला असं उपद्रवी रूप दिलंस? का एवढ्या वासना भरल्यास माझ्यात? का?' असं विचारेन.

सर्वसाधारपणे, सर्व भक्तांच्या मनात हा भाव असतो, की ज्या दिवशी परमात्मा भेटेल, तेव्हा काही प्रश्न विचारायचेच आहेत. असं तू का केलंस? का इतका दु:खाने भरलेला संसार निर्माण केलास? तू तर करुणावान. मग तू असं का केलंस? तू तर परम प्रकाश, मग रस्त्यावर इतका दाट अंधार का केलास? आमची चूक तरी काय? आम्हाला अशी पापांनी भरलेली मानसिकता का दिलीस? अशी वादळं का? या अशा पद्धतीने आमची निर्मिती का केलीस?

पण जेव्हा ईश्वराशी मिलन होतं, तेव्हा समजतं,

तमन्नाओं, उम्मीदों, हसरतों के
फिर अब खाबीदा कितने क्यो जगाएं।

आता त्या हरवून गेलेल्या गोष्टींचा कशाला उल्लेख? त्या व्यर्थ गोष्टींना कशाला उच्चारायचं?

इसी से मसलहत है चुप रहें हम
जहां में हश्र आखर क्यों उठाऐ।

आता गोष्ट घडून गेली तर गेली.

इनायत जिसने दर्दे दिल किया है

त्या क्षणी परमात्म्याशी मिलन होताना सर्व तक्रारी हरवून जातात. त्या क्षणी तर धन्यवाद उमटतात.

इनायत जिसने दर्दे दिल किया है
उसी को देते जाऐंगे दुवाऐ

तेव्हा तक्रार राहत नाही, प्रार्थना उमटते. धन्यवाद उमटतात.

चमक उठी है तेरे नक्शे पा से
जनाने शौक की तारिक राहें

आणि तुझ्या पावलांच्या ठशांनी सर्व अंधार मिटून गेला. वाट प्रकाशमय झाली.

तुझ्या अनुकंपेची एक वीज चमकली.

'तेरी चश्मे करम की एक झलक से..

मिटी है आसमां की सब जफाऐ...'

सर्व दुःख-वेदना मिटून गेल्या, सर्व त्रास नष्ट झाले, सर्व नरक समाप्त झाले. ते जे बघितलं होतं ते दुःस्वप्न होतं, सत्य नव्हतं.

भुला सकते हैं दुनिया की हर इक शै
मुहब्बत को तेरी कैसे भुलाएं

ते सर्व काही विसरलो. ते सर्व काही समाप्त झालं.

असं कधी कधी तुमच्या सामान्य आयुष्यातही घडतं. जर कुठली स्त्री आपल्या प्रियकराची वाट बघत असेल, जी तिच्या मनात हजारो तक्रारी करत राहते, 'या वेळेला येऊ देत, असं बोलेन – मग तसं बोलेन, किती रडवलंय, त्रास दिलाय, दुःख दिलंय, येऊ देत. अबोलाही धरेन मग.' जेव्हा प्रियकर येतो, ती नाचू लागते. सर्व काही मग विसरून जाते. ते जे काही घडलं होतं, त्याचा उच्चारही करावासा वाटत नाही. या अशा चांगल्या, शुभ क्षणी, मंगल गाणी गायच्या क्षणी, त्या काटेरी गोष्टी नकोशा वाटतात. ही एक झलक प्रियकराची. सर्व दुःख संपून जातात.

हे असं तर साधारण प्रेमात घडतं. तर तुम्ही त्या परम प्रेमाची कल्पना करू शकता. आठवतच नाही, की कधी दुःख सहन केलं होतं. आठवत नाही की कधी काळोख होता, कधी चिंतांनी घेरलेलं होतं, नरकयातनाही भोगल्या होत्या. नाही आठवत काही. विश्वासच बसत नाही, की असं कधी घडलं होतं. त्याचा तो थोडासाच प्रकाश, त्याचे छोटे छोटे थेंब, हलकासा वर्षाव, तृप्त करून जातो. 'आनंद मंगल गावन की! घडी आ गयी।' ती वेळ आली.

'राणाजी, मैं सावरे रंग राची।'

त्या क्षणा करताच मीरा म्हणते, 'राणाजी, मैं सावरे रंग राची।'

मी तर त्या सावळ्या रंगाने रंगून गेले. मी तर त्याच्यासारखी झाले. मी तर तोच झाले. हे परिवाराला – तिच्या दिराला संबोधून आहे. मीराच्या दिराला अडचण वाटत होती. सर्व परिवारालाच अडचण वाटत होती. दीर गादीवर बसला होता, म्हणून त्याला सर्वांत जास्त अडचण होती. मीराचं गावोगाव भटकणं, जंगलातून फिरणं, लाजलज्जा सोडून रस्त्यावर नाचणं, साधूंच्या सहवासात राहणं! राजघराण्यातल्या महिला अशा रस्त्यांवर फिरतात म्हणून कुटुंब त्रासलेलं होतं. कुटुंबाला ती घरी यायला, राहायला हवी होती. इथे जे करायचं असेल ते कर; पण एकदा का कुणी पिंजऱ्यातून उडालं की, पुन्हा परतून पिंजऱ्यात येत नाही. ज्याला मोकळं आभाळ मिळालं, त्याला कसली चिंता! पिंजरा जरी सोन्याचा असला, तरी तो पिंजराच. त्यावर हिरे-माणके जडवले होते, हेही खरं. मीरा कधी राजमहालातून खाली उतरली नव्हती; पण नंतर जागोजागी अनवाणी, धुळीने भरलेल्या रस्त्यांवरून,

आपली वीणा घेऊन गात-नाचू लागली. तर राणा पुन्हा पुन्हा संदेश पाठवू लागला, की 'अजूनही परतून ये. अजूनही काही बिघडलं नाही. आम्ही तुला क्षमा करू.' मीरा म्हणते, 'राणाजी, मैं सावरे रंग राची।'

आता परतून येणं शक्य नाही. परतून येण्यासारखं काही उरलं नाही. जो परतून येण्यासारखा होता, तो हरवला. आता फक्त सावरिया आहे उरलेला. आता फक्त तोच आहे, मी नाहीये. मी जी तुम्हाला दिसतेय, हा तुमचा भ्रम आहे. मी माझ्या आत खूप शोधलं; पण मला मी सापडलेच नाही. तोच आहे. तोच विराजमान आहे. तो माझ्यात जगतोय. तोच श्वास घेतोय. तोच बघतो, तोच चालतो, नाचतो. मी करू तरी, काय करू, राणाजी?

'राणाजी, मैं सावरे रंग राची।'

मी आता अशा जागी आले आहे, जिथून परतणं अशक्य आहे.

काही अशा जागा असतात, जिथून परतणं शक्य नसतं. जसं, कुणी मृत्यू पावतं. ही आता अशी जागा आहे, जिथून परतणं शक्य नाही. कितीही बोलवा, हाक मारा, थोड्या काळासाठी बोलवा, जरा ये, बोल, चाल, एखाद तास...! पण जो मरण पावला, तो मरण पावला. पण असं म्हणतात, की कधी कधी मरण पावलेले परतून येतात. कदाचित ठीक मरण पावले नसतील. अर्धवट मेले असतील आणि तुम्ही घाईघाईने मान्य केलंत. लोकांकडे वेळ नाही, जास्त काळजी करण्यासाठीसुद्धा! इथे श्वास अडकला आणि तुम्ही गृहीत धरलंत की मेला. तुम्ही आक्रोश करण्यासाठी तयार आहात आणि प्रेतं जिवंत होतात.

पण जो त्या सावळ्याच्या रंगात रंगला, एकरूप झाला, तो कधी परतून येत नाही. प्रेतं कदाचित जिवंत होतीलही, शास्त्रामुळे, विज्ञानामुळे, पपं वगैरे वापरून बंद पडलेलं हृदय परत धडधडेल आणि मनुष्य जिवंत होईल कदाचित – काही क्षणांसाठी!

मुल्ला नसरुद्दीनची पत्नी वारली. जेव्हा तिची अर्थी उचलली तेव्हा रस्ता जरा वळण घेणारा होता. एक झाड होतं मध्ये ज्यावर अर्थी आपटली. अर्थी आपटली तर पत्नीने आतून आवाज दिला, 'मी तर अजून जिवंत आहे.' अर्थी उघडली, पत्नीला बाहेर काढलं. पुढे तीन वर्षं ती जिवंत राहिली, नंतर मरण पावली. पुन्हा अर्थी निघाली तर नसिरुद्दीन म्हणाला, 'अरे, जरा सांभाळून, जरा झाड बघा. नीट न्या. तुमची जराशी चूक आणि तीन वर्षं मला भोगावं लागलं. जरा सांभाळून, जरा जपून, प्रेतही कधी कधी परतून येतं.' अर्थी आपटली. पत्नी जिवंत असणार. मुल्लाने घाई केली. विचार करत असेल, कधी मरेल...! विश्वास ठेवला की मेली. जिवंत असणार, सुस्त पडली असणार, जरा बेशुद्ध झाली असणार.

तर मेलेले कधी कधी परतून येतात; पण जे सावळ्या रंगात रंगतात ते कधी

परतून येत नाहीत. तो महामृत्यू आहे. साधारण मृत्यूत देह मरतो, आत आत्मा तर असतोच. परतणं होऊ शकतं. जर देह पुन्हा व्यवस्थित केला गेला तर आत्मा या देहात काही काळ राहण्यास तयार होईलही. आत्म्याचा देहाशी संबंध तुटला, जर पुन्हा जोडला गेला, तर टिकू शकतो. जे हृदयाच्या ठोक्यांमुळे मरतात, जर सहा सेकंदात त्यांना उपचार मिळाला तर पुनरुज्जीवन मिळू शकतं. रूसमध्ये अशा तऱ्हेने आठ-दहा लोकांना पुनरुज्जीवन मिळालं आहे आणि ते अजूनही जिवंत आहेत. सहा सेकंदाच्या आत. त्यानंतर मात्र कठीण होतं. सहा सेकंदानंतर मेंदूच्या शीरा तुटायला प्रारंभ होतो. मग तर मनुष्य परतून जरी आला तरी वेडा होतो. मेंदूच्या तंतूंना प्रत्येकक्षणी ऑक्सिजन मिळायला हवा. सहा सेकंदात ऑक्सिजन मिळाला नाही तर त्यांना शून्यत्व येतं. मग त्यांना पुनरुज्जीवन मिळत नाही.

पण भक्ती महामृत्यू आहे. भक्त परमात्म्याला तेव्हाच मिळवतो जेव्हा अहंकार मरतो आणि अहंकाराचा मृत्यू खरा मृत्यू आहे. कारण त्याला पुन्हा जन्म नाही.

हे शरीर तर मरेल, पुन्हा जिवंत होईल. जर डॉक्टर या शरीराला ठीक करू शकले नाहीत तर नवं शरीर घेतलं जाईल. कारण वासना अजून जिवंत आहेत. शरीराला धरून ठेवण्याचा अट्टाहास अजून जिवंत आहे. कुठल्या नव्या गर्भात प्रवेश करेल. पुन्हा गर्भाच्या नऊ महिन्याचे कष्ट झेलेल आणि पुन्हा हीच यात्रा सुरू होईल. परत हाच वेडेपणा, हीच धावाधाव, हाच संसार...!

पण ज्याचा अहंकार संपला, तो पुन्हा गर्भात प्रविष्ट नाही होणार. ही गोष्ट संपली. त्याचं तर महामरण झालं. तो आत्यंतिक रूपात समाप्त झाला.

मीरा तेच म्हणते, राणाजी! तुम्ही मला व्यर्थ निरोप नका पाठवू. माझ्या येण्याची काहीच शक्यता नाही, कारण मी उरलेलीच नाही. जर उरले असते, तर नक्की आले असते.

'मैं सावरे रंग राची। उसका रंग मुझे पूरी तरह रंग गया है।'

'सज सिंगार पद बांध घुंघरू, लोकलाज तजि नाची।'

म्हणूनच, तर लोक-लज्जा सोडून नाचू शकले. कारण ज्या लोक-लज्जेची चिंता होती, तो अहंकार उरलेलाच नाही. तुम्ही जेव्हा लोक-लज्जेची चिंता करता, तेव्हा कशाची चिंता करता? हा तर अहंकारच असतो, की लोक काय म्हणतील? मी जरा असा नाचलो, तर लोक काय म्हणतील? मी जरा असा नाचलो, तर लोक काय म्हणतील? बदनामी होईल. लोक म्हणतील, 'विक्षिप्त आहात की वेडे? शुद्धीत आहात का? चांगले होतात, हे अचानक काय झालं?'

लोक काय म्हणतील! हा विचारच अहंकाराचा आहे. अहंकाराला पोषक आहे.

मीरा म्हणते, 'अब बडी मुश्किल है राणाजी! 'सज सिंगार पद बांध घुंघरू' आता तर मी जो शृंगार केलाय, तो त्याच्यासाठी. आता मी त्याची झाले, आता

अजून कुणाची होणं शक्य नाही. ना कुटुंबाची, ना सख्यांची, फक्त त्याची.'

'सज सिंगार पद बांध घुंघरू।' हे घुंगरू, जे मी पायात बांधलेत ते उगीचच नाही. आनंद-मंगलमय क्षण आला होता. मी काय करू? हे माझ्या हातातच नाही. मी हे घुंगरू प्रयत्नपूर्वक नाही बांधलेले. मी काही नर्तकी नाही. हे घुंगरू, त्यानेच बांधले आहेत. एवढा आनंद बरसतो आहे, आता नाचू नको तर काय करू? कसं सावरू? जसा एखादा दारुडा, दारू पिऊन झुलत राहतो, रस्त्यावर चालतो; पण पाय कुठे टाकायला जातो. नि तो कुठे पडतो – माझंही तसंच झालंय. त्याला प्राशन केल्यावर आता पाय असे पडतात की नृत्य बनतं. मी काही नाचत नाहीये. तो नाचवतोय. तोच नाचतोय.

'सज सिंगार पद बांध घुंघरू, लोकलाज तजि नाची।'

म्हणूनच लोक-लाज सोडू शकले, कारण जिला लाज होती राणाजी, तीच राहिली नाही. ती मेली. तुम्ही कुणाला निरोप पाठवता आहात?

हेच बुद्धाने आपल्या वडिलांना सांगितलं तेव्हा ते बारा वर्षांनंतर परतले. वडील नाराज होते. ते म्हणाले, 'तू मला म्हातारपणात सोडून गेलास. तुला लाजही वाटली नाही! मी म्हातारा आणि तू माझा मुलगा, हे सारं राज्य तुझं, तुझ्यासाठी! मी आता थकलोय, उठू शकत नाही, चालूही शकत नाही, नजर अंधूक झालीय हे ओझं मलाच वाहायला लागतंय. हीच वेळ मला आधार देण्याची, माझी काठी बनण्याची. मी तुला आत्ताही क्षमा करू शकतो, माझं काळीज पित्याचं आहे. तू घरी परतून ये.'

बुद्ध चूपचाप वडिलांची नाराजी ऐकत राहिले. मग ते म्हणाले, 'तुम्ही जरा नीट निरखून तर पाहा. जो तुमचं घर सोडून गेला होता, तो परतून नाहीये आलेला. ही दुसरीच व्यक्ती आहे.'

बुद्धाचे वडील समजू शकले नाहीत. ते अजूनच नाराज झाले. म्हणाले, 'तू मला समजावतो आहेस? मला तू धोका देतो आहेस? मी माझ्या मुलाला ओळखू शकत नाही? माझं रक्त आहे तुझ्या रक्तात. मी तुला सांभाळलं, मोठं केलं. मी तुला ओळखू शकत नाही की तूच माझा मुलगा आहेस?'

बुद्ध म्हणाले, 'तुम्ही माझं म्हणणं समजू शकत नाही आहात. जो गेला होता, तोच परतलेला नाहीये. देह तोच आहे; पण आतून सर्व बदललं आहे. तुम्ही निरखून पहा. पुन्हा नीट पहा. हा विचार सोडून द्या, की मी तुमचा मुलगा आहे. हा तोच चेहरा आहे? हो, रंग, रूप तेच आहे. आभा तीच आहे. माझ्या डोक्यात डोकवा. डोळे तेच आहेत; पण या डोळ्यांतून जी झलक आहे, ती तीच आहे. पुन्हा बघा मला. मी शपथेवर सांगतो, जो गेला होता तो मरून गेला आहे. मी कुणी दुसरीच व्यक्ती आहे.'

बुद्ध योग्य तेच सांगत होते. बुद्धाचे वडीलही बरोबर होते. दोन वेगवेगळ्या जगातल्या गोष्टी जिथे भाषांचं रूपांतरण होत नाही, जिथे भाषा एकमेकींविरुद्ध उभी राहते. बुद्धाचे वडील देहाची भाषा बोलत होते. बुद्ध आत्म्याची भाषा बोलत होते.

मीरा तेच सांगते, 'लोकलाज सोडून नाचू शकले राणाजी! कारण जी तुमच्या घरातून गेली होती ती मी नाहीये. मी सावळ्या रंगातली – मी. 'सावरे रंग नाची।'

'गई कुमति लहि साधु संगति...।' जी तुमच्या घरातून निघाली ती कुमतिने भरलेली होती. आता मी सुमति झाले आहे. ही सुमति घडली ती साधूंच्या संमतीमुळे. त्या वेड्यांच्या जवळ बसून बसून घडली. प्रभूच्या प्रियजनांच्या सोबतीमुळे घडली.

'गई कुमति लहि साधू संगति, भक्ती रूप भयी सांची'

आणि भक्तांबरोबर राहून राहून भक्तीचं रूप सच्च – खरं झालं.

संसारी लोकांबरोबर राहाल – तीच चर्चा – तेच ते सल्ले, संसारच दाट होत जाईल. जर कुठे भक्त मिळतोय तर त्याला हरवू नका. कधी कुठे चार भक्त गप्पागोष्टी करत बसले आहेत, तुम्हीही बसा. ऐका, त्यांच्याबरोबर डुला, मग्न व्हा. त्यांच्यावर प्रभूच्या प्रेमाची बरसात होत आहे. त्यांच्याजवळ बसल्याने कदाचित दोन-चार थेंब तुमच्या अंगावरही पडतील! त्यांना प्रभूने घेरलं आहे, त्यांच्या सान्निध्यात राहिल्याने थोडीशी झलक तुम्हालाही मिळेल आणि ही झलक पुरेशी आहे. त्याचा एक किरणही पुरेसा आहे कारण त्या एका किरणाच्या आधारे तुम्ही चालत राहिलात की, सूर्यापर्यंत पोहोचाल.

'गई कुमति लहि साधु संगति, भक्ति रूप भई सांची।'

अगोदर ऐकलं होतं, की भक्ती अशी, भक्ती तशी. साधूंच्या संगतीत रूप स्पष्ट झालं. लक्षात ठेवा, तुमची संगत, तुम्हाला निर्माण करते. तुम्ही जशा संगतीत बसाल, तुम्ही तसेच व्हाल. खरं तर तुम्ही अशांपाशीच बसता, जसं तुम्ही होऊ इच्छिता. तुम्हाला जसं व्हायचं असेल, तशांचाच तुम्ही शोध घेता. तुम्हाला जर पदाचा, खुर्चीचा मोह असेल, तर तुम्ही नेत्यांच्या संगतीत राहता. जर तुम्हाला संपत्ती हवी असेल तर तुम्ही धनिकांशी संगत कराल.

मी ऐकलंय, एक भिकारी रस्त्यावर उभा होता. अगदी ताठ्यात उभा होता. भिकाऱ्यांचा सुद्धा एक ताठा असतो. एक श्रीमंत त्याच्या जवळून जात होता. भिकारी म्हणाला, 'ऐका साहेब, काही देता?' श्रीमंत म्हणाला, 'अगदी ठणठणीत आहेस. काही काम का करत नाहीस?' भिकारी म्हणाला, 'तुम्हाला माहीत नाही मी कोण आहे? मी एक पुस्तक लिहिलं आहे. मी एक लेखक आहे.' श्रीमंत माणसाला उत्सुकता वाटली, 'कुठलं पुस्तक लिहिलं आहे?' भिकारी म्हणाला,

'मी पुस्तक लिहिलंय – संपत्ती मिळवण्याच्या शंभर पद्धती.'

श्रीमंत म्हणाला, 'कमाल झाली! तू पुस्तक लिहिलं आहेस आणि भीक मागतोस?'

तो म्हणाला, 'ही सुद्धा एक पद्धत आहे. काही मिळेल?'

भिकारीसुद्धा पुस्तक लिहितात, 'संपत्ती मिळविण्याच्या शंभर पद्धती.' खरं तर भिकारीच अशी पुस्तकं लिहितात. जे संपत्ती मिळवतात, त्यांच्याकडे इतका वेळ कुठे की 'संपत्ती मिळविण्याच्या शंभर पद्धती' – असं पुस्तक लिहितील?

मी अजून एक घटना ऐकली आहे. अमेरिकेतला एक अब्जोपती, एन्डरू कार्नेगी, एका पुस्तकाच्या दुकानात गेला. समोरच त्याने एक पुस्तक पाहिलं. पानं पलटून बघितलं. नवं नवं कोरं होतं – 'हाऊ टु ग्रो रिच?' त्याने पुस्तक चाळलं आणि ठेवून दिलं.

दुकानदार म्हणाला, 'पुस्तक वाचण्यासारखं आहे. आणि तुमची इच्छा असेल तर या पुस्तकाच्या लेखकाची मी तुमच्याशी भेटही घालून देऊ शकतो. ते आतच बसलेत.'

एन्डरू कार्नेगी म्हणाला, की 'मी आधी लेखकाला भेटतो, मगच हे पुस्तक विकत घेतो.'

लेखकाला बोलावलं. जुने-पुराणे कपडे घातलेला लेखक समोर आला. एन्ड्रू कार्नेगी हसू लागला. त्याने लेखकाला विचारलं, 'इथे कसे आलात? बसने, ट्रेनने, टॅक्सीने की गाडीने?' तो म्हणाला, 'पायी आलो.'

त्याला कार्नेगी म्हणाला, 'संपत्ती मिळवायला शिकायचं असेल, तर माझ्याकडे ये. संपत्ती कमवण्यावर पुस्तक लिहिलं आणि बसने येण्याचीही ऐपत नाही? तुझं पुस्तक – काय उपयोग?'

एन्डरू कार्नेगी ने आपल्या स्मरणिकेत लिहिलंय, की संपत्ती मिळविण्याच्या संदर्भात मी जितकी पुस्तकं वाचली, ती त्यांनी लिहिली ज्यांच्याकडे संपत्ती नव्हती. अशीच माणसं अशी पुस्तकं लिहितात. ही पुस्तकं म्हणजे सुद्धा संपत्ती कमावण्याचं एक साधन आहे. याहून खास याचा अर्थ नाही. कारण लोक संपत्ती कमवू इच्छितात म्हणून अशी पुस्तकं विकली जातात.

जर तुम्ही संपत्ती मिळवू इच्छिता तर तुम्ही श्रीमंतांशी संगत करता. ज्या दिवशी तुम्ही साधूकडे जाऊ लागाल, त्या दिवशी समजा, की शुभक्षण आला. तुमच्यात ईश्वराची तृष्णा जागृत झाली.

'गई कुमति लहि साधु संगति, भक्ती रूप भई सांची।'

आणि भक्तीचं खरं स्वरूप तिथे प्रकट होईल. शास्त्रात नाही, पुस्तकातूनही नाही. भक्तांजवळ, जो भक्त आहे. कारण भक्ती म्हणजे कुठला सिद्धांत नव्हे.

जीवनचर्या आहे. एक जगण्याची शैली आहे. एक वेगळीच पद्धत आहे जगण्याची! परमात्म्यात जगण्याची एक प्रक्रिया आहे. पोहायला शिकायचं असेल तर पुस्तक वाचण्याची गरज नाही. ज्याला पोहता येतं, त्याच्याजवळ जा. पुस्तकातून पोहायला शिकायचं असेल, तर नदीत उतरू नका. आपल्या गादीवरच पोहा, तिथेच हात-पाय मारा, विश्राम करा, पुन्हा हात-पाय मारा. चुकूनही मग नदीत उतरू नका.

काही लोक परमात्म्यालाही पुस्तकांसारखं समजतात. मग त्यांचा परमात्माही पुस्तकी आणि कागदी असतो. खऱ्या ईश्वराला शिकायचं असेल, तर तिथे शिका जिथे खऱ्या ईश्वराची तडप आहे, जिथे कुणी भक्त त्याच्या मस्तीत जगतो आहे.

'गाय गाय हरि के गुण निसदिन, काल ब्याल ते बांची।'

मीरा म्हणते, आता कशाला लोक-लज्जेची तमा बाळगू? काळापासूनही मी वाचले. तो जो मृत्यू येणार होता, तोही गेला. आता मला मरण नाही. ते मरण तर झालं. जो मरणार होता तो मेला. जे अमृत आहे, ते माझ्या आत प्रकटलं. आता कशाची चिंता? शाश्वताबरोबर माझं नातं लागलं. शाश्वताशी माझा विवाह झाला.

'गाय गाय हरि के गुण निसदिन, काल-ब्याल ते बांची।'

आणि हे कसं झालं? हे ईश्वराची प्रशंसा करत करत झालं. त्याची गीतं गात गात। ती गाता गाताच तो येऊन बसला.

'गाय गाय हरि के गुण निसदिन, काल-ब्याल ते बांची।
उन बिन सब जग खारो लागत...।'

राणाजी, आता सर्व जग खारं आहे. आता कुठला स्वाद आवडत नाही. प्रभूचा स्वाद – त्याचाच रस.

उन बिन सब जग खारो लागत....।'

खरा हिरा हातात आलाय, आता बाकीच्या सर्व निव्वळ काचा. सर्व कच्च्या गोष्टी आहेत. आता तुमच्या या काचा मला भुरळ पाडत नाहीत. मी काय करू? मी असहाय आहे. मला माफ करा.

राणाजी। मैं सावरें रंग रांची।
मीरा के प्रभू गिरधर नागर, भक्ती रसिली जांची।

ईश्वरापाशी जाण्याचे दोन मार्ग आहेत. एक तर ध्यानाचा – वाळवंटासारखा कोरडा आणि एक भक्तीचा – रसपूर्ण! जिथे खूप फुलं फुलतात, पक्षी गातात, वृक्षांची दाट सावली या मार्गावर आहे.

मीरा म्हणते, मला ध्यानाचा मार्ग रुचला नाही. कोरडा-ठाक! हृदयाशी नातं नसलेला. मला रुचला भक्ती मार्ग. भक्ती – रसपूर्ण!

आणि ज्याला भक्ती मार्ग रुचतो, त्याला लोक-लज्जा सोडून द्यावी लागते. ध्यानी लाज बाळगून वागतात. कुणाला कळणार नाही, असं ध्यान करतात; पण

भक्ताचं तसं नाही. सर्वांना कळणारच. नाचाल तर समजणारच. लपून छपून नाचाल कसं? ध्यानी रात्रीला डोळे बंद करून स्वत:च्या बिछान्यात बसून ध्यान करेल. चूपचाप दगडाच्या मूर्तीप्रमाणे. पत्नीलाही कळणार नाही. जी जवळच झोपलीय. मुलांना – घराला कळणार नाही. ध्यानाला गुप्त ठेवता येतं; पण भक्ती गुप्त राहू शकत नाही. ती तर अभिव्यक्त होते. ती नाचते-गाते. तिला थांबवणार कसं?

मीरा म्हणते, 'मला भक्ती रुचली आणि फक्त रुचली नाही तर मी पोहोचलेही. आता परतून येणं शक्य नाही.'

ही आश्चर्याची गोष्ट आहे. राजस्थानमध्ये खूप भक्तांचा जन्म झाला. म्हणूनच कदाचित राजस्थान इतका कोरडा आहे. तसेही कोरडपेणामुळे बेचैन आहेत. तर ध्यान करून अजून कोरडं कशाला व्हायचं? बाहेर पाणी बरसत नाही, तर निदान आतमध्ये तरी वर्षाव होऊ दे. आले पावसाचे ढग – झुकले – आतमध्ये बरसले!

असंच अरब देशाच्या वाळवंटातही झालं. सूफी भक्त जन्मले. चिन्मय ने एक प्रश्न विचारला, 'भगवान, आता तुम्ही कच्छला का जाताय?'

'जावं लागतंय!'

मीरा को प्रभू सांची दासी बनाओ। झुठे धंधो से मेरा फंदा छुडाओ।

भक्ताला सारं काही मिळतं. तरीही अजून-अजूनची तृष्णा जाळत राहते. भक्ती असा मार्ग आहे की, सर्व मिळालं तरी तृष्णा संपत नाही. वाढतच जाते. परमात्मा इतका सुंदर आहे की, कितीही मिळाला तरी संतोष होत नाही. कितीही मिळो! तरी अजून हवा. अजून....!

तर मीरा म्हणते, 'राणाजी, मैं सांवरे रंग राची'

सज सिंगार पद बांध घुंघरू, लोकलाज तजि नाची।'

पण इथे ईश्वराला अशी प्रार्थना करते, राणाजीला असं सांगते, ईश्वराला प्रार्थना करते, 'मीरा को प्रभु सांची दासी बनाओ' आणि राणाला तर सांगते की, 'मी प्रभूच्या प्रेमात रंगले. मला सर्व काही मिळालं. पण ईश्वराला सर्व काही मिळालं असं सांगत नाही, तर मला तुझी दासी बनव, अजून जवळ घे. अजून, अंतर सर्व नष्ट कर.'

थोडं अंतरही भक्ताला त्रास देतं. भक्त जोपर्यंत ईश्वराशी एकरूप होत नाही, जोपर्यंत मिलन होत नाही. असं मिलन की क्षणासाठी सुद्धा विरह नसेल तोपर्यंत! आणि असं कधी होत नाही. कितीही जवळ जात राहा. परमात्मा विशाल आहे, महासागर आहे. तुम्ही सागरात उतराल, तरीही संपूर्ण सागर तुमच्या मिठीत घेऊ शकाल? अगदी बुडलात तरीही. तुमचे हात फार लहान आहेत. भक्त ईश्वराला आलिंगन देतोही; पण तरीही ईश्वर इतका विशाल आहे – म्हणूनच तृष्णा कायम राहते.

आणि ही तृष्णा अतिशय सुंदर आहे म्हणून प्रार्थना कायम राहते.

ध्यानी जेव्हा परम ध्यान आत्मसात करतो, तरी ध्यान सुटतं कारण नंतर ध्यानाची आवश्यकता राहत नाही; पण भक्त परम भक्ती आत्मसात करूनही प्रार्थनेतून मुक्त होत नाही. हा फरक लक्षात घ्या. ध्यानाची परम पूर्णता हीच आहे, जेव्हा ध्यान सुटतं.

ध्यान औषध आहे. संसार, विकार – मनाचे विकार तुटले, अगदी निर्विकार झालात. आता ध्यानाची गरज काय?

ध्यान एक विधी आहे. भक्ती विधी नाहीये. भक्ती तर सार-तत्त्व आहे. ध्यान मात्र विधी आहे. तर ज्या दिवशी विधीचं काम संपलं, त्या दिवशी विधी संपली. तुम्ही पार गेलात.

तर बुद्धाने सांगितलंय की, धर्म तर असा आहे, जशी नाव. ते ध्यानीचं वचन आहे. नदी पार केलीत. आता नावेचं काम नाही.

भक्त तर नाचत राहील. तेव्हाही नाचत होता जेव्हा परमात्मा मिळाले नव्हते. तेव्हा नाचत होता की भेट. मग भेट झाली, मिलन झालं, पुन्हा नाचू लागला की, मिलन झालं. आधी म्हणत होता, मिलन झालं नाही, नाचू दे! त्याला मनवू दे आणि आता म्हणतो, मिळाले. आता कसं थांबू? आता मिळाल्यामुळे नाचतोय.

आनंद, मंगलगाणं गाण्याची वेळ आली. आधी प्रार्थनेत मागणं होतं की – भेट. आता प्रार्थनेमध्ये धन्यवाद आहेत. भेटला! पण प्रार्थना चालूच आहे.

प्रार्थना विधि नाहीये, उपचार नाहीये. प्रार्थना भक्तीचा प्राण आहे.

ध्यान एके दिवशी सुटेल. प्रार्थना कायम बरोबर राहील म्हणून परमात्म्याला सांगते, 'मीरा को प्रभु सांची दासी बनाओ।' अजून काही खोटं शिल्लक आहे. ते संपव. अजून खूप दूरत्व आहे. तुम्ही जवळ तर दिसत आहात. तुम्ही मेघ होऊन मला घेरलं तर आहे. दोन-चार थेंबांचा वर्षावही केलात; पण आता अजून-अजून!

'...झूठे धंधों से मेरा फंदा छुड़ाओ।' अजून खोटे व्यवहार आहेत. अजून हा देह बरोबर आहे, हाही अडचण बनतोय.

तुम्ही जर कधी कुणाला प्रेमाने आलिंगन दिलं असेल तर तुम्हाला लक्षात येईल की देह अडचण आहे. जर तुम्ही वासनेने आलिंगन दिलं असेल, तर तुम्हाला हे कधीही कळणार नाही की, देहाची अडचण होते. वासनेत देह साधन आहे. खरं तर वासना देहाशिवाय होऊच शकत नाही. वासना देहावरच आरूढ होते; पण तुम्ही जर कुणावर प्रेम केलं आहेत, कुणाला मिठी मारलीत तर तुम्हाला कळेल की अंतर राहिलंय, हृदयाशी हृदय मिळण्यासाठी मध्ये अडथळा आहे – हाडांचा!

प्रेमात देह अडथळा आहे. वासनेत देह साधन आहे. मग प्रार्थनेबद्दल काय सांगावं? तिथे तर आपलं थोडंसंही अस्तित्व – अडथळा आहे.

अजून मीरा आहे. देहातच आहे. अजून कधीकधी मन परतून येतं. कधीकधी मन खेचून घेतं, पाडून टाकतं. कधीकधी पुन्हा अंधकार होतो. कधी पाणी बरसतं, तर कधी पुन्हा रखरखाट. मन संपूर्णपणे अजूनही संपलं नाही.

'...झूठे धंधों से मेरा फंदा छुड़ाओ।
लूटे ही लेत विवेक का डेरा, बुधिबल यदपि करूं बहुतेरा।'

आणि हे मन असं काही आहे, सर्व तऱ्हेच्या उपाय योजना करते, तरीही लुटते. याच्याच हातून लुटते, अगदी अशा तऱ्हेचा धोका देतं. 'बुधिबल यदपि करूं बहुतेय।'

खूप उपाय करते; पण जोपर्यंत तू सांभाळत नाहीस, तोपर्यंत नाही सांभाळलं जाणार. 'लुटे ही लेत विवेक का डेरा' कधीकधी विवेक राहत नाही, शुद्ध हरवते.

'हाय राम नहीं कछु बस मोरा...।' ही भक्ताची भाव-दशा आहे – 'हाय राम नहीं कछु बस मेरा। माझी अवस्था, मी विवश आहे. 'मरती विवस प्रभु धाओ-धाओ।' आता वेळ लावू नकोस, मला तुझ्यात विलीन करून घे.

लाख सदमे उठा रहा हूं मैं
जख्म पर जख्म खा रहा हूं मैं
इस तरह से दिलो जिगर ऐ दोस्त
तेरे काबिल बना रहा हूं मैं
गिन रहा हूं मौत की घड़ियां
जीस्त के दिन बिता रहा हूं मैं
आखिर इक दिन आओगे ऐ दोस्त
आज आओ – बुला रहा हूं मैं

भक्त म्हणतो, 'एक दिवस तरी याल. एकदा येशीलच! तुला यावंच लागेल. तुमचाच आहे, तर यावं लागेल. पण मी आता बोलावतोय, आत्ता ये. 'धाव-धाव' मी बोलावतोय, या क्षणी ये, या क्षणीच ये. आता उशीर करू नको, अजून वाट पहायला लावू नको.'

'हाय राम नहिं कछु बस मेरा, मरती विवस प्रभु धाओ-धाओ।
धर्म उपदेस नित ही सुनती हूं, मन कुचाल से बहु डरती हूं।
सदा साधू सेवा करती हूं, सुमिरण ध्यान में चित धरती हूं।
भक्ती मार्ग दासी को दिखाओ।'

आणि मीरा म्हणते, 'जे जे काही करण्यासारखं आहे, ते सर्व काही करते. काहीही सोडत नाही, तरीही काहीतरी उरतं, राहतं. मी करून पूर्ण होणार नाही, तू केल्यानेच पूर्ण होईल. मी केल्याने अर्धवटच राहील, कारण मुळात मीच अधूरी आहे.'

'धर्म उपदेश नित ही सुनती हूं।' – साधू संतांच्या समवेत राहते. जिथे भक्त भेटतात, तल्लीन होतात, तिथे नाचते, स्तुती-स्तवन करते. धर्माच्या गोष्टी ऐकते... 'मनकुचाल से बहू डरती हूं.' आणि मनापासून जरा सावधान राहते की, काही चूक तर घडणार नाही ना? मन काही बतावणी तर करणार नाही ना? पुन्हा कुठल्या मोहाचा फास तर अडकवणार नाही ना?

शेवटपर्यंत हे मन प्रयत्न करत राहतं, अगदी शेवटच्या क्षणापर्यंत मन प्रयत्नात राहतं की, पुन्हा खेचून घेऊ. तुम्ही तर अशा अनेक कथा ऐकल्या असतील, शेवटीशेवटी प्रत्येक महर्षीला सैतान सतावतो. तो सैतान नसतो. सैतान आहेच कुठे? ते तर मन असतं. मन अनेक रूपांत प्रकट होतं. मन अप्सरा बनतं, चहूबाजूंनी नग्न होऊन नाचतं. प्रलोभन देत राहतं, परत बोलावत राहतं.

जीझसच्या जीवनातला एक उल्लेख आहे. जेव्हा ते परमदशा आत्मसात करत आहेत, पोहोचत आहेत, ध्यान जवळ जवळ येत आहे, आलंच आहे, तेव्हा सैतान प्रकट होतो. आता ही एक मजेशीर गोष्ट आहे. सैतान म्हणतो, 'तुला तर मिळाला' सैतान असा विचार करतो, की जीझसला असं वाटू दे, असा विश्वास की 'मी मिळवलं.' – की ते पुन्हा सामान्य पातळीवर पोहोचतील. कारण मग अहंकार असेल, की मी मिळवलं. हाच तर खेळ आहे. मन म्हणतं, 'अरे! तुला तर मिळालं! आता कोण अमान्य करेल?' पण जीझस म्हणतात, 'सैताना, मागे हो! तुझं हे असलं बोलणं खूप झालं, तू मला उत्तेजित करू शकत नाहीस.' पण सैतान येतो, म्हणतो, 'आता तू अशा अवस्थेला पोहोचला आहेस, की जर डोंगरावरून खाली पडलास तरी जखमी होणार नाहीस. आगीतून जरी चालत गेलास तरी जळणार नाही, हवं तर पाण्यावरही चालू शकतोस.' सैतान म्हणतो की आता तुझ्याकडे शक्ती आली आहे, त्याचा आता उपयोग कर. अहंकाराला आता दुसरा मार्ग दाखवत आहे. आता तू चमत्कार करणारा हो! दाखव – आणि तू स्वत: ही बघ. उडी मारून पर्वतावरून, नाही जखमी होणार – पाण्यावरून चाल. नाही बुडणार. आगीतूनही चाल, नाही जळणार!

आणि जीझस ओरडतात, 'तू मागे हो. तू मला फसवू शकत नाहीस.'

सैतान शास्त्राचा उल्लेख करतो. सैतान म्हणतो, 'तू हे काय करतो आहेस? शास्त्रात, धर्मग्रंथात सांगितलं आहे की भक्त पाण्यावर चालतात. आगीतून चालतात, पर्वतावरून उडी मारतात; पण ते सहीसलामत राहतात. तूही तशा अवस्थेपर्यंत पोहोचला आहेस. तुला माहीत नाही.'

तर जीझस म्हणतात, 'मला माहीत आहे. मला माहीत आहे की, सैतान सुद्धा शास्त्रांचा उल्लेख करतात.'

हे मनच आहे, जे शेवटची संधी शोधत आहे. केवळ एवढ्याचसाठी की मन

संपूर्णपणे नष्ट व्हायला नको. शेवटचा प्रयत्न!

असं तुम्ही बघितलं आहेत की, दिवा जेव्हा विझू लागतो, विझण्यापूर्वी तो जास्त तेवतो. तसंच मनही विझण्यापूर्वी जास्त भडकतं. जेव्हा कुणी मनुष्य मृत पावतो तर तुम्ही बघितलं आहेत, मरण्यापूर्वी दोन-चार मिनिटं अगदी स्वस्थ होतो, जीवनाचा दोर अगदी घट्ट होतो. शेवटचा प्रयत्न करतो आयुष्य वाचवण्याचा! मरण्यापूर्वी लोक स्वस्थ होतात, बरे होतात. सर्व त्रास संपुष्टात येतो. आयुष्य शेवटचा प्रयत्न करत आहे, शेवटची तीव्र ज्योत प्रज्वलित होते. तसंच मनही शेवटचं प्रज्वलित होतं.

'लूटे ही लेत विवेक का डेरा, बुधिबल यदपि करूं बहुतेरा।
हाय राम नहिं कछु बस मोरा, मरती विवस प्रभु धाओ धाओ। ।
धर्म उपदेस नित ही सुनती हूं, मन कुचाल से बहु डरती हूं।
सदा साधू सेवा करती हूं, सुमिरण ध्यान में चित धरती हूं।'

पण हे सर्व माझं करणं आहे. आणि मी करून काय होणार?

'हाय राम नहिं कछु बस मोरा, भक्ति मार्ग दासी को दिखाओ।'

आता तर तूच माझा गुरू हो. मी तिथपर्यंत पोहोचले, जिथपर्यंत मला साधू आणू शकतात. मी त्या जागेपर्यंत आले आहे, जिथपर्यंत शास्त्र आणू शकतात. आता तू माझा हात धर.

'भक्ति मार्ग दासी को दिखाओ। मीरा को प्रभू सांची दासी बनाओ।'

सांची दासीचा अर्थ असा होतो की, जिच्या मनात जराही भेद राहत नाही, थोडंही अंतर – सीमा राहत नाही. पाणी जसं सागराशी एक होतं, मिसळून जातं, तसं. मीरा म्हणते, 'मलाही आता तुझ्यात एकरूप करून घे.' 'मीरा को प्रभू सांची दासी बनाओ।'

ग्रहण करती निज सत्य स्वरूप तुम्हारे स्पर्श मात्र से धूल,
कभी बन जाती घट साकार, कभी रंजित सुवासमय फूल
और यह शिला खण्ड निर्जीव शाप से पाता सा उद्धार
शिल्पी, हो जाता पाकर स्पर्श एक पल में प्रतिमा साकार
तुम्हारी सांसों का यह खेल जलद में बनते अगणित चित्र
मृत्ति, प्रस्तर मेघों का पुंज लिये मैं देख रहा हूं राह
कि शिल्पी आएगा इस ओर पूर्ण करने को मेरी चाह
खिलेंगे किस दिन मेरे फूल, प्रगट होगी कब मूर्ति पवित्र,
और मेरे नभ में किस रोज जलद बिहरेंगे बन कर चित्र
शिल्पी, जो मुझ में व्याप्त-विलीन किरण वह कब होगी साकार?

जसं शिल्पकार, दगडाला स्पर्श करून एक जिवंत मूर्ती घडवतो, जसा

चित्रकार, एका पेन्सिलने जीवन देतो, जसा संगीतकार एक तार छेडतो आणि निद्रिस्त संगीताला जाग आणतो, तसंच भक्त अंतिम क्षणी हाक मारतो ईश्वराला की आता, तूच सांभाळ! आता या वीणेवर तुझा हस्तस्पर्श होऊ दे. या दगडाला आता तुझ्या मूर्तीमध्ये रूपांतरित कर. मला जेवढं शक्य आहे, तेवढं मी केलं. जे मी करून होत नाही, ते आता तू कर.

आणि एक गोष्ट लक्षात ठेवा, जेव्हा भक्ताला काही करायचं असतं, तो स्वत: ते पूर्णत्वाने करतो. जेव्हा करण्यासारखं काही उरत नाही, त्या क्षणी परमात्म्याचा हात तुम्हाला आधार देतो. तुम्हाला जाणवतो तो स्पर्श, जो वीणा छेडू शकतो. तुमचं शिल्प साकारू लागतं, तुमची प्रतिमा तो तयार करू लागतो. जे तुमच्यात लपलेलं होतं, ते परमात्म्याच्या हातून प्रकट होऊ लागतं.

तुमचं जे अंतर्मन आहे ते परमात्म्याच्या स्पर्शानेच खुलतं. त्याच्या स्पर्शाशिवाय तुमचं अंतर्मन खुलू शकत नाही. म्हणून मीरा म्हणते, 'मीरा को प्रभु सांची दासी बनाओ।' राणाला म्हणते, 'राणाजी, में सांवरे रंग रांची।'

जिथे संसाराचा संबंध येतो, तिथे सांगू शकते की, मी प्रभूला मिळवलं; पण जिथे प्रभूशी संबंध आहे, कधी असं होत नाही की भक्त म्हणेल मी संपूर्ण मिळवलं, 'कारण जर प्रभू पूर्ण मिळू शकतो तर सीमित होईल. प्रभू असीम आहे.' म्हणूनच पूर्वत्वाने कधीही मिळू शकत नाही. आणि हे सौभाग्य आहे कारण जो मिळतो, तो तरीही उरतोच. रस वाहातच राहतो. जीवनधारा वाहत राहते. अनंत यात्रा चालू राहते.

मृत्यू : जीवनाचे रहस्य

प्रवचन तिसरे

प्रश्न-सार

- मी असहाय लाचार आहे, मी काय करू?

- काहीही प्रश्न नाहीये. ही निव्वळ एक प्रार्थना आहे. मन्सूर आणि सरमदच्या कथा जुन्या झाल्या आहेत. अहो, रजनीश! माझ्यासाठी एका नव्या किस्साची निर्मिती कराल. माझी प्रार्थना ऐकली जाईल?

- आयुष्य चार दिवसांचं असतं असं ऐकलं आहे आणि मिलन पाचव्या दिवशी होतं. तर काय करू?

- परमात्मा कुठे आहे? आणि मी त्याला कुठे शोधू?

पहिला प्रश्न : *मी असहाय लाचार आहे, मी काय करू?*

* असहाय, लाचार आहात, तरीही काही करू इच्छिता? असहाय आहात, लाचार आहात, आता काही करणं सोडून द्या. कृत्यावरचा विश्वास करणं कधी सोडणार? कृत्यावरचा विश्वास सोडून द्याल तर जे होणार आहे, ते आत्ताच होईल.

मीराचं ऐका!

काही केल्यानेच जर परमात्मा मिळणारा असता, तर कधीच मिळू शकत नाही. मनुष्याच्या काही करण्याला मर्यादा आहेत. जे करू शकतात, त्यांचं करणंही सुरू आहे. मनुष्य करू तरी काय शकतो? हात फार लहान आहेत. चंद्र-चांदण्यांच्या दिशेने हात उंचावू शकता; पण त्यांना मिळवू शकत नाही आणि चंद्र-ताऱ्यांच्या दिशेने फैलावलेले हात तुमची भूक दर्शवतात. तुमची तृष्णा दर्शवतात आणि तुम्ही जितके हात फैलावाल तितके विषादाने भराल, कारण हात फैलावत जातात पण पोहोचत नाहीत. हात लहान आहेत.

ज्या दिवशी तुम्हाला नीट समजेल की, मी असहाय आहे. त्या क्षणी तुमच्या डोळ्यांत अश्रू येतील. या पलीकडे करण्यासारखं काहीही नाही. मी असं म्हणत नाहीये की तुम्ही अश्रू व्हा. जाणूनबुजून आणलेले अश्रू, त्यांचं मोल काहीही नाही. तो तर अभिनय झाला. मी म्हणतोय की अश्रू येतील, तेव्हा तुम्ही परिपूर्ण असहाय अवस्थेला समजून घ्याल. वाहत्या पाण्यात मध्येच, ना हा किनारा दिसत, ना तो किनारा. आधाराचं कोण सांगतंय! साधी फळकूटीही दिसत नाही, डुंबून जाता.

बुडता! काहीही आशा नाही. सर्वत्र अंधार आणि नैराश्य! अशा अगदी असहाय अवस्थेत अश्रू येतील. अगदी आतून, आपोआप! प्राणच अश्रू बनेल. तसेच अश्रू प्रार्थना बनतात.

प्रार्थना केली जात नाही. एक सुस्कारा! तुम्ही जाणीवपूर्वक सोडाल, असा नाही. जाणीवपूर्वक सोडलेल्या सुस्काराचं महत्त्व काय? तुम्ही न सोडता, जो उमटेल असा सुस्कारा – तीच प्रार्थना होते.

तुम्ही म्हणता की तुम्ही असहाय आहात; पण हे ऐकीव असं बोलता. तुम्ही गोष्ट नीट समजून घेतलेली नाही. ही गोष्ट तुमच्या अनुभवाने सांगत नाही आहात. नाही तर तुम्ही असं विचारलंच नसतं, की मी काय करू? करण्यातच तर बळ आहे. करण्यावरच अजून विश्वास आहे. करण्यात अजून अहंकार आहे. करणारा विचार करतो. आत्तापर्यंत ज्या पद्धतीने करत होतो, ती पद्धत चुकीची होती तर नवीन पद्धतीने करेन. ज्या वाटेवरून आजपर्यंत चालत होतो ती वाट चुकीची होती. आता नवी वाट शोधेन. ही असहाय अवस्था नाहीये.

असहाय अवस्थेचा अर्थ असाच आहे की, वाटेवरून चालायचं आहे. तर मीच चालेन ना! माझे पाय लहान, क्षमता छोटी, हा वाटेचा दोष नाहीये. मी पोहोचू शकत नाही. मी माझ्या पद्धतीने पोहोचू शकतच नाही. हा विधीचा दोष नाहीये, विधानाचा दोष नाहीये, वाटेचा दोष नाहीये, शास्त्राचा दोष नाहीये. मला योग्य शास्त्र मिळालं तर मी पोहोचेन. मला योग्य वाट मिळाली तरीही मी पोहोचू शकत नाही. मीच दुबळा आहे.

जेव्हा अशी प्रचिती येते की, मीच दुबळा आहे. तुम्ही पडता एका ढिगाऱ्यासारखं! त्या ढिगाऱ्यातून मग प्रार्थना उमटते. केली जात नाही. त्याच ढिगाऱ्यात भक्तीचा आविर्भाव असतो. त्याच ढिगाऱ्यात, तुम्ही ढिगाऱ्यासारखे पडता आणि परमात्मा तुम्हाला शोधत येतो. जोपर्यंत तुम्हाला अशी अस्मिता आहे की 'मी करेन,' तोपर्यंत परमात्मा विचार करतो की, 'आता तुम्ही करताच आहात, तर मी मध्ये अडथळा आणण्याची गरज काय?'

एक अतिशय सुंदर कथा आहे, जी मी निरंतर सांगत असतो. कृष्ण भोजनाला बसले होते. एक घास घेतलेला आहे, मुखात आहे आणि दुसऱ्या हातातला घास सोडून ते उठले. रुक्मिणी पंख्याने वारा घालत आहे. ती विचारते, 'कुठे जात आहात?' उत्तरही न देता ते दाराशी धावले. पण उंबऱ्यापाशी उभे राहिले तिष्ठत! मग उदास होऊन परतून आले. मग पुन्हा भोजनासाठी आसनस्थ झाले. रुक्मिणीने विचारलं, 'तुम्ही अकस्मात धावलात, मला मोठा प्रश्न पडला होता की, असं काय झालं, का जाताय, जणू कुठे आग लागलीय! उत्तर द्यायलाही फुरसत नव्हती. अन्न सोडून धावलात... तेही राहू दे... पण दारावर तिष्ठत उभे राहिलात. का? माझ्या

शंका निवारा. मी तर आंधळी आहे, मला सांगा काही. शिवाय परतून आलात, ते ही उदास असे!'

कृष्णानं सांगितलं, 'माझा एक प्रिय मित्र राजधानीवरून जात होता. संत आहे, अगदी नग्न असा संत. आपली एकतारी वाजवत – त्या एकतारी व्यतिरिक्त त्याच्याजवळ दुसरं काहीही नाही. त्या एकतारीतही माझ्या नावाच्या नादाशिवाय अन्य दुसरा नाद नाही. त्याच्या तन-मनात केवळ मीच आहे. लोक त्याला दगड मारत आहेत, त्याची चेष्टा, टवाळी करत आहेत, त्याला वेडं समजत आहेत. त्याच्या माथ्यावरून रक्ताची धार लागलीय आणि तो त्या एकतारीवर माझंच गुणगान करतो आहे. म्हणून हातातला घास सोडून धावावं लागलं. धावायला हवं इतका तो असहाय आहे.'

रुक्मिणीनं विचारलं, 'मग परतून का आलात?' कृष्ण म्हणाले, 'मी दाराशी पोहोचेपर्यंत त्याने एकतारी जमिनीवर आपटली होती आणि हाताने दगड उचलला होता. आता त्याला माझी गरज नाही. आता तो स्वतःच उत्तर देण्यासाठी तयार झाला. आता माझं जाणं व्यर्थ आहे. अजून जरा थांबला असता, तर मी पोहोचलो असतो; पण आता एकतारी पडली. त्या एकतारीतून उमटणारा माझ्या नावाचा नाद पडला. त्या एकतारीतून मी मुक्त झालो. जणू तो क्षणभरासाठी मला विसरला.'

'मेरो मन बडा हरामी!' कदाचित वर्षो न् वर्षं हरी भक्तिगीत गात असेल आणि या दगडाच्या जखमेने सर्व विसरायला लावलं. मन खाली घसरलं. प्रत्युत्तर द्यायला तयार झालं. हाताने दगड उचलला. प्रार्थना हरवली. राख झाली. प्रतिशोध उसळला. कृष्णाची आवश्यकता राहिली नाही.

ही कहाणी फार सुंदर आहे. सूचक आहे. यात गहन संकेत आहे. जेव्हा तुम्ही ढिगाऱ्यासारखे पडता, तेव्हा तुम्हाला जाणवतं की तुमच्या करण्याने काहीही होत नाही. तरीही विचारता, मी काय करू? हे जाणूनही की तुम्ही केल्याने काहीही घडत नाही. आणि हे जाणणार कधी? कित्येक जन्मांपासून करत आहात, तरीही काही घडलं नाही. सर्व उपाय तर केलेत. सर्व योग, जप-तप, विधी, यज्ञ-हवन, पूजा-पाठ, किती तरी मंदिरं फिरलात, किती मूर्तींसमोर माथा रगडलात – चारही धाम फिरलात, आता तरी समजा 'मी केल्याने काही होत नाही.' जिथे 'मी'च काहीही नाही तर मी करण्याने काय होणार आहे? 'मी' नाहीच तर 'मी करण्याने काही साध्य होणार?' मी एक शून्यमात्र आहे. मी माझ्यासारखा शून्य आहे, परमात्म्यासारखा पूर्ण आहे; पण परमात्म्यासारखा मी नाही. मी माझ्यासारखा नपुंसक आहे, परमात्म्यासारखा सर्व शक्तिमान आहे; पण परमात्म्यासारखा! आणि परमात्मा नाही, तर मी नाही आणि जोपर्यंत मी आहे, परमात्मा नाही.

तर विचारू नका, काय करू? भक्ती तेव्हाच असते, जेव्हा सर्व करणं सुटतं.

याचा अर्थ असा नाही की भक्ती काहीच करत नाही. भक्ताचं करणं सुटतं, मग परमात्मा त्याच्याकडून करवून घेतो. भक्ताचं करणं जेव्हा सुटतं, तेव्हाच खरं करणं सुरू होतं. मग परमात्मा करतो. भक्त नाममात्र उरतो. भक्ताकडून खूप काही होतं; पण भक्त कर्ता नाही, माध्यम होतो.

जसा बासरीवादक बासरीवर ओठ ठेवून गीत गातो, तसंच भक्ताला ओठांवर ठेवून परमात्मा गीत गातो. भक्त बासरी होतो. बासरीत काय आहे? फक्त एक पोकळ बांबूचा तुकडा. तसाच भक्त एक साधा बांबूचा तुकडा. काहीही आत नाही – असा पोकळ! रिकामा आहे, म्हणूनच आवाज गीत होऊन वाहू शकतो. जर भरलेला असेल तर नाही वाहू शकत.

बांबूची बासरी बनते. अजून कुठल्या लाकडाची बनत नाही. का? बांबू काय शेवटचा प्रकार आहे लाकडात? सुंदर, महाग लाकडं आहेत. बांबूची काय गोष्ट आहे? बांबूची काही किंमत आहे? पण बासरी बनते ती बांबूची. देवनार, टीक, लेबनान, आकाशाला भिडणारे मोठ-मोठाले वृक्ष त्याने बासरी बनत नाही. बनते फक्त बांबूची! असं काय वैशिष्ट्य आहे बांबूत? काय रहस्य आहे बांबूत?

जे रहस्य बांबूचं आहे, तेच भक्ताचंही आहे. भक्त बासरी बनतो. तपस्वी – त्यागी नाही बनत. तपस्वी, त्यागी आकाशाला भिडणाऱ्या चिनार वृक्षासारखे आहेत. त्यांच्यात मोठा अहंकार आहे. त्यांची मुळं दूर जमिनीपर्यंत पसरलेली आहेत, तप-तपश्चर्याच त्यांचा इतिहास आहे. भक्ताचा काय इतिहास? दीन-हीन! बांबूची काठी; पण बनतात मात्र परमात्म्याच्या गीताचे वाहक!

मीराला बघा ना! जसं मीरा गायली, कुठला तपस्वी गायला आहे? जसं मीरा गायली आहे. कोणता योगी गायला? जसं मीरा नाचली, कोण कधी नाचलंय? मीरा अलौकिक आहे. मीरामध्ये कोणती कला आहे? तिने एक गोष्ट जाणली की मी करून काही होत नाही, कारण मी नाहीच आहे. कृत्य तर तेव्हा उमटेल जेव्हा माझं असणं सिद्ध होईल. माझं असणंच सिद्ध होत नाही तर कृत्य कसं उमटणार? कृत्य जातं. मी जातं, तेव्हा कुणी वाहू लागतं. अज्ञातवासातून कुणी उतरू लागतं. कुठला किरण येतो दुरून. गीत उमटतं, नृत्यं येतं दुरून, तुम्हाला भरून-भारून टाकतं. जणू पूर येतो. मीरा बांबूचा पोकळ तुकडा आहे.

तुम्ही हे विचारू नका. 'मी काय करू?' असहाय आहात. बस – असहाय राहा. आता कर्म जोडू नका. कर्म-कृत्य जोडणं याचा अर्थ असा की, तुम्ही परत असहाय राहिला नाहीत. लाचार आहात, तर लाचारच रहा. आता याला कृत्याची जोड देऊ नका. आता दगड उचलू नका. नाहीतर येत असलेले कृष्ण परतून जातील, उंबरठ्यावरच थांबतील.

आता ते ज्यांना प्रभू करतील, त्यांना करू दे. तसंच होऊ द्या. त्या व्यतिरिक्त

अजून काही मागू नका, इच्छाही धरू नका. मग तुम्हाला भक्तीची कला अवगत झाली. असहाय अवस्थेत संपूर्ण डुंबून जाणं, म्हणजेच भक्तीचा जन्म!

नारदाचं काव्य वाचून तुम्ही भक्ती समजू शकणार नाही. भक्तीचं शास्त्र – म्हणजे असहाय होणं –

वो राग छेड़ तरन्नुम की जो करे तशकील
सुना वो नगमा जो तखलीक सोजो साज करे।
तेरा वजूद हकीकत को दे लबासे मजाज
कि जिसपे फखर बहार कायेनात नाज करे।
तेरा गुजर हो चमन को नबीद रंगो बू
गुलों को फस्ले बहारों से बेनियाज करे।
तू ऐसे जी कि जमाना बइख्तयारे तमाम
तेरी गरीबी तेरी बेबसी पे नाज करे।
जिसे शिकायतें हों हुस्न से वो इश्क नहीं
हवस है लालाओ गुल में जो इम्तयाज करे।
कभी जो कहना पड़े कुछ तो ऐसी बात कहो
जो सबको अपने अहले नजर आशनाये राज करे।
तू ऐसे जी कि जमाना बइख्तयारे तमाम
तेरी गरीबी तेरी बेबसी पे नाज करे।

भक्त असा होऊन जातो की त्याची गरीबी, लाचारी, असहाय अवस्था हेच त्याचं साम्राज्य होऊन जातं, त्याची समृद्धी बनते. हरवूनच भक्त मिळवतो. मिटूनच मिळवतो. स्वत:ला काहीही न समजता, परमात्म्याला झेलण्याचा हक्क मिळवतो.

तू ऐसे जी कि जमाना बइख्तयारे तमाम
तेरी गरीबी तेरी बेबसी पे नाज करे।

अजूनपर्यंत जमाना मीरासाठी अभिमान बाळगून आहे. रहस्य काय मीराचं? मीरा झाली, त्यामुळे पृथ्वी सुंदर झाली. मीरा झाली, त्यामुळे मनुष्याच्या इतिहासात रंग भरला.

अजून मीराचं रहस्य काय? मीराने काय केलं? महावीरने बारा वर्षं तपश्चर्या केली, मीराने काय केलं? बुद्धाने सहा वर्षं अथक श्रम केले, मीराने काय केलं? काहीही केलं नाही. म्हणून जैनांना जर विचारलं, तर ते म्हणतील, 'तपश्चर्या काय केली? उपाय किती केले? व्रत किती केले?'

योगीला विचारलं तर तो विचारेल, 'पतंजलीच्या किती नियमांचं पालन केलं? अष्टांगिक योगात काय काय साध्य केलंत? आसन, प्राणायाम, व्यायाम, प्रत्याहार? काय केलंत?'

बौद्धांना विचारलंत तर तो म्हणेल की, भगवानाने चार आर्य सत्य सांगितली आहेत. त्या चार आर्य सत्यांना मिळवण्याचे आठ मार्ग सांगितले आहेत, त्यातलं मीराने काय साध्य केलं? सम्यक दृष्टी? सम्यक आहार? सम्यक आजीविका? सम्यक स्मृती? सम्यक समाधी? काय साधलं?

आणि मीरावर प्रेम करणारा काहीही उत्तर देऊ शकणार नाही. तुम्ही कदाचित आतल्या आत असा विचार कराल की, जर काहीच साधलं नाही तर असं तर नाही ना की मीराने फक्त गाणी गाणं एवढंच जाणलं आणि आतून मात्र रिकामीच राहिली?

मीराची सर्व कला तिच्या असहाय अवस्थेमध्ये आहे. भक्ताचं सारं रहस्य, सारी पुंजी तिथे आहे. हाच तर भक्ती आणि ज्ञान यातला फरक आहे. ज्ञानी म्हणतो, 'हे साधलं!' त्याच्यापाशी हिशोब आहे. ज्ञानीचा इतिहास आहे. भक्ताचा काहीही इतिहास नाही. ना खाते-वही! भक्त म्हणतो, 'काय साधलं? जन्मो न् जन्म साधलं, तरीही काहीही मिळालं नाही. तेव्हाच मिळालं जेव्हा साधणं संपलं.'

भक्तीची साधना नसते. असहाय अवस्थेत स्वतःला संपूर्णतः सोडून देणं. कराल तरी काय? जर करून काहीही साध्य होत नाही, तर समर्पण का नाही करायचं मग?

तुम्ही अजूनही विचारता मी काय करू? तर दोहोंतून एक गोष्ट निश्चित करा. निश्चित करा की मी असहाय, लाचार आहे, तेव्हा करण्यासारखं काहीही राहत नाही. तेव्हा तुमची असहाय अवस्था, लाचारीच काम करेल. जे तुम्ही करू शकला नाहीत, ते होईल. जर तरीही तुम्ही स्वतःला असहाय, लाचार अवस्थेत ठेवून विचारता की मी काय करू? तर करत रहा, तप करा, योग, मग प्रयत्न करा, संकल्प करा. मग महावीरांना, पतंजलीला पकडा. मग मीरा तुमच्यासाठी उपयुक्त नाही; पण तुम्ही काही निर्णयापर्यंत पोहोचाल. मी तुम्हाला सांगू इच्छितो, 'जगात जितक्या लोकांनी मिळवलं, त्यापैकी संकल्पच्या मार्गाने जाणारे फारच कमी. अशा लोकांनी मिळवलं. समर्पणाच्या मार्गाने जाणाऱ्या अनेकांनी मिळवलं आहे आणि ही खरी गोष्ट आहे जेव्हा काहीही न करता जर मिळत असेल, तर करणं हा वेडेपणा आहे. मग ज्यांनी करून मिळवलं, त्यातही विचार करण्यासारखी गोष्ट आहे. त्यांना केल्याने मिळालं आहे की केल्याने इतकंच मिळालं करून काहीही होत नाही.'

बुद्धाबरोबर असंच झालं. सहा वर्षं अथक परिश्रम केले. जे जे करू शकता येईल, सर्व केलं. जे मानवी आहे, जे मनुष्याकरता संभवनीय आहे आणि सहा वर्षानंतर समजलं की, काहीही मिळत नाही. आधी संपत्ती सोडली, पद सोडलं, राज्य सोडलं, आकांक्षा सोडली, वासना सोडली. साधना सुरू केली. सहा वर्षं साधना केली आणि कणमात्र बचाव केला नाही, असं नाही की फक्त बुडबुडे,

शंभर डिग्री झुकवले. ज्या गुरूंपाशी गेले त्यांनी सांगितलं, आम्हाला जेवढं माहीत होतं सांगितलं आणि तू केलंसही. नाही होऊ शकलं; पण आमचा नाईलाज आहे. आता तू आणि कुणाकडे जा. कुणीही गुरू असं म्हणू शकला नाही की तू केलं नाहीस जे आम्ही सांगितलं, म्हणून नाही झालं. सहा वर्षांत अनेक गुरू; पण प्रत्येक गुरूने हात जोडून बुद्धाला सांगितलं, तुम्ही अजून कुठे तरी शोध घ्या. जे माझ्यापाशी होतं, ते मी दिलं.

सर्व गुरूंपासून अलिप्तता झाली आणि एक दिवस असा क्षण आला, तसा बोध होण्याचाही क्षण आला. बोधीवृक्षाखाली, त्या पौर्णिमेच्या रात्री बसल्या-बसल्या बुद्धाला समज आली, मी करून काहीही होत नाही. मी सर्व केलं, करण्यासारखं बाकी काहीही उरलं नाही. आता करणंही सोडून देऊ.

आणि हो, बोधही एका छोट्याशा घटनेमुळे झाला. ते स्नान करण्यासाठी निरंजना नदीत उतरले. अनेक दिवस उपास करत होते, त्यामुळे अशक्त झाले होते. कुणा एका मूर्खाने सांगितलं, रोज केवळ एकाच भाताचं शीत ग्रहण करायचं. तीन महिने! शरीर म्हणजे नुसता हाडांचा सापळा झाला. त्या वेळची त्यांची तसबीर कुणी काढली आहे, फक्त हाडं दिसणारी! अक्षरशः अस्थिपंजर! निरंजनात स्नान करण्यासाठी उतरले पण अशक्तपणामुळे स्नान करून थकवा आला. नदीतून बाहेर येण्याचंही सामर्थ्य नव्हतं. तर एका झाडाच्या पारंबीला धरून लोंबकळत राहिले. त्याच झाडाच्या पारंबीला धरलेलं असताना, लोंबकळत असताना विचार आला या लहानशा दीन-हीन नदीला पार करू शकत नाहीये. निरंजना काही मोठी नदी नाहीये, शिवाय उन्हाळ्याचे दिवस असल्यामुळे नदी आटली होती. या एवढ्याशा नदीला पार करू शकत नाहीये आणि भवसागर पार करायला निघालोय. हे कसं होणार?

कसेबसे नदी पार करून आले; पण ती तपश्चर्या सोडून दिली. त्या रात्री क्रांती घडली. त्या रात्री सर्व साधना सोडून दिली. योग त्यागला. भोग तर त्यागलेच होते. योगही त्यागला.

आता ही गोष्ट लक्षात घ्या, भोगीही अहंकारानेच जिंकला जातो आणि योगीही. भोगीचा अहंकार बाहेरच्या दिशेने तर योगीचा अहंकार आतल्या दिशेने धावतो. पण अहंकार तर असतोच असतो. जोपर्यंत अहंकार आहे, तोपर्यंत मिलन अशक्य! त्या रात्री क्रांती झाली. भोगीचा हा अहंकार तर गेलेलाच होता, मोक्ष प्राप्त करायचा आहे. ही वासनाही नष्ट झाली. काही मिळवायचंच आहे, ही भावनाच व्यर्थ झाली. काही मिळवता येत नाही. सर्व काही करून झालं. त्या दिवशी असहाय अवस्था पूर्ण झाली. बुद्ध निपचित त्या वृक्षाखाली पडून राहिले. त्या रात्री गाढ निद्रा लागली, जणूकाही जन्मो न् जन्म अशी निद्रा मिळाली नव्हती. कारण आता काही

चिंता नव्हती, मिळवण्यासारखं काहीही नव्हतं, तर निद्रेची सखोलता तुम्ही समजू शकता. त्या रात्री सुषुप्ती घडली आणि पहाटे जेव्हा डोळे उघडले तेव्हा शेवटचा तारा बुडत होता, त्या ताऱ्याच्या बुडण्याबरोबरच बुद्धाचा सर्व अहंकारही बुडाला. कारण आज प्रथमच चित्त शांत झालं होतं, प्रफुल्लित झालं होतं. हळूहळू स्वर उमटू लागला, असं कधीही झालं नव्हतं की आत प्रकाश पसरत होता. असं कधीही झालं नव्हतं आणि हे न करताच घडलं होतं. केल्याने नाही. त्या क्षणी सर्व अहंकार विसर्जित झाला. बुद्धाने मिळवलं!

आता असा प्रश्न पडू शकतो, बुद्धाने श्रम करून मिळवलं? सहा वर्षं मेहनत तर केली होती. हे नक्की, पण या सहा वर्षांच्या परिश्रमाने मिळवलं का? हे नक्की नाहीये. मिळवलं तेव्हाच, जेव्हा सर्व श्रम संपले.

या जगात ज्या काही घटना घडल्या आहेत, मग त्या ज्ञानीच्या संदर्भातल्या असोत, नाही तर भक्ताच्या संदर्भातल्या...! महावीरांच्या संदर्भात असा काहीही उल्लेख नाहीये की त्यांनी कसं मिळवलं. पण माझ्या दृष्टिकोनातून या व्यतिरिक्त मिळवण्याचा दुसरा मार्ग नाही. महावीरांनी बारा वर्षं श्रम केले असतील आणि शेवटच्या दिवशी त्या श्रमातूनही सुटले असतील. कारण श्रम म्हणजे अहंकार नव्हे! शेवटच्या दिवशी शांत झाले. काही करण्यासारखं उरलंच नाही, तेव्हा घटना घडली. हे मी माझ्या आत जो साक्षी बनून राहतो, त्याच्या आधारानेच म्हणतोय. जरी जैन शास्त्रात याचा उल्लेख नसला तरीही. जेव्हा अशी घटना घडते, ती तशा भावदशेतच घडते. भक्त सुरुवातीपासूनच या तऱ्हेची वाटचाल करतो. ज्ञानीला शेवटी जाणीव होते. मीराने सुरुवातीपासूनच अशी वाटचाल केली, बुद्धाने सहा वर्षांनंतर!

तुमची जशी इच्छा असेल तसं. पण निर्णय घ्या. या प्रश्नात तुमची दोन मनं प्रतिबिंबित होतात. एक म्हणतं, असहाय. एक म्हणतं, काय करू? तुम्ही कुणाबरोबर जायचं हे ठरवा. स्वतःला फसवू नका. असा निर्णय घेऊ नका की चला असहाय होऊ या, जर असं मिळत असेल तर तसं! मग तर हे अगदी सुलभ होऊन जाईल. चला होऊ या असहाय, शोधू या बोधीवृक्ष आणि मग निपचित होऊन म्हणू की, केल्याने मिळत नाही. मग रात्रभर वाट बघत राहाल की आता मिळालं, आता मिळालंच! आणि पहाटे उठून तुम्ही स्वतःच्या घरी याल आणि आपलं दुकान उघडाल की हे सर्व बेकार आहे. बुद्धालाही मिळालं, संदिग्ध झाला.

काही मिळवण्याच्या अपेक्षेने असं करू नका, नाहीतर ती खोटी गोष्ट होईल. तुम्ही अधूनमधून डोळे उघडून बघत राहाल, 'अजून आला की नाही?' ताण तर राहणारच. सुषुप्ती लागणार तर नाहीच. विश्राम होणार नाही. जर अजूनही काही करण्याची हौस बाकी असेल तर करा. म्हणजे थोडं पाप अजून बाकी आहे. म्हणूनच

तर पापाला कर्म म्हणतात. थोडं कर्म अजून बाकी आहे. करून घ्या. थोडा अजून त्रास शिल्लक आहे. सहन करा.

मग तुम्ही काय करत आहात, यामुळे काही फरक पडत नाही. हिंदू पद्धतीने करता की, मुसलमान पद्धतीने की ईसाई! काही फरक पडत नाही. तुम्हाला काही करायचं आहे, आत्ता करून घ्या. यातून तुमची तेव्हाच सुटका होईल, जेव्हा तुमचा अनुभव तुम्हाला सांगेल की, करण्यासारखं काहीही राहिलेलं नाही आणि करून काहीही होत नाही. कर-करूनच तुम्ही दमाल. विफल होत जाल आणि जाणवून घ्याल, त्यानंतरच केल्याने काही होत नाही. ज्या दिवशी ही गोष्ट तुम्हाला शंभर टक्के पटेल, तुमच्या प्राणात सामावेल आणि मग तुम्ही निपचित पडून राहाल, जिथे पडाल तिथेच बोधिवृक्ष बनेल! आणि तुम्ही स्वतःच्या पद्धतीने पडाल आणि तुमचा हा वृक्ष तुमचा असेल. तुम्ही ज्या दिवशी पडाल, तेव्हाच त्या क्षणीच परमात्मा उठेल. परमात्मा वाट बघतो आहे, तुम्ही स्वतःवरचा विश्वास केव्हा सोडून देताय त्याची!

ज्याचा स्वतःवर विश्वास, खात्री आहे, त्याचा परमात्म्यावर विश्वास नाही. ज्याला परमात्म्यावर विश्वास आहे, तो कशाला काळजी करेल या गोष्टीची, 'मी काय करू?' तो म्हणतो, 'तू कर – करणारा तू आहेस!'

आणि लक्षात ठेवा, मी तुम्हाला सावधान करतो, सचेत करतो, या गोष्टी आळसातून येता कामा नयेत, तू कर – मी करणारा कोण? ही गोष्ट आळशीपणाने होऊ नये. ही गोष्ट, भावना अनुभवात यायला हवी, मी केल्याने काहीही होत नाही. असहायेतेतून उमटायला हवी.

आळस आणि असहायता यात फरक आहे. आळशी माणूस हुशार असतो. तो नेहमी इतरांकडून काम करून घेतो. असं नाही की, त्याची श्रद्धा आहे की मी केल्याने काही होत नाही. तो म्हणतो, 'जोपर्यंत दुसऱ्याच्या खांद्यावर बंदूक ठेवून कामं होत आहेत, तर स्वतःला कष्ट द्यायची काय गरज?'

मी जेव्हा विद्यार्थी होतो, तेव्हा माझे एक प्राध्यापक होते. अतिशय आळशी होते. माझ्या विभागाचे जे प्रमुख होते, त्यांचा माझ्यावर अतिशय जीव होता आणि त्या प्राध्यापकावरही होता. ते प्राध्यापक आधी त्यांचे विद्यार्थी होते. ते मला म्हणाले की, हे बघ, हा खूप आळशी आहे आणि म्हणून खूप त्रासात असतो. चांगलं होईल जर तुम्ही दोघं एकत्र राहाल!

मी म्हणालो, 'जशी तुमची मर्जी.' ते पक्के आळशी होते. आम्ही दोघं एकत्र राहू लागलो. पहिल्याच दिवशी त्यांनी मला विचारलं, 'सकाळी दूध आणायला कोण जाणार?' मी म्हणालो, 'जो कुणी पहिला उठेल.' ते म्हणाले, 'ठीक आहे!' आठ वाजले, तरी कुणीही उठलं नाही. मी डोळे उघडून त्यांना बघत होतो आणि

ते मला. नऊ वाजले, ते जरा बेचैन होऊ लागले, कारण साडेदहा वाजता त्यांना वर्गावर लेक्चरसाठी जायचं होतं. मी तर विद्यार्थी होतो. गेलो, नाही गेलो चालत होतं. त्यांचा तर नोकरीचा प्रश्न होता. साडेनऊ वाजले तसे ते सतत कूस बदलत राहिले. मी त्यांना म्हणालो, 'कितीही कूस बदलत रहा, दूध आणायला तुम्हालाच जावं लागेल. आज हवं तर मी दिवसभरच काय, पण आयुष्यभर असाच पडून राहीन, पण उठणार कदापि नाही.'

मग ते घाबरून उठले. दूध आणायला पळाले. विभाग प्रमुखांना जाऊन त्यांनी सांगितलं की, मी याच्याबरोबर राहू शकत नाही. फार कठीण आहे. यापेक्षा मी एकटा राहीन. तेच चांगलं होतं, कारण जेव्हा माझं मन होईल तेव्हा उठून दूध आणत होतो, नाही आणायचं तर नव्हतो आणत.

मी त्यांना म्हणालो, 'आता आम्हाला वेगळं करू नका. मी त्यांना वळणावर आणेन. दोन-चार दिवसात तसे ते येतील. त्यांना दुसऱ्यांच्या खांद्यावर बंदूक ठेवून चालायची सवय झाली आहे.'

'आळस,' याला तुम्ही असहाय अवस्था समजू नका. आळस तर चलाखी आहे, धोका आहे, बेईमानी आहे. म्हणून असा विचार करू नका की करण्यातून वाचलो, एक झंझट मिटलं. बस, इतकंच म्हणू की 'हे प्रभू ये, धावत ये. बघ इथे भक्त मरायला टेकलाय!' खरं तर तुम्हाला माहीत असतं की कोण मरतंय! कुठल्या गोष्टींत अडकला आहात? आतून तुम्ही असंच म्हणत आहात, कोण मरतंय! आणि आतून तुम्ही हे ही जाणून आहात की कोण येणार आहे.

अमेरिकेत असताना, तिथल्या एका गावात विवेकानंद सांगत होते, जीझसच्या एका प्रसिद्ध वचनाबद्दल – 'फेथ कॅन मूव्ह माऊंटन्स!' श्रद्धेने पर्वतालाही हलवता येतं.

एक वयस्कर बाई समोरच बसली होती. वयस्कर व्यक्तींशिवाय तसंही कुणी प्रवचनं ऐकायला जात नाहीत. ती आनंदित होऊ लागली, कारण तिच्या घरामागे पर्वत होता. त्या पर्वतामुळे ना हवा येत होती ना सूर्यकिरणं! ती तशीही त्रासलेली होती की, या पर्वतापासून सुटका कशी होणार? ती म्हणाली, 'हे तर खूप छान आहे. श्रद्धेने पर्वत हलवता येईल!' परमात्म्याला सांगितलं, श्रद्धा, भावनेने हलेल. ती धावत घरी आली. खिडकी बंद करून बसली. म्हणाली, 'हे प्रभू, श्रद्धेने सांगते, हा पर्वत हलव!' मग दोन-तीन मिनिटं बसून राहिली. मग खिडकी उघडून बघितलं, हलला की नाही? पर्वत जिथल्या तिथे होता. ती म्हणाली, 'धत् तेरे की! मला आधीपासूनच माहीत होतं, काही पर्वत हलत नाही!' पण जर आधीपासूनच माहीत होतं की, पर्वत हलणार नाहीये. तर मग श्रद्धा कशी काय? श्रद्धेने पर्वत हलतात, पण श्रद्धेत संदेह नसतो. जर पर्वत हलला नाही तर समजून जा, श्रद्धा नाही आणि

खरं तर असं आहे, श्रद्धा पूर्णत्वाने असेल तर तुम्ही पर्वत हलवू इच्छिणारही नाही कारण श्रद्धेची परीक्षा घेण्याचा अर्थच असा होतो की, संदेह आहे. पर्वत हलवू का इच्छिता? जिथे परमात्म्याने तो बनवला, योग्य जागीच बनवला असणार. तुम्ही का हलवू इच्छिता? पर्वताची गोष्टच वेगळी, तुम्ही साधा कणही हलवू शकत नाही. जिथे त्याने बनवलं, तसं त्याने बनवलं, तसंच योग्य. मी त्याच्यापेक्षा बुद्धिवान थोडी ना आहे. तर श्रद्धा पर्वत हलवू शकते पण एक कणही हलवू इच्छिणार नाही आणि अश्रद्धेने कणही हलू शकत नाही आणि ती पर्वतही हलवू इच्छिते. अश्रद्धा श्रद्धेचं रूप घेते.

हे लक्षात ठेवा, आळस – असहायतेचं रूप घेत नाही ना, नाहीतर धोका होईल. म्हणून खूप सांभाळून चालायला हवं, करण्यावर विश्वास असेल तर करा. उपाय खूप आहेत – प्राणायाम, आसन, मान जपणं, मंदिरात जाणं, उपास, व्रत, हजारो प्रकार... प्रकारच प्रकार... करा.

पण जर असहाय अवस्था जाणवायला लागली असेल, तर विचारू नका की काय करू? आता असहाय होऊन जा. करण्यासारखं काही राहिलं नाही, करणाराही राहिला नाही. क्रांती होते अशा अवस्थेत. अपूर्व दशा! आळशीपणाची नाही. कर्तव्यपराङ्मुख नाही. अहंकार-शून्यतेची. तेव्हा असा काळ – अशी वेळ येऊ शकते –

तू ऐसे जी कि जमाना बइख्तयारे तमाम
तेरी गरीबी तेरी बेबसी पे नाज करे।

या गरिबीत, याच असहाय – लाचारीत परमात्मा मिळू शकतो. तुमचं जीवन अपूर्वरूप प्रसादाने भरून जाऊ शकतं. तुमच्या जीवनात उत्सव, फुलं फुलू शकतात, गीतं उमटू शकतात. तुम्हीही एक दिवस पायात घुंगरू बांधून, मीरासारखं नाचू शकता; पण लक्षात असू दे, तुमच्या आत परमात्माच नाचेल, पाय तुमचे असतील, नाचत परमात्मा असेल!

दुसरा प्रश्न : *काहीही प्रश्न नाहीये. ही निव्वळ एक प्रार्थना आहे. मन्सूर आणि सरमदच्या कथा जुन्या झाल्या आहेत. अहो, रजनीश! माझ्यासाठी एका नव्या किस्साची निर्मिती कराल. माझी प्रार्थना ऐकली जाईल?*

* दिनेश, या जगात नवं काहीही नाही. सूर्याच्या पायथ्याशी नवं काहीच नाही. जे तुम्हाला नवं वाटतं, त्याचा अर्थ एवढाच की इतिहासाची तुम्हाला माहिती नाही. जे तुम्हाला नव्यासारखं वाटतं, ते एवढ्याचसाठी! कारण भूतकाळात जे वारंवार घडलं, त्याची आठवण आता नाही, बोध नाही. या जगात नवं काहीही

नाहीये म्हणून तुम्ही अशा निर्णयावर येऊ नका, की सर्व जुनं आहे, कारण जर नवीन काही असू शकत नाही तर जुनं कसं काय असणार? नवं असेल तर जुनं होऊ शकतं. जे आज नवं आहे, ते उद्या जुनं होणार; पण जर नवं काहीही कधीही असत नाही तर जुनंही होऊ शकत नाही. नवं जुनं एकाच नाण्याच्या दोन बाजू आहेत.

तर आधी मी तुम्हाला हे सांगू इच्छितो की, या जगात नवं काही नाही. जे होतंय, नेहमी होत आलेलं आहे. जे होतंय, हजारोवेळा झालेलं आहे. जे होतंय, ते अनंत वेळा होऊन गेलंय आणि अनंत वेळा होणार – होत राहणार.

आणि दुसरी गोष्ट सांगू इच्छितो, तुम्ही असा समज करून घेऊ नका की जगात सर्व जुनं आहे. जुनं होऊच कसं शकतं? नवं नाही म्हणून जुनं नाही. म्हातारं व्हायचं असेल, तर आधी तरुण असणं आवश्यक आहे. तारुण्याशिवाय म्हातारपण असू शकत नाही. ज्या दिवशी तारुण्य नसेल, त्या दिवशी म्हातारपणही नसेल.

तुम्ही गेल्यावर्षी एका गाडीची खरेदी केली होती. ती आता जुनी झाली, कारण गेल्या वर्षी नवी होती. नवी नसती तर जुनी झाली नसती.

नवं-जुनं एकमेकांना जोडलेलं आहे. विरोधात नाहीये – शत्रू नाहीयेत, मित्र आहेत. प्रणयसूत्रात बांधलेले आहेत. जणू सप्तपदी चाललेत पती-पत्नी! वेगळे होऊ शकतच नाहीत. ना या जगात काही नवं आहे, ना जुनं. मग काय आहे? सर्व शाश्वत आहे. सनातन आहे. पुरातन नव्हे – सनातन! असंच आहे. जेव्हा तुम्ही बघाल, तुम्हाला नवं वाटेल.

असं समजा – जेव्हा कुणी पहिल्यांदा प्रेमात पडतो, तेव्हा विचार करतो, 'वा! असं प्रेम या जगात आधी कुणी केलं नसेल. सर्व तरुणांना असंच वाटतं की, असं प्रेम कधी घडलं नाही. सर्व प्रेमं फिकी पडली. अगदी दोन पैशांची!' अब्ज, करोडो लोक पृथ्वीवर राहतात, प्रत्येकाला हाच भ्रम झालाय – होतो. सगळे तरुण होते आणि सगळ्यांनी प्रेम केलंय आणि सर्वांनी प्रेम केलं तेव्हा असाच विचार केला, की जे मला होतंय, असं कुणालाही झालेलं नाही.

माझ्याकडे रोज लोक येतात. म्हणतात, 'हे प्रेम काही वेगळंच आहे. असं तर कधी झालंच नव्हतं. असं अजून कुणाला झालं नाही.'

लोक मला म्हणतात, कसं माझं हृदय तुम्हाला सांगू? ही अगदी अपूर्व अशी गोष्ट घडत आहे आणि मी त्यांचा त्रास समजू शकतो. त्यांना दुसऱ्यांच्या प्रेमाचा अनुभव नाही, पत्ताच नाही कारण दुसऱ्याच्या हृदयात प्रवेश करता येत नाही.

असं समजा की, तुमच्या बागेतल्या गुलाबाच्या झाडावर आज गुलाब फुलला आहे. हा फुललेला गुलाब जर असा विचार करतो, असं कधीही झालेलं नाही, तर योग्यच विचार करतोय, कारण भूतकाळातल्या फुलांना तो कधी भेटलेलाच नाही.

जेव्हा ती फुलं होती, तेव्हा हा नव्हता. ती गेली आणि याचं आगमन झालं आणि भविष्यातल्या फुलांशीही याची भेट होणार नाही.

पण झाडाला तर विचारा, ज्यावर न जाणो किती फुलं फुलली आणि न जाणो किती फुलं पडली! त्या झाडाला विचारा! हे नवं फूल जे आत्ताच पहाटे-पहाटे उमललं आहे, दवबिंदूंपेक्षा ताजं, पहाटेच्या सूर्यकिरणात ताठ मानेनं, पक्ष्यांचं गाणं ऐकत – आणि याचा असा समज होतो आहे की, माझ्यासारखी घटना आधी कधीही घडलेली नाही! असं सौंदर्य, अशी लाली, असं ताजेपण, टवटवी कधी घडली? कधीही नाही! तर हेही चुकीचं नाही. कारण या अगोदरच्या फुलांचा पत्ता कुठे आहे? आणि पुढेही फुलं फुलतील, त्यांचा पत्ता कसा असणार? याच्याजवळ ज्या कळ्या आहेत, त्याही उद्या फुलं बनतील पण हे आत्ता कळणार कसं? आणि खाली ज्या कालच्या फुलांच्या पाकळ्या पडल्या आहेत, ते कधीतरी फूल होतं, हेही कसं समजणार?

तुमची अशीच अवस्था झाली आहे दिनेश!

जीवन वर्तुळाकार आहे. पाऊस येतो, उन्हाळा येतो, हिवाळा येतो, चक्र फिरत राहतं. पुन्हा पाऊस येतो, पुन्हा तेच होतं, पुन्हा तेच होतं! सकाळ होते, सूर्योदय होतो, संध्याकाळ होते, सूर्य मावळतो. पुन्हा सकाळ! दिवस उगवतो, दिवस मावळतो, रात्र होते! असंच होत राहतं. हे शाश्वत चक्र आहे म्हणून आम्ही याला संसार म्हणतो.

संसार शब्दाचा अर्थ आहे – चक्र! जे फिरत राहतं – व्हील – जे घुमत राहतं.

पण आमचं आयुष्य छोटंसं आहे. सत्तर वर्षांच्या आयुष्यात आम्ही थोडंफार जाणू शकतो. आमचा बोध संकीर्ण! आमच्या अगोदरही माणसं होती. त्यांनीही अशीच अपेक्षा ठेवली. तेही असंच जगले. हे आम्हाला माहीत नाही.

तुम्ही जेव्हा एखाद्या 'पदा'करता धावता तेव्हा तुम्ही विचार करता की तुम्ही नवे आहात धावणारे! तर मग नेपोलियन, सिकंदर, तैमुर आणि चंगीज तुम्हाला आठवत नाहीयेत.

जेव्हा तुम्हाला अगदी प्रथम समाधी लागली असेल, तेव्हाही असंच वाटलं असेल की असं तर आधी कुणालाच झालं नसणार. तर मग बुद्ध आणि महावीर, मीरा आणि चैतन्य आणि कबीर...? जेव्हा परमात्म्याशी तुमचं प्रथम मिलन होईल, तेव्हाही असंच वाटेल की, असं तर कधी झालंच नाही. तुम्हाला असं कधीच झालं नाही, हे खरं! तुम्हाला नव्याने होत आहे, पण अशी घटना या जगात नवी नाही, हे शाश्वत आहे.

मनुष्याचं मन नव्यासाठी फार आतुरलेलं असतं. मनुष्य मन उत्तेजना शोधत असतं. नाविन्यात उत्तेजना असते. मनुष्यमन कायमच नाविन्याच्या शोधात असतं.

तुम्ही आज जे अन्नग्रहण केलंत, तेच उद्याही करण्यास मन तयार नसतं. अगदी, आज जरी ते अन्न सकस, चविष्ट, स्वादिष्ट वाटून तुम्ही भले त्याची प्रशंसा केली असलीत, तरीही!

मुल्ला नसरुद्दीनची पत्नी मला सांगत होती, की काय माहीत माझ्या नवऱ्याला काय झालंय? त्याचं डोकं ठिकाणावर नाहीये. ते तुमच्याकडे येतात, त्यांना समजावा जरा!

मी विचारलं, 'भानगड काय आहे? असा का विचार करतेस?'

ती म्हणाली, 'सोमवारी भेंडीची भाजी बनवली. खूप कौतुक केलं, म्हणून मंगळवारी बनवली, तर काही बोलले नाहीत. बुधवारी बनवली तर अगदी कसंबसं जेवले. गुरुवारी बनवली तर कसंतरीच करू लागले. शुक्रवारीही बनवली, ताट फेकून दिलं. त्यांचं डोकं ठीक आहे की नाही? आधी तेच म्हणाले होते, किती चविष्ट भाजी केली आहेस!'

आता भेंडी किती दिवस खाऊ शकणार? मनाला नवं काहीतरी हवं. मन म्हणतं, 'काही नवं हवं!' म्हणून तर पतीला पत्नीतलं सौंदर्य दिसत नाही. पत्नीला पतीमध्ये रस वाटत नाही. मन म्हणतं, काही नवं हवं! जुनं घर असेल, नवं हवं. जुनी गाडी, नवी हवी. जुने कपडे नवे हवेत.

मन म्हणतं, नवं हवं! या नव्याच्या हव्यासापोटी मन तुम्हाला भटकवतं. नव्याच्या शोधात तुम्ही संसारयात्रा करत राहता. जो हे समजून घेता की नवं काहीही नाहीये आणि जुनंही काहीही नाहीये त्याची संसाराची यात्रा समाप्त होते. हे सत्य खोलवर जाणून घेणं आवश्यक आहे.

तुम्ही विचारता, 'मन्सूर आणि सरमदच्या गोष्टी जुन्या झाल्या.' नाही होऊ शकत जुन्या, कारण त्या नवीन कधी नव्हत्याच! मग जुन्या कशा होतील? मन्सूर काही पहिलाच गृहस्थ नव्हता, ज्याने 'अनलहक' म्हणजे मी परमेश्वर असल्याची घोषणा केली. मग उपनिषदांच्या ऋषींचं काय! ज्यांनी म्हटलं, 'अहं ब्रह्माणि!' मी ब्रह्म आहे! मन्सूरनेही तेच तर म्हटलं, 'अनलहक!' 'मी सत्य आहे, मी ब्रह्म आहे, मी परमात्मा आहे.' मन्सूरला फक्त सुळावर चढवलं गेलं का? मग जीझसचं काय? सुकरातचं काय? सरमदचंच फक्त मुंडकं उडवलं गेलं! नाही अजून असे बरेच होऊन गेले.

सरमद आणि मन्सूरच्या गोष्टी कधी नव्या नव्हत्याच, मग जुन्या कशा काय होणार? घटना एकच आहे. प्रसंग, गोष्टी एकच आहे, फक्त व्यक्ती बदलत जातात. खेळ तोच आहे. कधी बुद्ध खेळ खेळतात तर कधी महावीर, पतंजली, मोहम्मद, कधी झरतुष्ट्र! खेळ तोच आहे; पण व्यक्तींच्या संगतीने भाषा मात्र जरूर बदलते, रंग-ढंग बदलतात; पण या तर वरवरच्या गोष्टी आहेत, आतली मुख्य

गोष्ट, गुपित मात्र तेच आहे, एकच आहे.

कोण सुळी गेलं, कुणी विष प्राशन केलं, कुणाचं मुंडकं उडवलं गेलं, शिरच्छेद! पण गोष्ट तीच. गेल्या वर्षी जी फुलं फुलली होती, ती परत फुलतील, जरूर त्यांचा देह बदलेल, पण आत्मा तोच असेल. नव्याची आकांक्षा खिन्नतेकडे घेऊन जाईल, कारण नवं मिळालं रे मिळालं, की जुनं व्हायला प्रारंभ होतो.

बायरन, इंग्रजी भाषेतला मोठा कवी! असं म्हणतात की त्याने शेकडो स्त्रियांवर प्रेम केलं. तो एक-दोन दिवसात एका स्त्रीला कंटाळत असे. तो सुंदर, प्रतिष्ठित, महाकवी होता. त्याच्या व्यक्तिमत्त्वात जणू चुंबकत्व होतं. स्त्रिया खेचल्या जायच्या. हे माहीत असूनही ही दोन-चार दिवसातच दुधातून जशी माशी काढून फेकली जावी, तशी अवस्था होणार; पण ते दोन-चार दिवस बायरन बरोबर राहण्याचं सौभाग्य कुणी सोडू इच्छित नव्हतं. असं म्हणतात, की लोक इतके बायरनला घाबरायचे, की तो ज्या रेस्टॉरंटमध्ये जायचा, पती आपल्या पत्नीचा हात धरून दुसऱ्या दाराने निघून जायचा. सभा-संमेलनात जिथे बायरन असेल, तिथे पती आपल्या पत्नीला नेत नसे. होती काही खास गोष्ट त्या माणसात! गुरुत्वाकर्षण होतं जणू! पण एक स्त्री त्याच्याकडे झुकली नाही. जितकी झुकली नाही, तितका बायरन तिला झुकवण्याचा प्रयत्न करत राहिला; पण तिने अट घातली की जोपर्यंत विवाह करत नाही, तोपर्यंत माझा साधा स्पर्शही मिळणार नाही.

स्त्री सुंदर होती आणि अशी अट या अगोदर कुठल्याही स्त्रीने कधी घातलीही नव्हती. स्त्रिया वेड्या होत्या त्याच्यासाठी! त्याचा एक इशारा पुरेसा होता. आणि ही स्त्री सुंदर होती आणि जिद्द धरून होती. सुंदर कदाचित नसेलही पण तिच्या जिद्दीने तिला सुंदर बनवलं होतं, कारण जे आपण मिळवू इच्छितो ते जितकं दुर्दम्य, तितकं त्याचं आकर्षण वाढतं. एव्हरेस्ट सर करण्यात खास काही मजा नाहीये, पुण्याच्या पर्वतीवर चढलो तरीही चालेल; पण एव्हरेस्ट दुर्गम आहे, कठीण आहे. कठीण आहे, हीच गोष्ट आव्हान देणारी आहे.

एडमंड हिलरी जेव्हा पहिल्यांदा एव्हरेस्ट चढला आणि परतून आला, तेव्हा त्याला विचारण्यात आलं, शेवटी काय कारण होतं? का तुम्हाला एव्हरेस्ट चढायचं होतं? तर त्यांनी सांगितलं, काय कारण? कारण एकच की एव्हरेस्टवर आत्तापर्यंत कुणीही चढलं नव्हतं, हे आव्हानच पुरेसं होतं. हा मनुष्याच्या अहंकाराला एक मोठा घाव होता. एव्हरेस्टवर चढायचंच होतं. चढावं लागणारच होतं. जरी तिथे मिळण्यासारखं काहीही नव्हतं.

ती बाई बायरनसाठी 'एव्हरेस्टसारखी' झाली ! बायरन वेडा झाला. बायका त्याच्यासाठी वेड्या होत्या आणि बायरन या बाईसाठी वेडा झाला. शेवटी त्याला

झुकावं लागलं. लग्नासाठी मान्यता द्यावी लागली. ज्या दिवशी लग्न करून तो चर्चच्या पायऱ्या उतरत होता, अजून त्याच्या सन्मानासाठी पेटवलेल्या मेणबत्त्या विझल्याही नव्हत्या, अजून पाहुणे जात होते, चर्चची बेल अजून वाजत होती. तो त्या स्त्रीचा हात धरून पायऱ्या अजून उतरत होता आणि अचानक थांबला. एका स्त्रीला त्याच्या वाटेवरून जाताना बघितलं.

बायरन तसा प्रामाणिक मनुष्य होता. त्याने आपल्या पत्नीला सांगितलं, 'ऐक! तुला दु:ख तर होईल; पण सत्य परिस्थिती मला तुला सांगायला हवी. कालपर्यंत मी वेडा होतो; पण आज जसा तुझा हात माझ्या हातात आला आणि आपला विवाह झाला, माझा तुझ्यातला रस निघून गेला. तू जुनी झालीस. अजून तसं नातंही प्रस्थापित झालं नाहीये; पण तरीही तू जुनी झालीस आणि ती स्त्री जी आत्ता समोरून गेली, एक क्षणभर मी तिच्यासाठी मंत्रमुग्ध झालो. मी तुला साफ विसरलो की तू माझ्याबरोबर आहेस. मला तुझी आठवणच राहिली नाही. हे मी तुला सांगू इच्छितो. माझा रस संपला, कारण तू माझ्या हातात आहेस.'

तुम्ही कदाचित इतके प्रामाणिक नसालही; पण तुम्ही विचार केला आहेत? जी गोष्ट मिळवण्यासाठी तुम्ही जंग-जंग पछाडलंत... एक गाडी विकत घ्यायची होती, वर्षो न् वर्षं पैसा मिळवलात, श्रम घेतलेत आणि ज्या दिवशी गाडी विकत घेऊन स्वत:च्या घराच्या दाराशी पार्क केलीत, गोल फिरून बघितलीत आणि मग शांत बसलात. हो – मिळवलं! आता? आता करण्यासारखं काय आहे? कधी इच्छा झाली, गाडीत बसून फिरून आलात; पण गाडी त्या क्षणापासून जुनी होऊ लागली, ज्या क्षणी तुम्ही ती घेऊन आलात आणि मग रोज जुनी व्हायला लागली आणि रोज तुमचा तिच्यातला रस कमी होऊ लागला. याच गाडीसाठी तुम्ही किती रात्र झोपला नाहीत, स्वप्न बघत राहिलात – आता गाडी समोर आहे आणि तिची आठवण येत नाही. हीच तुमच्या संपूर्ण जीवनाची कहाणी आहे.

मन नेहमी नवं मागतं आणि ते नवं मिळताक्षणी जुनं होतं आणि मन पुन्हा विषादाने भरून येतं. जो नवं मागेल तो वारंवार दु:खी होईल. शाश्वताचा शोध घ्या, जो नवाही नाही आणि जुनाही नाही. जो कायम एकसारखा आहे, एकरस आहे. त्या एकरसाचं नावच 'परमात्मा.'

परमात्मा नवीन आहे, असं म्हणाल? की परमात्मा जुना आहे, असं म्हणाल? दोन्ही गोष्टी चुकीच्या आहेत. परमात्मा या दोन्हीच्या पलीकडे आहे.

तुम्ही विचारता, 'मन्सूर आणि सरमदच्या गोष्टी जुन्या झाल्या,' नाही झाल्या. कारण त्या कधी नव्या नव्हत्याच. त्या शाश्वत गोष्टी आहेत. ते पुराण आहे. हाच फरक आहे, गोष्टी आणि पुराण यांच्यात! ज्या कथा, वर्तमानपत्रं, मासिकांतून छापल्या जातात, त्या छापल्या गेल्या की जुन्या होतात. राम-कथा जुनी होत नाही.

कृष्ण-लीला जुनी होत नाही. का? कारण त्यात शाश्वततेची झलक आहे. तुम्ही जरा विचार करा, इतक्या वेळा तुम्ही एखादा चित्रपट बघू शकता? वेडे व्हाल. कितीही चांगला चित्रपट असू देत, दुसऱ्यांदा बघताना तेवढा रस राहत नाही; पण रामलीला किती वेळा बघितली. दर वर्षी होते; पण त्यात काहीतरी खास आहे. अपूर्व आहे. काही विस्मयकारक, मंत्रमुग्ध असं!

तुम्हाला संपूर्ण कथा माहीत आहे. तुम्हाला सर्व संवादही माहीत आहेत की, आता रामचंद्रजी काय म्हणणार, सीताहरण होईल, सर्व जाणता! नवं तर कधी तरी होतं रामलीलात!

असं एका गावात झालं होतं. जो मनुष्य रावण बनला होता आणि जी स्त्री सीता झाली होती, तो खरोखरच त्या स्त्रीच्या प्रेमात पडला होता. मोठा गोंधळ झाला. जेव्हा धनुष्य-बाण तोडण्याची वेळ आली आणि बातमी आली की, लंकेला आग लागली. तेव्हा तो म्हणाला, 'लागू देत. आज तर सीतेला घेऊनच जाणार!'

आता हा तर मोठा प्रश्न उभा राहिला. सगळे आश्चर्यचकित झाले. लोकं जी पेंगुळलेली होती, तीही जागी झाली की रामलीलात असं तर कधी घडलं नाही! हे तर काही नवीनच होत आहे. लंकेला आग लागली, तर बिचारा लंका वाचवण्यासाठी पळतो आणि यातच श्रीराम सीतेला घेऊन जातात आणि मग सर्व कहाणी सुरू होते. हा तर कहाणीच बदलतोय. म्हणतोय, 'सीतेला घेऊनच जाईन!' आणि हा गावातला सर्वांत कणखर असा मनुष्य होता म्हणूनच तर त्याला 'रावण' बनवलं होतं. आणि रामचंद्र म्हणजे एक लहानसा मुलगा होता. त्याने याला एक जरी थप्पड मारली असती तर ते पुन्हा रंगमंचावर कधी आलेच नसते. लक्ष्मण सुद्धा घाबरट. जनक महाराज घाबरले, कारण हा मनुष्य धोकादायक होता. सीताही घाबरली कारण जर खरंच घेऊन जाऊ इच्छित असेल, तर जाईलही घेऊन! रामलीला तर संपलीच; पण दुसरंच काम सुरू झालं.

आणि त्याला तर कसलंच भान नव्हतं. सरळ धनुष्य-बाण उचलला, त्याचे चार तुकडे केले आणि प्रेक्षकांच्या दिशेने भिरकावले. झालं, संपलं! धनुष्य-बाण तोडायचा होता, तो तोडला. तो सीतेला घेऊन जायची तयारी करू लागला आणि रामचंद्र लहानसं तोंड करून बसले.

तो जनक तर म्हातारा माणूस होता आणि अनेक वेळा जनक राजाचं काम त्याने केलं होतं. त्याला जरा सद्बुद्धी झाली. तो म्हणाला, काहीतरी करावं लागेल नाहीतर हे सर्व संपून जाईल. जग हसेल आणि शिवाय ही रामलीला अजून दहा-बारा दिवस चालवायची आहे, ती कशी काय चालणार? तर तो जोरात ओरडला, 'मृत्यो, हे तर तू माझ्या मुलांच्या खेळण्यातलं धनुष्य. बाण घेऊन आलास, शंकराचं धनुष्य बाण आण.' पडदा पाडला. कसं तरी रावणाला समजावून बाहेर

काढलं. दुसऱ्या माणसाला लगबगीने रावणाचे कपडे, मेकअप करून रावण बनवलं. कारण त्याने कदाचित पुन्हा गडबड केली असती. मग रामलीला रंगली.

कधी तरी असं होतं. पण नेहमी रामलीला जशीच्या तशीच असते. असंच अजून एका दुसऱ्या गावी झालं. जेव्हा रावणाला हरवून राम पुष्पक विमानात बसायला जात होते, तर कुणीतरी दोर आधीच खेचला आणि पुष्पक विमान उडालं. तर लक्ष्मणाने विचारलं, 'दादा, तुमच्याजवळ तर टाइमटेबल असेल तर बघा की, पुष्पक विमान कधी येईल...' मुलंच होती. तर त्या मुलांनी विचार केला की विमान तर गेलं, आता टाइमटेबल बघावं.

कधीकधी असं होतं.

असंच अजून एकदा झालं. हनुमान डोंगर घेऊन आला आणि दोरीवरून चालतच होता. दोरी गुंतली आणि हनुमान लोंबकळत राहिला. तो माणूस जो ती दोरी धरून होता, त्याला काही सुचेना. लोक हसायला लागले, राम बघतच राहिले, लक्ष्मण मरत राहिला आणि हनुमान लोंबकळत राहिला. ना तो उतरला, ना तो पाला मिळाला – दोर धरलेल्याला काही सुचेना. तर त्याने दोर कापून टाकला. तुम्ही विचार करू शकता, काय झालं असेल... हनुमान धाडकन पडला. डोंगर त्याच्यावर पडला. रामचंद्र... जे काही शिकले होते. त्याप्रमाणे त्यांनी विचारलं, 'हनुमाना, पाला घेऊन आलास?'

हनुमान म्हणाला, 'ऐशी की तैशी त्या पाल्याची! अगोदर सांग की दोर कुणी कापला?'

पण हे क्वचित होतं. नाहीतर रामलीला तीच आहे. तरीही लोक दरवर्षी बघतात. रामलीला कुठली कहाणी नाहीये – पुराण आहे. त्यात काही शाश्वत आहे. कथेचं जे वरचं आवरण आहे, तेच सर्व काही नाहीये. आत आत्मा आहे. हा कुठला चित्रपट नाहीये. चित्रपटात आत्मा नसतो, नुसता देह असतो. एकदा बघितला, मामला संपला. रामलीलात इतका अर्थ आहे, जितका तुम्ही शोधाल! कृष्णलीलात तर इतका अर्थ आहे, जितकी तुमची समज! तुमची समज जितकी वाढत जाईल – नवनवीन अर्थ प्रकट होतील, नवी नवी फुलं – नवा नवा सुगंध दरवळेल!

पुराणाचा अर्थ असतो – अशी कहाणी, जी शब्दातीत आहे. जी शब्दात आहे, परंतु वस्तुत: शब्दांच्या पलीकडे आहे.

तुम्ही म्हणता 'मन्सूर आणि सरमदच्या कहाण्या जुन्या झाल्या.' नाही झाल्या, होणारही नाहीत. नव्या नव्हत्याच तर जुन्या कशा होणार?

'ओ, रजनीश माझ्यासाठी नवी कहाणी निर्माण करा!'

ही नव्याची आकांक्षा नरक प्रवास घडवते. नव्याची आकांक्षा दुःखात नेते. नव्याच्या आकांक्षेचं नाव संसार आहे. नवं जरी मिळालं तरी किती काळ नवं राहील,

हे सांगा. मिळालं की जुनं व्हायला सुरुवात होते. हातात आलं रे आलं की जुनं होतं. अर्धा तास लोटला की अर्ध्या तासाने जुनं झालं आणि काळ तर सरतच जातो.

तर मग नव्यामुळे सुख कसं काय मिळणार? जोपर्यंत नवं मिळत नाही तोपर्यंत दु:ख राहतं की अजून मिळालं नाही आणि जेव्हा मिळतं तर जुनं होतं म्हणून दु:ख होतं. मिळालं तरी दु:ख, नाही मिळालं तरी दु:ख! नव्याशी दु:खाचं नातं आहे.

शाश्वतचा शोध घ्या. शाश्वत मध्ये ना दु:ख आहे, ना सुख. शाश्वतमध्ये आनंद आहे आणि हे जे नव्याचं कुतूहल असतं, ते समजून घ्या. त्याने काय होणार? हे असंच आहे, जशी खाज सुटते. खाजवायला चांगलं वाटतं; पण त्याने काहीच लाभ होत नाही, नुकसानच होतं. रक्तबंबाळ व्हाल आणि मग पस्तावाल!

नव्याचा शोध या खाजेसारखा आहे. हे जाणवलं, की मग तुम्ही काहीही नवं शोधणार नाही, मग काहीही जुनं होणार नाही. तुम्ही जीवनात एक नवा मार्ग शोधलात, एक नवं जीवन!

याचा अर्थ? तुम्ही काळाच्या बाहेर गेलात. तुमचा कालातीताशी संबंध जोडला गेला. हेच पुराण आहे. त्याला काळाच्या प्रवाहात प्रकट केलं आहे. या सर्व कहाण्यांचं सार कशात आहे? इतकंच की, सत्य जेव्हा केव्हा येईल, लोक इतके खोटे झाले आहेत, की सत्याला फासावर लटकवतील. सत्य जेव्हा प्रकट होईल, लोक नाराज होतील. लोक शत्रुत्व घेतील कारण लोक खोटेपणातच जगत आहेत, खोटेपणातच वाढत आहेत. खोटेपणा हेच लोकांचं आयुष्य आहे. फ्रेडरिक नील्शेने सांगितलं आहे, की लोक खोट्याशिवाय जगू शकत नाहीत. त्यांनी हेही सांगितलं आहे, की लोकांपासून खोटेपणा हिरावून घेऊ नका. त्याला सुंदर खोटं द्या, म्हणजे तो आनंदात राहील, तुमची पूजा करेल. जर तुम्ही त्याचा खोटेपणा हिरावून घेऊन त्याला कडू सत्य सांगितलंत तर तो तुमची मान कापायलाही कमी करणार नाही. जीझसला उगीचच मारलं का? सरमदला उगीचचं मारलं! त्यांनी सत्य सांगितलं, जसं होतं तसं सांगितलं. जसं आहे, तसं सांगितलंत तर हजारो लोकांचा रोष ओढवून घ्याल, कारण त्यांचं पितळ उघडं पडेल. जगात कुणीही स्वत:चं खोटं बघू इच्छित नाही.

काल एका मित्राने विचारलं होतं की, संन्यास घ्यायचा दृढ निश्चय करून आलो; पण इथे तुमच्या सहवासात राहिलो तर संन्यास घेण्याची भावना लुप्त झाली. तर काल जेव्हा मी असं सांगितलं, की स्वत:ला फसवू नका. मन बेईमान आहे, तर त्यांनी आज लिहून पाठवलंय की ऐकताना असं वाटलं तुम्ही बरोबर सांगत आहात. मन बेईमान आहे, राक्षस आहे याचं ऐकणं योग्य नाही, पण इथून जेव्हा बाहेर पडलो, तेव्हा हळूहळू तुमचा प्रभाव कमी होत गेला. तर मला वाटलं

तुम्ही धोकेबाज तर नाही! फ्रॉड! जादूटोणा तर करत नाही आहात ना? मला तुमच्या जाळ्यात फसवून संन्यास घेण्यासाठी जबरदस्ती करत आहात!

आता ते विचारतात, 'भगवान तुम्हीच सांगा, मी काय करू?'

मी तुम्हाला जे काही सांगेन, तुमचं मन त्यातही काही वेगळा अर्थ काढेल! खरं तर असं आहे, तुमची अशी इच्छा आहे, मी तुम्हाला सांगू, 'काय असं ठेवलंय संन्यासात? तुम्ही तर संन्यासी आहातच. तुम्ही परम संन्यासी आहात. आतून तुम्ही संन्यासी झाला आहातच, बाहेरच्या कपड्यात काय ठेवलंय?' मग तुम्ही प्रसन्न व्हाल. तुम्ही म्हणाल, 'हा मनुष्य, खरोखरच ईश्वराला मिळाला!' मग तुम्ही आनंदात तुमच्या घरी जाल. कारण मी तुम्हाला हवं तसं बोललो. तुमच्या मनातलं बोललो, म्हणून तुम्ही आनंदी झालात.

लोक मला काही विचारायला येतात आणि ते अपेक्षा ठेवतात, मी त्यांच्या मनासारखं बोलू. जर त्यांच्या मनातलं – मनासारखं बोलू तर अगदी ठीक, एकदम माझ्या पायाशी लोटांगणच घालतील, म्हणतील तुम्ही अगदी सत्य सांगितलंत. मी हे जाणतो, त्यांच्या मनासारखं सांगतोय, म्हणून ते सत्य! जर त्यांच्या मनासारखं सांगत नाही, प्रतिकूल मत देतोय, तर ते अगदी उदास होतील, नाराज होतील.

तुम्ही स्वतःच्या खोटेपणाला आधार शोधत आहात. तुम्ही खोटेपणापासून सुटका करून घेऊ इच्छित नाही. खोटं हेच सत्य आहे, असं कुणी तुम्हाला सांगावं, समजावावं, तर ती व्यक्ती तुमच्या मर्जीतली होते. म्हणूनच तर तुम्ही पंडीत, पुरोहितांकडे जाता, कारण त्यांचा सत्याशी काहीही संबंध नाहीये. तुमचं जे असत्य आहे, ते त्याला प्रमाणित करतात. सरमदला तुम्ही क्षमा करू शकत नाही. मन्सूरला तुम्ही क्षमा कसे करणार? ते तुमच्या असत्याला आधार देत नाहीत. ते तर प्रखर प्रकाश पाडतात, त्यामुळे तुम्हाला तुमच्यातली असत्यता दिसू लागते. तुमच्या चेहेऱ्यावरचा मुखवटा उखडून पडतो. तुम्हाला दिसतं की हा तुमचा चेहरा नाही; पण तुमचा हा मुखवटा भर रस्त्यात कुणी उखडतो, लोकांसमोर पाडतो. तुमच्या खोटेपणाला, खोटं सिद्ध करतो, तुम्ही त्याला कसं क्षमा करणार?

ही शाश्वत कथा आहे. सत्याला क्षमा करता येत नाही. सत्याला सुळावर चढवलं जातं. वेगवेगळ्या पद्धतीने, पण सुळावर दिलं जातं. लोक खोटे आहेत आणि अशांचीच गर्दी आहे. ते नाराज होतात. ही कथा, कहाणी नाहीये. ही जीवनाची प्रक्रिया आहे आणि जेव्हा जेव्हा सत्य सामोरं येईल, लोक नाराज होतील. वेगवेगळ्या स्तरांवर ही नाराजी प्रकट होईल. मूर्ख आहेत, खोटेपणातून बाहेर पडू लागतील. पण ही गोष्ट स्वीकारू शकत नाहीत. स्वीकारू लागलेच तर खोटेपणातून बाहेर पडू लागतील. मूर्खपणा कमी होत जाईल; पण स्वीकारू शकत नाहीत आणि जे कुणी ही जागृती आणायचा प्रयत्न करतील, त्याच्यावर नाराज होतील.

असं पूर्वीही झालं आहे, आजही होत आहे, पुढेही होईल. असा सौभाग्यदायी दिवस कधीही उगवणार नाही, की सत्याला सुळावर चढवलं जाणार नाही, सत्याचा तिरस्कार होणार नाही, सत्याला विषप्राशन करावं लागणार नाही. अशी आशा करूच शकत नाही, की असं कधी होईल. असं एवढ्याचसाठी होणार नाही, कारण ही जी गर्दी आहे, ती सत्याच्या बरोबरीने जगूच शकत नाही.

तुम्ही स्वत:तला खोटेपणा जाणून घ्यायचा प्रयत्न करा, तशी सुरुवात करा. किती प्रकारचं असत्य तुम्ही बोलला आहात! किती सारे असत्य तुम्ही सांभाळून ठेवले आहेत. त्या असत्यात तुम्ही सुरक्षितता बनवली आहेत. तुम्ही म्हणता, 'ही माझी पत्नी आहे, हा माझा पती आहे.' तुम्ही अगदी एकटे आहात. ना कुणी पत्नी आहे, ना कुणी पती! पण एकटेपणाच्या जाणीवेला भिता, म्हणून संबंध तयार केले आहेत. या संबंधांना नीट जोडण्यासाठी रीतिरिवाज तयार केलेत. सप्तपदी, मंत्र उच्चारले जातात. भटजी, शास्त्रवचन अद्‌भुत करतात. सनई-चौघडा वाजवला जातो, नातेवाईक-मित्रमंडळी गोळा होतात. हे सर्व एवढ्याचसाठी की तुमच्या मनावर एक पक्की रेषा उमटवली जावी की हा संबंध आता पक्का झाला. आता तुम्ही एकटे नाही आहात. कुणी तुमचा साथीदार आहे, जीवन-मरणाचा जोडीदार आहे.

कोण कुणाचा जीवन-मरणाचा साथीदार? ना कुणी जीवनातला साथीदार आहे, ना कुणी मरणातला! हा धोका आहे. पत्नी एकटी आहे, तिचीही इच्छा असते. कारण एकटेपणाची भीती वाटते, घाबरायला होतं, कुणी हवं तर हात धरता येईल. तुम्हीसुद्धा एकटे आहात. तुम्ही लाख म्हणाल की मी पुरुष आहे, काहीही फरक पडत नाही. पण एकटे असता, तर घाबरता. पत्नी जर जवळ असेल, तर मात्र अखडाल, पौरुषत्व गाजवाल!

कुणा पतीशी भांडू नका, जेव्हा त्याची पत्नी त्याच्याबरोबर असेल, कारण तिच्या सान्निध्यात तो एकदम शूर होतो. पत्नीला दाखवावं लागतं ना की तो किती शूर आहे! जर ती संगतीला नसेल तर तो शेपूट घालेल. हे असं एवढ्याचसाठी नाही, कारण पत्नीला असाच विश्वास दिला गेला आहे, की तिला बलवान व्यक्तीचा आधार मिळाला आहे. एका मोठ्या वृक्षाशी लताला बांधलं गेलं आहे! पत्नीसमोर बुद्दूहून बुद्दू पती एकदम बहादूर होतो.

पत्नी-पती दोघंही भ्रमात आहेत. भ्रमात आहेत, राहू इच्छितात कारण एकच. दोघं एकटे आहेत. जेव्हा दोन एकटे एकमेकांना भेटतात तेव्हा लक्षात घ्या एकटेपणा दुप्पट होतो, कमी होत नाही. कसा कमी होणार? जरा गणितच मांडा. दोन आजारी माणसं एका खोलीत असतील तर आजारपण दुप्पट होतं, कमी होत नाही. दोन उदास माणसं एकत्र आली तर उदासी दुप्पट होते. दोन चिंतातूर माणसं

एकत्र आली तर चिंता दुप्पट होते. दोन वेड्यांना एकत्र बसवा, वेडेपणा हजारो पटींनी दुप्पट होतो, नुसता दुप्पट नाही तर गुणनफळ होतो!

पण आम्ही स्वत:ला समजावत राहतो, की सर्व ठीक आहे; पण हे बरं नाही. काहीही ठीक नाहीये. तुम्ही कुणालाही विचारा, 'कसं चाललंय?' तुम्हाला उत्तर मिळेल, 'सर्व ठीक आहे!' मग पुन्हा जरा विचारा, 'खरंच? खरं सांगताय? की सर्व ठीक आहे?' पण आपण असं विचारत नाही, कारण ते चुकीचं, अशिष्ट असतं! का बिचाऱ्याला विचारायचं? कशाला उगीचच कुणाला दुखवायचं? तुम्हीही म्हणता, 'मी पण मजेत आहे!' तुम्हीही मजेत, ते ही मजेत!

कुणीही मजेत नाहीये. हे फक्त मुखवटे आहेत. ते घालून फिरत आहेत. याच मुखवट्यांना मन्सूरसारखा कुणी फेडून टाकतो आणि सांगतो की तुम्ही खोटे आहात. जराही ठीक नाही आहात. तुमचं आयुष्य नरक आहे. खरं सुख तुम्ही जाणलं नाहीत. एक गैरसमज आहे. दु:खच दु:ख आहे जे तुम्ही आणलंत! कुणी मन्सूर तुमच्या हृदयातली जखम, ठिणगी उघडी पाडतो. म्हणतो, 'जरा इथे लक्ष द्या. तुम्ही इथे आहात.'

तुम्ही नाराज होणार नाही, तर काय होणार? तुम्ही तुमचं हे दु:ख, हा त्रास कसा काय सहन करणार? तुम्ही कशी तरी तुमची जखम लपवली होतीत, मलमपट्टी केली होतीत, वरून फुलांचा गजरा घातला होतात. सर्व काही आलबेल आहे असं वाटत होतं. ही व्यक्ती आली आणि त्याने हा फुलांचा गजरा बाजूला सारला. मलमपट्टी निघाली. जखम वाहू लागली. दुर्गंधी! तुम्ही नाराज व्हाल – हे अगदी स्वाभाविक आहे.

ती लोकं नशीबवान आहेत, ज्यांचे मुखवटे गळून पडल्यावरही जे नाराज होत नाहीत. उलट धन्यवाद देतात. बुद्धिमान आहेत ते! कारण एकदा मुखवटा गळून पडला, की खऱ्या चेहऱ्याचा शोध सुरू होतो. एकदा का असत्याशी असलेलं नातं तुटलं, की सत्याशी नातं जोडायला सुरुवात होते. जोपर्यंत सत्याशी नातं जुळत नाही तोपर्यंत असत्याशीच नातं राहतं. सांत्वनाने काहीही होत नाही, सत्य हवं! खोट्या आशांनी काहीही हासील होत नाही. सत्याचा साधा, सरळ अनुभव हवा.

असं आधी झालंय, असं पुढेही होत राहील. नवं या पृथ्वीवर काहीही घडत नाही. जुनंही या पृथ्वीवर काहीही घडत नाही. सर्व शाश्वत आहे. हाच खेळ चालू आहे. ज्ञानी, अज्ञानींमध्ये हाच संघर्ष सुरू आहे. काहीही बदल दिसत नाही. जुन्यातली जुनी शास्त्रं जे काही सांगतात, तसंच्या तसं आज आहे, काहीही फरक पडलेला नाही.

सहा हजार वर्षांपूर्वी मनुष्याच्या कातडीवर लिहिली गेलेली एक सूचना चीनमध्ये मिळाली आहे. जे लिहिलं आहे, ते असं आहे, जे आजही सत्य आहे.

लिहिलं आहे की 'मुलं वडिलांचा आदर करत नाहीत. धर्म नष्ट झाला आहे. नीति नष्ट झाली आहे. अंधकार असं युग आलं आहे!' सहा सहस्त्र वर्षं! जेव्हा लिहिलं गेलेलं पण आज तुम्हीही असंच म्हणता. असं तुम्ही नेहमीच म्हणत आला आहात. काहीही फरक पडलेला नाही. जे आधी होतं, पूर्वी होतं, तसंच आजही आहे. जसं आज आहे, तसंच पुढेही असणार आहे.

पण हा एक शाश्वत खेळ चालू आहे. ज्ञानी येतात, चमत्कार आहे! महान अज्ञानातही कधी कधी ज्ञानी जन्मतात! या एवढ्या मोठ्या वाळवंटातही कधी कधी पाण्याचा झरा प्रकट होतो. हिरवळ पसरते, फुलं फुलतात, वृक्ष होतात, शीतल पवन वाहतो, वसंतही येतो; पण वाळवंट नाराज होतं. जोपर्यंत हे असं काहीही होत नसतं, तोपर्यंत वाळवंटाला कळत नाही, की ते वाळवंट आहे. बागेला, पाण्याला, झाडा-फुलांना बघून तुलना सुरू होते.

जीझस जेव्हा तुमच्याजवळ येऊन उभे राहतात तेव्हा तुम्हाला समजतं, की तुम्ही म्हणजे महाअंधकार आहात. तो जो ज्योतीर्मय पुरुष उभा आहे, त्याची ज्योत तुमचा अंधकार दाखवते. जे बुद्धिहीन आहेत, ते या ज्योतीला विझवण्यात गर्क होतात कारण त्यांना त्यांचा अंधकार बघायचा नसतो. अंधकार संपेल तर दिसणार नाही. दोघांचा उद्देश एकच आहे. समजून घ्या.

तो जो मनुष्य जीझसची ज्योत विझवू इच्छितो, त्याचा उद्देश एकच आहे. स्वत:चा अंधकार दिसता नये! पण तो चुकीचं काम करतो आहे. जीझसची ज्योत विझेलही; पण त्यामुळे त्याचा अंध:कार संपणार नाही, उलट अजून गहिरा होईल. कदाचित जीझसची काही किरणं त्याचा अंधकारक मी करतील. कदाचित जीझसच्या ज्वाळा, त्याने उधारही घेतल्या असत्या! आपल्या दिव्याला जवळ घेतलं असतं! जीझसशी सत्संग केला असता! साधू-संगतीत राहता! तर कदाचित काही घडलं असतं. अंधकार खरोखरच मिटला असता; पण त्याची इच्छा समजून घ्या. त्याची इच्छा अंधकारपूर्ण राहण्याची नाही; पण चुकीचं कर्म करतोय.

जो मनुष्य जीझसवर प्रेम करतो, तोही हीच इच्छा बाळगून आहे, की त्याने अंधकारपूर्ण राहू नये, तो योग्य दिशेने वाटचाल करत आहे. तो जीझसला मिटवत नाही, तो स्वत:ला मिटवतो म्हणजे जीझससाठी रिकामी जागा तयार होईल. बघा, दोघांच्या इच्छा एकसारख्या आहेत.

तुम्ही ती प्रसिद्ध गोष्ट ऐकली असेल, 'अकबर एके दिवशी दरबारात आला आणि त्याने भिंतीवर एक रेषा आखली आणि दरबारातल्या मातब्बरांना म्हणाला, 'या रेषेला हस्तस्पर्श न करता छोटी करा.' आता हस्तस्पर्श न करता ती रेष लहान कशी होणार? दरबारातले मातब्बर चिंतित झाले. म्हणाले, 'ही तर विचित्र अट आहे. हस्तस्पर्श तर करावाच लागेल, नाहीतर लहान कशी होणार?' मग बिरबल

उठला आणि त्याने त्या रेषेखाली, त्या रेषेपेक्षा मोठी रेष आखली आणि आधीची रेष लहान झाली.'

तुम्हाला माहीत आहे, हाच तर रोष आहे, नाराजी आहे. मन्सूर तुमच्याजवळ उभा राहतो – मोठी रेष! तुम्ही एकदम लहान होऊन जाता. तुम्ही लहान होऊ इच्छित नाही. तुम्हाला तो अपमान वाटतो. वाटतं, या माणसाने मला लहान केलं, म्हणून तुम्ही ती मोठी रेष खोडून टाकता. त्यामुळे तुम्हाला होणारा दंश मिटतो. तुम्ही पुन्हा जसेच्या तसे होता, जसे होतात. काही फरक पडत नाही. संधी घालवलीत. एक मोठी संधी घालवलीय. क्रांती घडण्याची, रूपांतरण होण्याची संधी! जो समजूतदार आहे, तो या मोठ्या रेषेपेक्षा मोठी रेषा बनण्याची कला शिकतो. तो म्हणतो, 'ठीक आहे. मी लहान रेष आहे, पण रेष तरी आहे! तुम्ही मोठी रेष आहात, रेषच आहात ना! आपण दोघंही रेष! तर छोटी रेष मोठी होऊ शकते! नाराज काय व्हायचं त्यात? तुम्ही मला जाणीव दिलीत, आठवण दिलीत, की लहान रेष मोठी होऊ शकते. मी तुमचा आभारी आहे. जे असे बुद्धिमान आहेत, ते शिष्य होतात. जे बुद्दू आहेत, ते शत्रुत्व पत्करतात. बुद्दू खूप आहेत. बुद्धिमान खूप कमी आहेत. म्हणूनच ही कहाणी पूर्वीही झाली, आत्ताही घडत्ये, आणि पुढेही होत राहील.'

तिसरा प्रश्न : *आयुष्य चार दिवसांचं असतं असं ऐकलं आहे आणि मिलन पाचव्या दिवशी होतं. तर काय करू?*

* पाचवा दिवस चार दिवसांअगोदर आहे. पाचवा दिवस या चार दिवसांमध्ये कधीही येऊ शकतो. दुसऱ्या दिवशी येऊ शकतो, तिसऱ्या – चौथ्या – पहिल्या दिवशीही येऊ शकतो.

पाचवा दिवस. याचा अर्थ असा आहे, की परमात्म्याशी मिलन मृत्यूत होतं, आयुष्य चार दिवसांचं आहे. चार दिवसांमध्ये परमात्म्याशी मिलन होत नाही कारण आयुष्य तुमचं आहे – आयुष्य अहंकाराचं आहे. मिलन होतं मृत्यूत! जो मिटतो, त्याचं मिलन होतं. तो पाचवा दिवस – आयुष्याच्या बाहेरचा!

मरणं शिका! मरण्याची कला हाच धर्म आहे. अशी मरण्याची कला की पुन्हा जन्म होणारच नाही. अशी मरण्याची कला, की मेलं तर पूर्णत्वाने मरण – कायमचं मरण!

है बका का ख्वाहां तो तालिबे फना हो जा

खरं आयुष्य हवं असेल तर मिटून जा! अस्तित्व हवं आहे – वास्तविक अस्तित्व – तर मिटून जा, संपून जा!

है बका का ख्वाहां तो तालिबे फना हो जा
जिंदगी के मुतलाशी मर्गे आशना हो जा
जीस्त के समझ मानी राज़ मौत का पा ले
मर के बेनिशां हो जा, जी के लापता हो जा।

जर आयुष्यातलं गुपित समजून घ्यायचं असेल, तर मृत्यूचं गुपित समजून घ्या. मृत्यूत जीवनाची पुंजी ठेवली आहे. तुम्ही जीवनात शोध घेता म्हणून गुपित समजत नाही. गुपित त्यांनाच सापडतं जे मृत्यूत त्याचा शोध घेतात.

तुम्ही एक जुनी गोष्ट ऐकली आहेत! लहान मुलांच्या गोष्टीत आजही असं सांगितलं जातं, की 'एक राजा होता. त्याने स्वत:ला वाचवण्यासाठी आपला जीव एका पोपटात ठेवला होता. आपला आत्मा त्या पोपटात ठेवून तो आयुष्य शांतचित्ताने जगत होता. त्या राजाला संग्रामात कुणीही कितीही मारलं, घाव घातले तरी तो जिवंत रहात असे कारण त्याचे प्राण पोपटात होते. जर पोपटाची मान पिरगाळली, तरच राजा मरेल!'

ही कथा अतिशय अर्थपूर्ण आहे. ही कथा लहान मुलांची आहे; पण म्हातारेही तिला समजू शकत नाहीत. याचा अर्थ असा होतो, की जिथे जीवन दिसतं, तिथे ते असत नाही. जीवनाचं गुपित कुठे दुसरीकडेच लपलेलं आहे. तुम्ही विचारही करू शकत नाही अशा ठिकाणी जीवनाचं रहस्य आहे. गोष्टी अशाच ठिकाणी लपलेल्या असतात, ज्यांची तुम्हाला साधी शंकाही येत नाही. म्हणूनच बुद्धिमान माणसं अशा ठिकाणीच वस्तू लपवतात! जसं, की तुमच्याकडे हिरा आहे आणि तुम्ही तो केराच्या टोपलीत लपवत आहात, कुणी चोर तसा विचार करणंही शक्य नाही. केराच्या टोपलीत, कचऱ्यात कुणी हिरा लपवतं का? शोध घेतला जाईल, तिजोरीत, जिथे मोठ्ठाली कुलपं लावली असतील अशा ठिकाणी. जमीन खोदेल, तिथे शोध घेईल; पण कुणीही असा विचार करणार नाही की टोपलीत, केरात हिरा लपवला गेला असेल.

जीवनाचं रहस्य मृत्यूत लपलेलं आहे, कुणी असा विचारही करू शकत नाही. मृत्यू जीवनाच्या विरुद्ध आहे. जीवनाचं रहस्य त्यात का असेल?

जीस्त के समझ मानी राज़ मौत का पा ले
मर के बेनिशां हो जा, जी के लापता हो जा।

अशा तऱ्हेने जगा, की तुमचा पत्ता हरवेल. अशा तऱ्हेने मरा की तुमची निशाणीही राहणार नाही.

है बका का ख्वाहां तो तालिबे फना हो जा
जिंदगी के मुतलाशी मर्गे आशना हो जा
जीस्त के समझ मानी राज मौत का पा ले

मर के बेनिशां हो जा जी के लापता हो जा
वस्ले दोस्त के तालब वस्ले दोस्त की खातिर
आरजू हो सरतापा सरबसर दुआ हो जा
ख्वाहिशों से दुनिया की दिल को अपने कर खाली
होके उसका ही रह जा उसकी ही रजा हो जा
दिल में हो ख्याल उसका आंख में हो जमाल उसका
गैर के तसव्वर से गैर आशना हो जा
शम्मे हुस्न से उसकी नूरे सिदक कर हासिल
शीशाये मुहब्बत में जल्वाये सफा हो जा
गैर और अपने का खुद ब खुद मिटेगा फरक
या मिटा दे अपना आप या खुद आशना हो जा
हर किसी से उल्फत कर, हर किसीकी खिदमत कर
खादिमें बशर बन कर बंदा ए खुदा हो जा।

एकच उपाय आहे. पाचवा दिवस! चार दिवस आयुष्याचे. आयुष्याचे हे चार दिवस असेच निघून जातात – 'दो आरजू में – दो इंतजार में!' दोन दिवस मागण्यात आणि दोन दिवस वाट बघण्यात! हाताला कधी काही लागत नाही. पाचवा दिवस हा खरा दिवस आहे. ज्या दिवशी तुम्हाला जाणीव होईल, की 'माझं असणं, हीच मी असण्यासाठी' अडचणीचं आहे... कारण 'मी असणं' याचा अर्थ मी परमात्म्याहून भिन्न आहे, वेगळा आहे. मी असणं याचा अर्थ मी या विशालतेहून वेगळा आहे. मी असणं याचा अर्थ, मी एक नाही, संयुक्त नाही, या परिपूर्णतेमध्ये समरस नाही. हीच तर अडचण आहे, हाच खरा अडथळा आहे. हेच दुःख आहे. हाच नरक आहे. ही भीती तोडली गेली पाहिजे. हा 'माझं असणं' हा भाव हरवला, नष्ट झाला पाहिजे. मृत्यू!

मृत्यू याचा अर्थ असा नाही, की तुम्ही स्वतःची मान कापून टाका. मृत्यूचा अर्थ असाही नाहीये, की विषप्राशन करा, आत्महत्त्या करा! मृत्यूचा अर्थ आहे, आपला अहंकार मारून टाका. मी तुझ्याहून वेगळा आहे, हेच विसरून जा. मी तुझ्यात आहे. मी असा तुझ्यात आहे, जशी सागरामध्ये लाट, तरंग, लहर! लाट सागरापासून वेगळी होऊ शकत नाही. कितीही मोठी उडी मारो, उंच जावो, जहाजांना बुडवण्याइतपत मोठी असो; पण लाट सागरापासून वेगळी होऊ शकत नाही. लाट सागरात आहे, सागराची आहे.

असेच तुम्हीही आहात – विराट, विशाल, चैतन्याच्या सागराची एक छोटीशी लाट आहे. एक उर्मी! एक किरण! स्वतःला भिन्न समजता. इथेच, याचमुळे प्रश्न, समस्या सुरू होतात. याचमुळे परमात्मा आणि तुम्ही यांच्यात संघर्ष सुरू होतो.

आणि त्याच्याशी लढून तुम्ही कसे काय जिंकणार? क्षुद्र विराटापुढे कसा जिंकणार? लाट सागराशी लढून जिंकू शकेल? कितीही मोठी असू दे, सागरापुढे लहानच! तुमचा हा भाव नष्ट होवो – याचंच नाव मृत्यू! मी सागराची लाट आहे. सागर माझ्यात, मी सागरात! माझं वेगळं असणं – वेगळं होणं, नाहीये!

आणि त्याचक्षणी तुम्हाला जाणवेल पाचवा दिवस उगवला. तरीही तुम्ही जगू शकता. बुद्धाचा पाचवा दिवस घडला, उगवला, त्यानंतर अजून चाळीस वर्षं जगले; पण ते आयुष्य वेगळं होतं. त्या आयुष्याचे गुणधर्म वेगळे होते. त्या आयुष्याचा रस काही वेगळाच होता, उत्सव वेगळा होता. मग खरोखरच जगले. त्या अगोदरचं आयुष्य काय आयुष्य होतं?

बुद्ध आपल्या शिष्यांना सांगत, 'तुम्ही तुमचं आयुष्य त्या दिवसापासून मोजा ज्या दिवशी संन्यास घ्याल! त्या अगोदरच्या आयुष्याचं मोजमाप करू नका.' तर कधी कधी आश्चर्यकारक घटना घडत!

त्या काळातला एक मोठा सम्राट प्रसेनजित बुद्धांच्या दर्शनाला आला. तो जवळच बसला होता. तेव्हा एक भिक्षू आला, ज्याचं वय साधारण पंचाहत्तर होतं. म्हातारा माणूस! त्याने वाकून बुद्धांना नमस्कार केला. बुद्धांनी विचारलं, 'भिक्षू...!' ते नेहमी विचारत... 'भिक्षू, तुझं वय किती?' त्या म्हाताऱ्या भिक्षूनं सांगितलं, 'चार वर्षं – प्रभू!'

प्रसेनजितला मोठं आश्चर्य वाटलं. तो म्हणाला, 'हद्द झाली! चार वर्षं? दोन-चार वर्षं कमी-जास्त सांगितली तर समजू शकतो. पंचाहत्तरीचा दिसतोय, सत्तरीचा असेल. पासष्ट की ऐंशीचा असेल! पण पंचाहत्तरीचा दिसणारा माणूस चार वर्षांचा?' वाटलं, नीट ऐकलं नाही. तर प्रसेनजित म्हणाला, 'महानुभाव, मी नीट ऐकलं नाही, तुम्ही काय उत्तर दिलंत, जरा मोठ्यांदा सांगा! किती वय आपलं?'

त्या म्हाताऱ्याने सांगितलं, 'महाराज, चार वर्षं!' प्रसेनजितने बुद्धांकडे बघितलं. बुद्ध हसू लागले. म्हणाले, 'तुम्हाला कदाचित माहीत नाही, आम्ही वयोमानाची गणती कशी करतो ते! हा गृहस्थ चार वर्षांपूर्वी संन्यस्त झाला, तर हेच त्याचं वय, बाकी एक्काहत्तर वर्षं तर झोपेत गेली. झोपलेला होता. ध्यानाची गरजच वाटत नव्हती. त्या निद्रेची कशाला गणना करा? रात्रीला काय मोजायचं? अंधाराची गणती कशाला? ही गणती नाहक आहे, दुरुपयोगी आहे. म्हणून आम्ही त्या दिवसापासून गणना करतो, ज्या दिवशी व्यक्ती ध्यानात उतरते. ज्या दिवसापासून व्यक्ती स्रोत्रपन्न होते, ज्या दिवसापासून सत्याचा शोध घेतो, त्या शोधासाठी पहिलं पाऊल त्यादिशेने उचलते – त्या दिवसापासून वय मोजू लागतो.'

बुद्धाचा पाचवा दिवस जेव्हा ते चाळीस वर्षांचे झाले तेव्हा उगवला. मग चाळीस वर्षं अजून जगले. पण ही जी चाळीस वर्षं होती, ती कुणा दुसऱ्याच्या

महिमेची होती. हा महिमा वेगळाच! परमात्मामय, भगवत्तापूर्ण! यात क्षुद्रता राहिली नाही, सीमा राहिली नाही. चाळीस वर्षं एखाद्या तरंगासारखे जगले. मग पाचवा दिवस उगवला. आणि मग उरलेली चाळीस वर्षं सागरासारखे जगले.

पाचवा दिवस येऊ देत. पाचवा दिवस म्हणजे मोठ्यातलं मोठं सौभाग्य!

शेवटचा प्रश्न : *परमात्मा कुठे आहे? आणि मी त्याला कुठे शोधू?*

* परमात्मा कुठे नाहीये? तुम्ही कुठे आहात, की त्याला शोधाल? योग्य प्रश्न हा आहे. तुम्ही एक गोष्ट तर मानलीत, की 'मी आहे' हीच चूक होत आहे. याच चुकीमुळे दुसरी चूक होत आहे, की परमात्मा कुठे आहे? जर तुम्ही असाल तर परमात्मा असू शकत नाही.

तुम्ही लहान मुलांच्या पुस्तकात एक चित्र बघितलंत? एका तरुण स्त्रीचं चित्र असतं. एकाग्रतेने थोडावेळ बघत रहाल तर ते एका म्हातारीचं चित्र होतं. पुन्हा एकाग्रतेने बघा ते पुन्हा एका तरुण स्त्रीचं चित्र होतं. तुम्ही कधी त्या चित्राबद्दल विचार केलात? त्याच रेषा, ज्या तरुण स्त्रीच्या चेहरा बनवतात, त्याच रेषा थोड्या फिरून एका म्हातारीचा चेहरा बनवतात. दोन्ही एकमेकांत लपलेले आहेत. तुम्ही जेव्हा प्रथम पाहिलंत, शक्यता आहे, म्हातारी दिसली असेल. जोपर्यंत तुम्हाला म्हातारी दिसते, तोपर्यंत तरुण स्त्री दिसणार नाही, हे लक्षात घ्या. जर तुम्ही बघत राहिलात, बघतच राहिलात, तर नजर जास्त काळ एखाद्या वस्तूवर स्थिर राहू शकत नाही. डोळ्यांचा चंचल स्वभाव आहे. तुम्ही म्हातारीला बघत राहता, बघत राहता, बघत राहता, थोड्याच वेळात नजर उबवून जाते, म्हातारीला बघू इच्छित नाही, नव्याचा शोध सुरू होतो. डोळे चंचल आहेत. त्या नव्याच्या शोधात अचानक तुम्हाला जाणवतं, की अरे या रेषा तर एका तरुण स्त्रीचा चेहरा बनवत आहेत. मग तरुण स्त्री दिसू लागते. जेव्हा तुम्हाला तीच दिसू लागते – दोघांमधून कुणी एकच दिसू शकतं.

प्रथम तुम्ही जेव्हा बघितलंत तेव्हा तुम्हाला ठाऊक नव्हतं, की दोन लपले आहेत. आता तुम्ही जाणता. तुम्ही म्हातारीही बघितलीत आणि तरुणीही. आता तुम्ही दोघींना एकत्र बघण्याचा प्रयत्न करू लागलात, तर कठीण होईल. त्या छोट्याशा चित्रात दोघी एकत्र दिसू शकणारच नाहीत. एकच बघू शकता. कारण त्याच रेषा तरुणीला बनवतात तसंच म्हातारीला! एकीला बघू लागलात, की दुसरी अदृश्य होणार.

आणि अशीच दशा या अस्तित्वाची आहे. जोपर्यंत तुम्ही आहात, तोपर्यंत परमात्मा नाही. जेव्हा परमात्मा आहे, तेव्हा तुम्ही नाही. दोन्ही एकत्र, एकदम कधीही दिसू शकणार नाही. ना कधी दिसू शकले.

तुम्ही विचारता, परमात्मा कुठे आहे?

हा प्रश्न केवळ याचमुळे प्रस्थापित होतो, कारण तुम्ही तुमचं अस्तित्व मान्य केलं आहेत. एक व्याख्या बनवली आहेत, 'मी आहे!' बस – परमात्मा दिसू शकत नाही. परमात्माही इथेच लपला आहे. याच वृक्षांच्या रेषेत, मनुष्याच्या रेषेत, याच स्त्री-पुरुषांमध्ये, डोंगर-दऱ्या, नदी-नाल्यांमध्ये, आकाश-चंद्र-ताऱ्यामध्ये! परमात्मा इथेच लपला आहे; पण तुम्ही अहंकाराचा शोध लावला आहे. हा अहंकारही इथेच आहे. बस, परमात्मा दिसणं बंद झालं. आता तुम्ही या अहंकाराला घेऊन शोध घेत आहात, तर परमात्मा कधीही सापडणार नाही. जेव्हा अहंकाराचा हात झिडकाराल तेव्हाच परमात्मा मिळेल. एका क्षणासाठी का होईना विसरून जा, त्या क्षणी परमात्मा दिसेल.

तर दुसरा प्रश्न प्रस्थापित होईल की परमात्मा तर आहे, मग मी कुठे आहे? कबीराने सांगितलं आहे, 'हेरत हेरत हे सखी, रया कबीर हेराई!' परमात्मा शोधता शोधता एक वेळ अशी आली, की कबीर हरवला आणि जिथे कबीर हरवतो, तिथे परमात्मा प्रकट होतो.

बुंद समानी समुंद में, सो कत हेरी जाई, हेरत हेरत हे सखी, रया कबीर हेराई।

या अनुभवानंतर कबीर म्हणतो, 'प्रेम गली अति सांकरी, ता में दो न समाय। एक ही समाता है।'

आता तुम्ही विचारता, 'परमात्मा कुठे आहे?'

मी तुम्हाला विचारतो, 'परमात्मा कुठे नाही आहे? मी तुम्हाला हे विचारू इच्छितो, तुम्ही कुठे आहात त्याचाच शोध घेत रहा.'

रमण महर्षि सांगत असत, 'एकच प्रश्न विचार, मी कोण आहे?' बस, हाच शोध घेत रहा. अनेक लोक जे रमणना मानतात, ते विचार करतात, की एक दिवस नक्की समजेल, मी कोण आहे! त्यांना समजतच नाहीये, की रमणचा या प्रश्नातला खरा अर्थ काय आहे. 'मी कोण आहे,' विचारता विचारता एक दिवस समजेल, की 'मी नाहीच आहे!' आणि ज्या दिवशी तुम्हाला हे समजेल, की मी नाहीच आहे, त्याचक्षणी समजेल, की परमात्मा कुठे आहे – परमात्मा काय आहे!

आपल्या अहंकाराला सोलत जा. एक आवरण काढलंत, दुसरं येईल, दुसरं काढलंत, तिसरं येईल. सोलत जा अहंकाराला – एक दिवस हातात शून्य राहील. असंच विचारत जा, की मी कोण आहे? शरीर? शरीर म्हणजे मी तर असू शकत नाही, कारण शरीरात तर वेदना असतात, ज्या मला दिसतात. शरीर कधी तरुण असतं, कधी म्हातारं. मी ना कधी तरुण असतो, ना म्हातारा. मी तर शरीराच्या आत लपलेला, शरीर नव्हे.

अहंकाराचं एक आवरण सोललं – विचारा, मी कोण आहे? मी मन आहे?

विचार आहे? मी विचार कसा काय असू शकतो? कारण विचार तर माझ्या समोर फिरतात.

तुम्ही एखादा सिनेमा बघता. तुम्ही सिनेमा तर असू शकत नाही, कारण सिनेमा तुमच्या डोळ्यांसमोर पडद्यावर चालू असतो. तुम्ही दर्शक आहात, द्रष्टा आहात. आणि मनाच्या पडद्यावर सिनेमा सुरू असतो विचारांचा – अनंत, अनंत विचार चालू असतात. मी विचार असू शकत नाही.

दुसरं आवरण निघालं. मी भाव आहे? हृदय आहे? भावना आहे? नाही असू शकत. जेव्हा राग येतो, तेव्हा तुम्हाला जाणवत असतं, राग येतोय. जेव्हा प्रेम वाटतं, तेही तुम्हाला जाणवतं. तुम्ही हे बघणारे आहात. तुम्ही ज्ञाता आहात, साक्षी आहात. मी हाही नाहीये.

अशी आवरणंच्या आवरणं निघत असतात. एक दिवस अचानक जाणवतं, की हातात काहीच उरलं नाही. मी नाहीच आहे. ज्या दिवशी हे जाणवतं, की मी नाहीये त्याला बुद्धाने म्हटलं आहे, 'अनत्ता', 'अनात्मा' मी नाहीच आहे. ज्याक्षणी असं घडतं, त्या क्षणी चित्र बदलतं – अचानक दिसू लागतं, सर्वत्र परमात्मा आहे. कणाकणात परमात्मा आहे. क्षण, क्षणांत परमात्मा आहे.

पण तुमचा प्रश्नही मी टाळणार नाही. तुमचा प्रश्नही सार्थक आहे, तुमच्या दृष्टिकोनातून! माझी तर अशी इच्छा आहे, की तुम्ही विचारा परमात्मा कुठे नाहीये? पण हे तुम्ही कसं विचारणार? हा तर माझा प्रश्न आहे. माझी अशी इच्छा आहे, की तुम्ही विचारा की मी कुठे आहे? मी कोण आहे? पण ते तुम्ही विचारू शकत नाही. अजून तेवढी हिंमत नाहीये. कारण भीती वाटतेय की असं झालं तर की मी नाहीच आहे!

तुम्ही कधी असा प्रयोग केला आहे? इथे आम्ही असे अनेक प्रयोग करतो. अठरा तासांचा एक प्रयोग आहे. सतत हेच विचारायचं की, मी कोण आहे? अठरा तास अजून काहीही विचारायचं नाही. एकच प्रश्न, मी कोण आहे? मी कोण आहे? थोड्याच वेळात मस्तक वेडं होऊ लागतं, घाबरू लागतं, बेचैन होतं, घामाघूम होतं. अठरा तास सतत, मी कोण आहे, मी कोण आहे? तीन-चार तासातच जाणवतं, की डोकं गरगरायला लागलंय. सहा-सात तासानंतर सर्व जगच फिरतंय, मी कोण आहे, मी कोण आहे, मी कोण आहे? एक नशा चढते. अठरा तास पूर्ण होता होता काही क्षण एकदम शांतता, कुणीही रहात नाही. विचारणारा उरत नाही. एक शून्यता! याच क्षणी एक झलक मिळते – 'परमात्मा आहे!'

हे असं तर तेव्हाच होईल, जेव्हा एवढी हिंमत कराल. आत्ता इतकं तर करू शकता, जरा विचारपूर्वक बघू शकता. जेव्हा वृक्ष-झाडांना बघाल, तेव्हा एकाग्रतेने बघा. बघा. तेही जिवंत आहेत. जीवन परमात्म्याचं रूप आहे.

हिरवळ, त्यावर उमलणारी फुलं, ती परमात्म्याच्या जीवनाचं स्वरूप आहेत. वाहती नदी, ते वाहणं परमात्म्याचं आहे. गती परमात्म्याची आहे. गत्यात्मकता परमात्मा आहे.

कुणा लहान मुलाला खळखळून हसताना बघा. हसणं परमात्मा आहे. खळखळणं परमात्मा आहे. उत्सव परमात्मा आहे. कुणाच्या डोळ्यांत अश्रू बघा. करूणा परमात्मा आहे. अनुकंपा परमात्मा आहे.

या स्मरणाला जिवंत ठेवा. शोधा जरा एकाग्रतेने! हळूहळू तुमची संवेदनक्षमता वाढेल आणि कधी कधी कुठल्या वृक्षात, कुठल्या ताऱ्यात, कुणाच्या चेहऱ्यात, परमात्म्याची झलक मिळेल. आत्ता या झलकेवर विश्वास ठेवा. असाच हळू हळू विश्वास वाढत जाईल.

तू आज तोड़ दे सब बुत उस एक बुत के सिवा
फसादो जंगो जदल तर्क कर मुहब्बत कर
कि आशतीओ मुहब्बत में खुदा की रजा
समझ ले सच्ची इबादत के आज मानी तू
तवहब्मायात के असनाम की न कर पूजा
खुदा को देख मुजस्सम खुदा के बंदों में
खलूसे खिदमते खल्के खुदा की मांग दुआ
यही हैं जिंदा खुदा जीता जागता माबूद
वो खाली हाथ रहेगा जो इसको पा न सका
इसी के आगे झुक़ा दे सारा नमाज अपना
तू आज तोड़ दे सब बुत इस एक बुत के सिवा।

हा जो चहूदिशांनी पसरलेला निसर्ग आहे, या एका प्रतिमे व्यतिरिक्तच्या सर्व प्रतिमा विसरून जा. तुमच्या मंदिरात ठेवलेली प्रतिमा म्हणजे भगवान नाहीये, ती तुमच्या हातांनी बनवलेली खेळणी आहेत. तुमचं कृत्य आहे. सुंदर असतील पण खेळणी आहेत. परमात्म्याने बनवलेल्या प्रकृतीला शोधायचं असेल तर शोधा. मनुष्याने बनवलेल्या खेळण्यात शोधू नका. हिंदू, मुसलमान, शीख यांच्या खेळण्यात शोधू नका. मंदिरात नाही मिळणार, जोपर्यंत तुम्ही त्याला वृक्षांत, पर्वतात शोधू शकत नाही. आधी इथे मिळवा. एवढ्या विराट, विशाल परिसरात तुम्हाला मिळू शकत नाही, दिसत नाही, इतका जिवंत, इतका हरा-भरा फुललेला! तुम्ही मंदिरात जाता, एका मरतुकड्या माणसाने बनवलेल्या मूर्तीची पूजा करण्यासाठी!

तू तोड़ दे आज सब बुत इस एक बुत के सिवा

ही एक प्रतिमाच परमात्म्यासाठी पुरेशी आहे. हे आकाश, हा चंद्र, तारा, ही माणसं, हे अस्तित्व!

फसादो जंगो जदल तर्क कर मुहब्बत कर

सोडून द्या या अर्थहीन गोष्टी. हे वाद की कोण बरोबर, हिंदू की मुसलमान. हा विवाद सोडा की कुराण बरोबर की वेद! तर्क-वितर्क सोडा. एक काम करा. हे सर्व वाद-विवाद सोडून द्या. फसादो जंगो जदल तर्क कर... मुहब्बत कर! प्रेम कर.

कि आशतीओ मुहब्बत में खुदा की रजा

प्रेमातच परमात्मा मान्यता पावतो. प्रेमातच परमात्मा तुम्हावर कृपादृष्टी टाकतो. प्रेम हीच त्याची एकमेव प्रार्थना आहे.

समझ ले सच्ची इबादत के आज मानी तू
ते आज तोड़ दे सब बुत इस एक बुत के सिवा।

प्रकृतीत शोध घ्या. हीच प्रार्थना आहे.

मनुष्याने बनवलेल्या मुर्तीपूजेने काहीही होणार नाही. खूप झाली पूजा. मनुष्याने रचलेल्या प्रार्थना खूप झाल्या. कुठेच पोहोचला नाही आहात. आता तर परमात्माच्या कृत्यातच त्याचा शोध घ्या. सृष्टीचा कर्ताला शोधायचं असेल, तर त्याच्या सृष्टीत शोधा.

खुदा को देख मुजस्सम खुदा के बंदो में

ही जी माणसं परमात्म्याने बनवली आहेत, या ज्या वस्तू परमात्म्याने बनवल्या आहेत. त्यात शोधा.

खुदा को देख मुजस्सम खुदा के बंदो में
खलूसे खिदमते खल्के खुदा की मांग दुआ

आणि हा जो चारही दिशांनी हजर आहे, त्याची प्रार्थना करा. त्याच्या समोर झुका. झुकवण्यासाठी अजून कुठे जायची गरज नाही. जिथे आहात, ज्या सौंदर्याने तुम्हाला घेरलं आहे. झुका त्यासमोर.

यही हैं जिंदा खुदा जीता जागता माबूद

हा जो जिवंत आहे – हे जे जिवंत अस्तित्व आहे, ही जी प्रकृती आहे – हाच परमात्मा आहे. विचारता की परमात्मा कुठे आहे? इथे आहे.

यही हैं जिंदा खुदा जीता जागता माबूद
वो खाली हाथ रहेगा जो इसको पा न सका
इसी के आगे झुका दे सरे नमाज अपना
तू आज तोड़ दे सब बुत इस एक बुत के सिवा।

भक्ती : सेवक बनण्याची कला

प्रवचन चौथे

सूत्र

म्हानें चाकर राखोजी, म्हानें चाकर राखोजी।
चाकर रहसूं बाग लगासूं, नित उठ दरसन पासूं।
बिंद्राबन की कुंज गलिन में, तेरी लीला गासूं।।
चाकरी में दरसन पाऊं, सुमिरण पाऊं खरची।
भाव-भगति जागीरी पाऊं, तीनों बातां सरसी।
मोर-मुकुट पीतांबर सोहे, गल बैजंती माला।
ब्रिंदाबन मैं धेनु चरावें, मोहन मुरली वाला।।
ऊंचे ऊंचे महल चिनाऊं, बिच बिच राखूं बारी।
सांवरिया के दरसन पाऊं, पहर कुसुम्बी सारी।।
जोगी आया जोग करण कूं, तप करने संन्यासी।
हरि भजन कूं साधुं आया, ब्रिंदाबन के बासी।
मीरा के प्रभु गहर गंभीरा, सदा रहो जी धीरा।
आधी रात प्रभु दरसन दे हैं, प्रेम नदी के तीरा।।

रमैया मैं तो थारे रंग राती।
औरों के पिया परदेस बसत हैं, लिख लिख भेजें पाती।
मेरे पिया मेरे हृदय में बसत है, रोल करू दिन-राती।
चूवा चोला पहिर सखी री, मैं झुरमुट रमवा जाती।
झुरमुट में मोहे मोहन मिलिया, घाल मिली गलबांथी।
और सखी मद पी-पी माती, मैं बिन पियां ही माती।
प्रेम भठी को मैं मद पीयो, छकी फिरूं दिन-राती।
सुरत निरत को दिवलो जोयो, मनसा पूरन बाती।
अगम घाणि को तेल सिंचायो, बाल रही दिन-राती।
जाऊंनी पहिरिये आऊंनी सासरिये, हरिसूं सेन लगाती।
मीरा के प्रभु गिरधर नागर, हरि चरना चित लाती।

ये जहाने रंगो बू जल्वागाहे आरजू
नाजनीनों दिलनशीं महवशो जोहरा जबीं
गुलरुखो लाला अजार अतरबेज व मुश्कबार
दिल फिरोजो दिल नवाज फितना रेजो फितना साज
इक मुजस्सम अरत आश शोला रेजो बर्क पाश
नूरो निकहत की परी जानो रूहे दिलबरी
हर कोई समझा यही बस अभी मेरी हुई
इसके सब नाजो अदा लुत्फ और मैहरो वफा
वक्फ में मेरे लिये इब्तदाये वक्त से
चार दिन की जिंदगी बस इसी में कट गई
ये अरूसे फितनाकार पास आयी बार-बार
खेलती सबसे रही पर किसी की कब हुई
मेहरबां जिस पर हुई जिसकी किस्मत खोल दी
दर हकीकत वो मिटा काम से अपने गया
जो समझते हैं इसे इसको ठुकराते रहे
इक घड़ी इसकी बहार लम्हा भर का बस निखार
रंग लाई है उधार रूप भी है मुस्तआर
रौशनी खुर्शीद की बन गई है चांदनी
जिनको शौके दीद है

उनको हद खुर्शीद है।

हा संसार खूप भुलवतो; पण त्यात जराही तृप्तता नाही. ही संसाराची वधू अगदी जवळ नाचत राहते, पण कुणालाही मिळत नाही. खूप सुंदर आहे; पण हे सौंदर्य उधारीचं आहे. रूपवान आहे, पण हे रूप तिचं स्वत:चं नाही.

संसाराचं जे रूप आहे, ती परमात्म्याची झलक आहे. जसा रात्रीचा चंद्र उगवतो आणि संपूर्ण पृथ्वी त्याच्या चांदण्याने न्हाऊन निघते, वृक्ष सुंदर दिसतात, दिवसा जे कुरूप दिसतं, तेही रात्रीच्या या चांदण्यात अपूर्व सुंदरतेने भरून जातं. चंद्राचा शोध घ्या. हा संसार या चांदण्यासारखा आहे.

जिनको शौके दीद है
उनकी हद खुर्शीद है।

जे खरोखरच शोध घेत आहेत, ते या चांदण्यात रमणार नाहीत, चंद्र मिळवतील. संसार आणि परमात्म्याचा संबंध असाच आहे, जसा चांदणं आणि चंद्राचा संबंध! चंद्र आहे परमात्मा, चांदणं आहे संसार. परमात्म्यापासूनच हा संसार येतो, जसं चांदणं येतं चंद्रापासून! तरीही चांदणं म्हणजे चंद्र नाही. परमात्म्यापासून उधार घेतला गेला आहे हा संसार, हे सारं रूप, सारे रंग, सर्व संगीत, सर्व सौंदर्य!

ये जहाने रंगो बू जल्वागाहे आरजू
नाजनीनों दिलनशीं महवशो जोहरा जबीं

खरंच, हा संसार अतिशय सुंदर आहे. जसा व्हीनसचार चेहरा, जसा जोहराचा चेहरा! हे स्थळ आहे संसाराचं. ही सावली आणि तृष्णाच्या रूप प्रदर्शनाचं स्थळ आहे. चंद्र जणू मुख! शुक्राची जशी सुंदर प्रतिमा! सुगंधित अत्तर आणि प्रेमाचा सुगंध बरसवणाऱ्या प्रतिमा इथे आहेत.

गुलरुखो लाला अजार अतरबेज व मुश्कबार
दिल फिरोजो दिल नवाज फितना रेजो फितना साज
इक मुजस्सम अरत आश शोला रेजो बर्क पाश
नूरो निकहत की परी जानो रूहे दिलबरी

हे जीवनातले तरंग, या लहरी अतिशय सुंदर, प्रिय आहेत. भुरळ पाडणाऱ्या, आकर्षक आहेत.

हर कोई समझा यही बस अभी मेरी हुई

या जीवन तरंगांना तुम्ही जेव्हा जवळून बघता, जवळ येताना बघता, तर असंच समजता, 'बस, आता माझ्या झाल्या.'

इसके सब नाजो अदा लुत्फ और मैहरो वफा

याचं सारं सौंदर्य आता माझ्या मुठीत आलं, आता आलं! पण तरंग कधी कुणाचे होतात? तरंग येतात आणि जातात.

वक्फ में मेरे लिए इब्तदाये वक्त से

चार दिन की जिंदगी बस इसी में कट गयी

असाच विचार करत करत चार दिवस उलटून जातात. आयुष्याचे थोडेसेच दिवस आहेत. बोटांवर मोजता येतील, इतकेच दिवस आहेत. हाच विचार करत, आता मिळाला, आता मिळाला. संसार कधी कुणाला मिळाला!

ये अरूसे फितनाकार पास आयी बार-बार

ही नववधू नाचत नाचत जवळ येते, खूप वेळा, खूप जवळ येते. इतकी की वाटतं जरा हात पुढे केला, की हातात येईल, जरा मूठ बंद केली तर मुठीत राहील.

ये अरूसे फितनाकार पास आयी बार-बार

खेलती सबसे रही पर किसी की कब हुई।

संसार कधी कुणाचा होत नाही. संसार कधी कुणाचा होऊ शकत नाही. चांदण्याला मुठीत घ्यायला जाल, मूठ रिक्तच राहील. चांदण्याला कोण बांधू शकलं? कसं बांधाल? चांदणं तर एक स्वप्न आहे, मुठीत बांधता येत नाही, पकडता येत नाही. नाही मिळू शकत.

जिनको शौके दीद है

उनकी हद खुर्शीद है।

जे खरोखरच काही मिळवू इच्छितात, ते चंद्र मिळवण्यासाठी निघाले, चांदण्याच्या खेळात रंगून राहिले नाहीत.

मेहरबां जिस पर हुई जिसकी किस्मत खोल दी

दर हकीकत वो मिटा काम से अपने गया।

आणि संसार ज्याच्यावर उपकृत होतो, ज्याच्यावर दया येते त्याला, वरवर वाटतं मेहेरबानी झाली; पण आतून मात्र काही उलट घडतं.

मेहरबां जिस पर हुई जिसकी किस्मत खोल दी

दर हकीकत वो मिटा काम से अपने गया

दर हकीकत वो मिटा, राम से अपने गया

तो तर संपेलच! हा संसार संपवतो, बनवत नाही. या संसारात मृत्यूशिवाय अजून काहीही घडत नाही. हा संसार लुटून घेतो. या संसाराकडे देण्यासारखं काहीही नाही. हा संसार स्वतः उधार आहे. हा चंद्राचं चांदणं आहे.

जो समझते हैं इसे इसको ठुकराते रहे

इक घड़ी इसकी बहार लम्हा भर का बस निखार

हा हे जाणतो, की ही बहार, हा वसंत काही क्षणांपुरताच आहे. ही फुलं आत्ता फुलली, आत्ता कोमेजली. ही लहर आत्ता आली, आत्ता विसर्जित झाली. ही सुगंधाची एक लाट आहे जी आली आणि गेली. आलीही नाही धड आणि गेली.

जो समझते हैं इसे इसको ठुकराते रहे

इक घड़ी इसकी बहार लम्हा भर का बस निखार

रंग लाई है उधार रूप भी है मुस्तआर

संसारात सर्वच उधार आहे कारण संसार प्रतिध्वनी आहे. जसं कुणी पर्वतावर जाऊन जोरात ओरडलं, आवाज त्या पर्वतात गुंजतो, तसाच संसार आहे – प्रतिध्वनी आहे. आता पर्वतात जेव्हा आवाज घुमतो, गुंजतो तेव्हा तुम्ही शोधत बसू नका की हा प्रतिध्वनी कुणाचा आहे? कुणीही मिळणार नाही. गुंज उधार होती.

संसार म्हणजे प्रतिफलन! जसं आरशात चित्रं दिसतं. आता तुम्ही आरशात शोध घेऊ नका नाही तर भिंतीवर आपटाल. जखमी व्हाल. जसं चंद्राचं प्रतिबिंब तलावात दिसतं, तुम्ही लाख प्रयत्न करा, पाण्यात बुडून जा; पण तुम्हाला चंद्र मिळणं शक्य नाही. चंद्र तिथे नाहीये.

रंग लाई है उधार रूप भी है मुस्तआर

रौशनी खुर्शीद की बन गयी है चांदनी

जिनको शौके दीद है

उनकी हद खुर्शीद है।

चंद्रावर नजर ठेवा, चांदण्यातून सुटका मिळवा. तरच काही हस्तगत करू शकाल. तर आयुष्य फुकट, रिक्त जाणार नाही. तर कामातून जाणार नाही, रामातून जाणार नाही, तर भरून पावाल. आणि जर भरून पावलात तर तृप्ती आहे.

ज्याने संसाराचं हे व्यर्थ, क्षणभंगुर प्रलोभन बघितलं, तीच व्यक्ती परमात्म्याचा शोध घेण्यासाठी आतुरते. ज्याला या संसारातून जाग येते, ज्याला हे दिसतं, की इथे सर्व स्वप्नवत आहे, तोच सत्याच्या शोधार्थ निघतो. तोच म्हणू शकतो परमात्मा, 'म्हाने चाकर राखोजी!'

या संसारात मालक असूनही कुणी मालक राहत नाही. आणि परमात्म्याच्या चरणाशी दास होऊनही मालकत्व प्राप्त होतं. या संसारात सिकंदर कुठे मालक होतात? आणि याच संसारात मीरा मालक होते आणि मीरा हे मालकत्व मागत नाही, तरीही मालक होते. मीरा मागते ते फक्त इतकंच, 'म्हारे चाकर रखोजी!' मला नोकरीवर ठेवा. मला छोटं-मोठं काम दे. अशीच वारा घालत राहीन किंवा पाय दाबत राहीन.

म्हाने चाकर राखोजी

चाकर रहसूं बाग लगासूं।

तुझ्या बागेत काम करेन. तुझ्या झाडांना पाणी घालेन!

नित ऊठ दरसन पासूं।

बस, हे खूप आहे. तुझ्या बागेत झाडू मारत राहीन, वाळलेली पानं गोळा करत

राहीन, तुझ्या झाडांना पाणी घालेन, तुझ्यासाठी फुलं वेचेन, तुझ्यासाठी गजरा गुंफेन, आणि माझ्यासाठी इतकंच सौभाग्य पुरेसं आहे... नित ऊठ दरसन पासूं। बागेतून तुला बघत राहीन.

ब्रिंदाबन की कुंज गलिन में तेरी लीला गासूं।

मला हेच खूप आहे, की तुला डोळे भरून पाहू शकेन. हेच खूप! सर्व काही मिळालं मग! याहून अधिक भक्ताला काहीही नको. भक्ताचं मागणं अगदी छोटं आहे, पण भक्त या विशाल, विराट स्वरूपाला मिळवतो.

या गुपिताला समजून घ्या. जितकं मोठं मागणं, तितकी लहान उपलब्धता! जितकं लहान मागणं, तितकी मोठी उपलब्धता! समजा या उक्तीला, मागणं – याला उपलब्धता नाही. आणि मागणं अजिबातच नसेल तर सारं काही मिळतं. परमात्मा त्यांनाच मिळतो, ज्यांचं काही मागणं नाही.

आता हे काय मागणं आहे... म्हाने चाकर रखोजी।

मला नोकर म्हणून ठेव. काहीही काम दे, चल बाग – तर बाग!

'चाकर रहसूं बाग लगासूं, नित उठ दरसन पासूं।
ब्रिंदाबन की कुंज गलिन में, तेरी लीला गासूं।'

तुझं दर्शन होत राहो, हेच पुरेसं आहे. माझी गीतं जागी होतील. तुझं दर्शन होत राहील, माझ्या पायात घुंगरू बांधले जातील. तुझं दर्शन होत राहील, माझे प्राण रसामध्ये एकजीव होतील, तन्मय होतील. मग अजून काही करण्यासारखं नाहीये. गाईन तुझ्या लीला...'तेरी लीला गांसू।'

मग अजून मिळवण्यासारखं काही उरलं नाही. मग आनंदमग्न होऊन नाचेन. ज्यांना तुझ्याबद्दल माहीत नाही त्यांना तुझी माहिती करून देईन. जे निद्रिस्त आहेत, त्यांना जाग आणेन. ज्यांच्या कानांपर्यंत तुझी वार्ता पोहोचली नाहीये, त्यांच्या कानांवर तुझी वार्ता घालेन. तुला वाटत फिरेन.

लक्षात ठेवा. 'मागत काहीच नाही. मागणं एवढंच आहे, की चाकरी करू दे.' 'चाकरी में दरसन पाऊं।' आणि मग म्हणते, असा विचार करू नकोस, की या चाकरीच्या मोबदल्यात मला काही वेतन हवंय.

'चाकरी में दरसन पाऊं' वेतन हवं ते इतकंच की तुझं दर्शन! 'सुमिरन पाऊं खरची!' आणि इतका खर्च मिळो की तुमची आठवण, तुझं स्मरण कायम राहील. तुझं दर्शन हे माझं वेतन झालं! तुझं स्मरण – तू वेळोवेळी दिसत रहावास, म्हणजे हे जे माझं हरामी मन आहे, ते कुठे भरकटणार नाही. तू सतत दिसत राहशील. सतत तुझं स्मरण राहील, सतत तू मला ओढत राहशील! तुझी ओढ अनंतकाळापर्यंत राहील.

'चाकरी में दरसन पाऊं, सुमिरण पाऊं खरची!' तुझं स्मरण कायम राहील तर

अजून खर्च करण्यासाठी काय हवं? इतकं खूप आहे. जीवनासाठी, जगण्यासाठी हे खूप आहे. बस, मला जवळ बोलाव. मला चाकरी दे.

'भाव-भगति जागीरी पाऊं...!' आणि कुठलीही जहागिरी नको आहे – फक्त भक्तीची जहागिरी हवी. 'भाव' जहागिरी हवी. डोक्याने, विचाराने तुला पुकारते, हाक मारते, तसं हृदयानेही हाक मारू शकू देत. तू माझ्या भावात उतर. तू माझ्या श्वासाश्वासात सामावून जा. तुला क्षणमात्रही विसरू नये. जागता, निजता, बसता-उठता, तुझी आठवण तुझंच स्मरण! हा प्रवाह खंडित होऊ नये. अखंड!

'भाव-भगति जागीरी पाऊं, तीनो बातां सरसी।'

या तीन गोष्टी पुरेशा आहेत, अजून काही मागणं नाही.

मीरा काहीच मागत नाहीये. कारण दर्शन दिल्याने प्रभूचं काय नुकसान होणार? मीराचे डोळे भरून येतील, प्रभूचं काय जातं?

जेव्हा तुम्ही फूलं बघता आणि प्रसन्न होता त्याला बघून, तेव्हा फुलाचं काय नुकसान होतं? तुमचे डोळे भरून येतात, तुमचं हृदय आनंदाने भरून येतं.

'सुमिरन पाऊं खरची।' स्मरणात प्रभूला तर काहीच करायचं नाहीये. मीरालाच करायचं आहे. आठवण करायची आहे.

भाव-भगति जागीरी पाऊं...। भाव-भक्तीमध्येही परमात्म्याला काय करायचं आहे? परमात्म्याकडे ती काहीच मागत नाही. हे न मागणं हीच एक कला आहे. आणि जे काही मागते, ते म्हणजे आपल्या हृदयाचं परिवर्तन! जे मागते – ते म्हणजे, 'मनापासून मुक्तता.' जे मागते – 'जी खाली घसरायला लावणारी शिडी आहे, ती कायमची तुटावी. परत खाली पडणं, उतरणं नको.'

'मोर मुकुट पितांबर सोहे, गला बैजंती माला।'

पहिल्या आणि दुसऱ्या कडव्यातला फरक समजून घ्या. जणू मागणं पूर्ण झालं – पहिल्या कडव्यात 'मागणं' आहे. 'मोर मुकुट पितांबर सोहे, गला बैजंती माला।' मागणं पूर्ण झालं. ज्यांनी कुणी नोकर होऊ इच्छिलं, त्याचं मागणं पूर्ण झालं. तुम्हीही जरा मागून, करून बघा. पण आतून अशी वासना असता नये, की चाकरी मागतोय; पण मनात हेतू मालकत्वाचा आहे. परमात्म्याला मुकत रहाल, जोपर्यंत मालक होऊ इच्छित रहाल. ही गोष्ट म्हणजे महापाप आहे.

लोक परमात्म्याचेही मालक होऊ बघतात. लोक प्रेमातही मालकी हक्क गाजवतात. प्रेमाचा मालकत्वाशी काय संबंध? प्रेम आणि मालकी यात वैर आहे. जर तुम्ही कुणा स्त्रीला म्हणालात, की आता मी तुझा मालक, कारण मी तुझ्यावर प्रेम करतो, कुणा स्त्री ने जर कुणा पुरुषाला म्हटलं, मी तुझी आता मालकीण, कारण मी तुझ्यावर प्रेम करते – त्या क्षणी प्रेम मरून जाईल. प्रेमाचं मरण

त्याचक्षणी होतं, जेव्हा मालकत्व येतं.

पण आमची सर्व तऱ्हेची प्रेम भावना ही मालकत्वाच्या नात्याने आहे. कब्जा आहे. या अधिकारतत्वामुळे, कब्ज्यामुळेच प्रेम, पृथ्वीवरचं प्रेम नाहीसं झालं. प्रेमाची फुलं आता फुलत नाहीत. प्रेम हे फक्त बोलण्यापुरतं राहिलं आहे. कवितेतून मिळतं, जीवनात मिळत नाही. लोकांमध्ये जरा डोकावून बघा, प्रेम दिसणार नाही. प्रेमाच्या नावाखाली काही वेगळंच दिसेल. स्पर्धा आहे, जळणं आहे, उदासी आहे, वैमनस्य, प्रतिस्पर्धा, महत्त्वाकांक्षा, हिंसा आहे. बाकी सर्व आहे, पण प्रेम नाहीये. वरून प्रेम लिहिलं असेल; पण आतून काही वेगळंच आहे. तुम्ही ज्या व्यक्तीवर प्रेम केलंत, त्याच्यावर अधिकार गाजवलात, तर तुम्ही प्रेमाची हत्या केलीत. तुम्ही महापाप केलंत. याहून मोठं कुठलंही पाप नाही. प्रेमाच्या हत्येहून मोठी अजून कुठलीही हत्या नाही, कारण प्रेमाची हत्या ही शेवटी परमेश्वराची हत्या असते. प्रेमातूनच जर परमात्म्याचे सूत्र मिळतात. प्रेमानेच तर परमात्म्यापर्यंत पोहोचवणारी शिडी मिळते. प्रेमामुळेच तर मनुष्य हळूहळू रस-विमुग्ध होतो, रहस्य शिकतो.

प्रेम ही परमात्म्याची पाठशाळा आहे.

जसं कुणी सुरुवातीला पोहायला शिकायला जातं, तर आधी उथळ पाण्यात शिकतं. स्वाभाविक आहे कारण खोल पाण्यात शिकायला गेलात – बुडलाच! जेव्हा पोहण्याचं कौशल्य आत्मसात करता तेव्हा खोल पाण्यात जाऊ शकता. मग जितकं कौशल्य तेवढं खोल पाणी.

प्रेम हे परमात्म्याचं उथळ रूप आहे. तिथे प्रार्थना शिकायची आहे. हे जो शिकेल तो खोल जाऊ शकतो. तो मग मीराच्या अगम गंभीरतेत, ज्याची काही सीमा नाही, अनहद मध्ये खोल उतरू शकतो. ज्याची सीमाच नाही तिथे जाऊ शकतो, पण तिथे धडे शिकावे लागतात. असीमतेत जाण्यासाठीही सीमेमध्ये धडे गिरवावे लागतात.

मी तुम्हाला स्मरण करून देतो. वारंवार सांगतोय, 'प्रेम धडा हा परमात्म्याचा आहे.' जर तुम्ही प्रेमात कौशल्य मिळवलं असेल, तर परमात्मा दूर नाही. जितकी तुमची प्रेमात कुशलता आहे, परमात्मा तेवढा जवळ येत जातो.

पण प्रेमाच्या नावाखाली तुम्ही वेगळंच विष सांभाळलं आहेत. साप-विंचू पाळले आहेत. प्रेमाच्या नावाखाली तुम्ही स्वत:ला फार मोठा धोका देत आहात. तुम्ही तुमच्या मुलांवर प्रेम करता, खात्रीने सांगू शकता तसं? जर मुलांवर तुम्ही तुमचे सिद्धांत, तुमचे विचार, तुमची मतं जर लादत असाल, तर हे प्रेम नव्हे. तुम्ही हिंदू आहात, मुलालाही हिंदूच करत आहात – तर हे प्रेम नाही. का? कारण तुम्ही त्याला परतंत्र करत आहात. त्याच्या पायात बेड्या घालत आहात. प्रेम – अजून

बेड्या घालेल! आणि तुम्हाला हे कधीही जाणवणार नाही, की तुम्ही बेड्या घालत आहात. जसं तुमच्या वडिलांनी तुमच्या बाबतीत केलं. हिंदू धर्माची, मुसलमान धर्माची, जैन, शीख – तुम्ही तुमच्या मुलांच्या पायात या अशाच बेड्या घालत आहात. ना यातून तुम्हाला काही मिळालं – तुम्ही तुमच्या मुलांनाही खराब करत आहात. तुमचं जर मुलांवर खरंच प्रेम असतं, तर तुम्ही त्याला सांगितलं असतंत, की मी चाळीस वर्षं, पन्नास वर्षांपासून हिंदू आहे, मला काही मिळालं नाही. कदाचित, हा हिंदू धर्म मला उधार मिळाला, मी हा शोधला नव्हता. उधारीमुळेच मी हरवला गेलो. मंदिरात गेलो पण ती एक औपचारिकता. प्रार्थना केली, पण फक्त शब्दच राहिले. माझं हृदय खुललं नाही. तर मी तुला सांगतो, 'बेटा, तू हा उधार धर्म घेऊ नकोस. तू शोध घे. तेव्हा तुला तुझा स्वत:चा धर्म मिळेल, जेव्हा तुला तुझ्या मनाशी मिळतं जुळतं मंदिर मिळेल तेव्हा...!'

आणि मंदिर तेच जे मनाला भावेल. म्हणून तर त्याला मंदिर म्हणतात. ते उधार तर असू शकतच नाही. ते तर शोधायचं असतं, चाचपडायचं असतं, अन्वेषण करायचं असतं.

जेव्हा तुम्हाला तुमच्या मनाचा सखा मिळेल, तिथेच झुका! मग ते मंदिर असो, मशीद असो, गुरुद्वारा असो. काय असेल याची चिंता करू नका, कारण सर्व काही परमात्माच आहे. मी तर औपचारिकतेमध्येच हरवलो. जड सिद्धांतात हरवलो. जी पुस्तकं, जे ग्रंथ माझ्या हातात ठेवले गेले, त्यांची पूजा करता करताच मी नष्ट झालो. मी तुझ्या हातात कुठलेही ग्रंथ ठेवणार नाही. मी तुला फक्त एकच गोष्ट देऊ इच्छितो. जिज्ञासा, मुमुक्षा, शोध घेण्याची प्रबळ आकांक्षा. तू माझे अश्रू शीक, माझी पुस्तकं नाही. तरच तू प्रेम केलंस.

प्रेम कसं काय कुणाला परतंत्र बनवेल? प्रेम असा विचारच कसं काय करू शकतं कुणाला पारतंत्र्य द्यायचा? प्रेम तर परम स्वतंत्रतेचं दार आहे; पण आपण ज्याला प्रेम म्हणतो ते पारतंत्र्य बनवतं. तुम्ही आपल्या मुलावर प्रेम करता आणि त्याला सर्व विष शिकवता ज्यात तुम्ही मेलात, सडलात, बुडलात! तुम्ही त्याला संपत्तीसाठी धावणं शिकवत आहात, ज्यात तुम्ही स्वत: बुडलात, जी धाव तुम्हाला बुडवत आली. हे कसलं प्रेम! जर तुम्ही कुठल्या खड्ड्यात पडलात आणि हात-पाय तुटले, तर तुम्ही तुमच्या मुलालाही त्याच खड्ड्यात ढकलाल? आणि जर 'हो' तर याला काय प्रेम म्हणायचं? आयुष्यभर पैशांसाठी धावलात, भिकारी राहिलात, हात-पाय तुटले, जीवन नष्ट झालं, मृत्यू जवळ आला आणि आपल्या मुलाला सांगताय, की 'पैसा कमव! त्यातच सर्व काही आहे.' हे कसलं तुमचं प्रेम? तुम्ही जरा जरी खरे असाल, तर तुम्ही म्हणाल की माझं आयुष्य पैशांच्या मागे धावून खराब झालं, आता तू पैशांच्या मागे धावू नकोस. तू काही वेगळं शोध. कदाचित

जे मला मिळालं नाही, ते तुला मिळेल! माझं आयुष्य एका खुर्चीसाठी, हुद्यामागे नासलं. तू तुझ्या आयुष्याचं असं करू नकोस.

पण अगदी मजेशीर गोष्ट आहे. तुम्ही ज्यामुळे स्वत:चं आयुष्य नासवलंत, तेच तुम्ही तुमच्या मुलाला शिकवत आहात. आणि जास्तच प्रखरतेने शिकवत आहात. कदाचित तुम्ही असा विचार करत असाल, की मिळवण्यासाठी तुम्ही जेवढे श्रम केलेत, ते अपुरे पडले. म्हणून आता तुमच्या मुलाने तेवढे श्रम करावेत, प्रयत्न करावेत, जेवढे तुम्ही करू शकला नाहीत. जिथे जिथे तुम्ही कमी पडलात, त्या त्या ठिकाणी तुम्ही मुलाला कुशल करत आहात. त्याने निष्णात व्हावं म्हणून पाठपुरावा करत आहात. तुम्ही त्याचे आयुष्य खराब करत आहात.

तुम्ही जर तुमच्या प्रेमाचं मूल्यमापन केलंत तर निश्चितच तुम्हाला उमजेल, की तुमचं प्रेम हे प्रेम नाही. आणि म्हणूनच परमात्म्याशी नातं जुळत नाही. तुम्ही परमात्म्याशी नातं जोडू पहाल तर आतून कुठे तरी मालकत्वाची भावना असेल.

मी एक गोष्ट ऐकली आहे. कितपत खरी आहे, माहीत नाही. खरी असायला हवी. असं सांगतात, की तुलसीदासला कृष्णाच्या मंदिरात नेलं गेलं. ही कथा नाभादासनी लिहिली आहे. ते गेले, पण कृष्णाला नमस्कार नाही केला? तुलसीदासना मंदिरात घेऊन गेले होते. त्यांनी विचारलं, तुम्ही नमस्कार नाही केलात? तुलसीदासनी सांगितलं, 'मी फक्त धर्नुधारी रामासमोरच नतमस्तक होतो,' आणि पुढे गोष्ट अशी आहे, की तुलसीदास म्हणाले, 'जर तुमची इच्छा असेल, की तुम्हाला नमस्कार करू, तर हातात धनुष्य-बाण घ्या.'

ही कहाणी कुणी वेड्याने लिहिली असणार. आणि जर खरंच असं झालं असेल, तर तुलसीदास नासमज आहेत. ही अशी थोडी ना रामाशी मैत्री होते, की कृष्णात त्यांना राम दिसला नाही? ही कसली धार्मिकता? राम ही हिंदू – कृष्ण ही हिंदू – तरीही तुलसीदासांना कृष्णामध्ये राम दिसला नाही. तर मग मशिदीत काय दिसणार? गुरुद्वारात काय केलं असतं? प्रवेशच केला नसता. दुरून निघून गेले असते, सावलीही नको पडायला – नाहीतर पुन्हा स्नान करावं लागेल. आणि कृष्णाला सांगतात, की मी तुला तेव्हाच नमस्कार करेन जेव्हा तू हातात धनुष्य-बाण घेशील. हे तर परमात्म्याला आज्ञा दिल्यासारखं झालं. यांच्यात आणि मीरात फरक जाणवतोय? 'मला नोकर ठेव!' हा तर खूप मोठा फरक झाला. तुलसीदासांमध्ये गर्व दिसतो. जणू परमात्म्याला गरज आहे, यांच्या नमस्काराची. यांनी नमस्कार केला नाही तर मोठा प्रश्न प्रस्थापित होईल परमात्म्यापुढे! जणू यांच्या नमस्काराची परमात्मा जन्मो न् जन्म वाट बघत आहे. त्यांची अट पूर्ण व्हायला हवी, की धनुष्य-बाण हाती धरायला हवं. 'मला जसा तू व्हायला हवा आहेस तसा हो, तर नमस्कार करेन!' हा नमस्कार परमात्म्यासाठी नाही, हा तर 'स्वत:'पाशीचा नमस्कार...!

याचा अर्थ समजून घ्या. हा तर अहंकार आहे. हे असं म्हणणं झालं, की मी तर नमस्कार करेन, पण माझ्या धारणेच्या प्रती. माझी धारणा अशी आहे, की जर परमात्मा असता, ईश्वर असता हा तर त्याच्या हातात धनुष्य-बाण असता.

मी एका प्रवासात होतो आणि एक जैन स्त्री माझ्या बरोबर होती. तिचा एक नियम होता, की जोपर्यंत ती जैन मंदिरात जाऊन नमस्कार करत नाही, तोपर्यंत अन्नग्रहण करणार नाही. एका गावात जैन मंदिर नव्हतं, तर त्या दिवशी तिने अन्नग्रहण केलं नाही. मी फार चिंतित झालो कारण हे काही कठीण होतं. योगायोगाची गोष्ट, आम्ही दुसऱ्या गावात पोहोचलो तर मी सर्वप्रथम विचारलं, की इथे जैन मंदिर आहे? त्यांनी सांगितलं, हो, जैन मंदिर आहे. तर मला खूप आनंद झाला. मी त्या महिलेला म्हणालो, बरं झालं, इथे जैन मंदिर आहे. एक दिवस उपास करावा लागला; पण आता तू लवकर जाऊन नमस्कार करून ये आणि लगेचच जेवण जेव! ती गेली, परतून आली. म्हणाली, जेवण जेवू शकत नाही. ते तर श्वेतांबर जैन मंदिर आहे! ती दिगंबर होती.

या मूर्खपणाला धर्म म्हणतात का? तोच महावीर? तोच महावीर? कृष्ण आणि राम यांच्यात जरा फरक कदाचित होऊही शकतो; पण तेच महावीर श्वेतांबर मंदिरात बसले आहेत आणि तेच महावीर दिगंबर मंदिरात बसले आहेत. पण नाही, दिगंबर – दिगंबर मंदिरातच नमस्कार करेल. ही तर एक प्रकारे स्वत:च्या अहंकाराचीच पूजा आहे. यात परमात्म्याचा काहीही संबंध नाही.

तुलसीदास म्हणतात, 'धनुष्यबाण हातात घ्या, तरच मी नतमस्तक होईन!' आणि ज्याने ही कहाणी लिहिली तोही मूर्ख असेल. कहाणी इतकी पुढे वाढली की कृष्णाला धनुष्य-बाण घ्यावा लागला. तेव्हा तुलसीदासाने नमस्कार केला. जणू परमात्मा आतुरलेला आहे. या एका नमस्कारासाठी ! या अशा धारणा म्हणजे एक भ्रांत आहे, मौलिक रूपात! पण ही धारणा प्रचलित आहे. लोक परमात्म्याचेही मालक होऊ इच्छितात. म्हणूनच कदाचित परमात्मा स्वत:ला तुमच्यापासून वाचवतो. नाहीतर तुम्ही त्याची मानही धराल. याच कारणामुळे तो अदृश्य आहे.

यहुदींच्या शास्त्रात एक कथा आहे. तालमुद मध्ये कथा आहे, की सुरुवातीच्या काळात जेव्हा परमात्म्याने हे जग बनवलं, तेव्हा तो इथेच, जमिनीवरच रहात होता. त्याचंच जग होतं. एवढ्याचसाठी बनवलं होतं, की इथे राहता येईल, वास्तव्य करता येईल; पण लोक त्याला फार त्रास द्यायचे. ना दिवस बघायचे, ना रात्र – घुसायचे, की हे असं व्हायला हवं आणि त्यांच्या मागण्याही अशा, की पूर्ण होणं अशक्य. कुणी शेतात बियाणं पेरलं आणि सांगितलं, उद्या पाऊस पडलाच पाहिजे. कुणी मातीची भांडी बनवली, सांगितलं, महिनाभर तरी पाऊस पडला नाहीच पाहिजे. कुणी म्हणतंय ऊन नको, कुणी म्हणतं हवं – कुणाला पाऊस हवा, तर

कुणाला नको.

दिवस-रात्र माणसांची गाऱ्हाणी चालू. मागण्या पूर्ण झाल्या नाहीत की घेराव, बंदी... तालमुदमध्ये असं सांगितलं आहे, की लोकांनी त्याच्या घरावर दगडं फेकायला सुरुवात केली. लोक दंगल करू लागले, गुंडगिरी करू लागले. मग परमात्म्याच्या सल्लागारांनी सल्ला दिला, की इथून निघून गेलेलं बरं, इथं जगणं अशक्य आहे. तेव्हापासून परमात्मा अदृश्य झाला.

ही कथा मला योग्य, अर्थपूर्ण वाटते. तुम्ही जरा विचार करा, तुम्हाला जर परमात्मा भेटला, तर तुम्ही त्याच्याशी सद्व्यवहार कराल? सद्व्यवहार – अशक्य! तुम्ही त्याची मानगूट धराल. विचाराल, कुठे होतास इतके दिवस? माझ्या मुलाचा एक पाय लांब नि एक लहान का? आणि जे बेईमान आहेत ते मजा करत आहेत आणि मी इमानदार, तरी इतकं दु:ख मला का? आणि मग जो तो त्याला धरेल, कारण प्रत्येकाचं मागणं अपुरं राहिलं आहे. आणि सर्वांच्याच जीवनात कष्ट आहेत. आणि सर्वांना चिंता आहे. सर्वांना चीड आहे. सर्वांना अडचणी आहेत. आणि या सर्वाला तोच एकमेव जबाबदार आहे.

तुम्ही विचार करा – तुम्ही सद्व्यवहार करू शकाल? चांगलं आहे की अदृश्य आहे. म्हणून तुम्ही कधी कधी मंदिरात जाऊन पूजा करता. जर जीवंत भेटला असता, तर तुम्ही काही वेगळीच पूजा केली असतीत.

मीरा म्हणते, 'म्हानें चाकर राखोजी।'

जोपर्यंत तुमच्या हृदयात सेवेचा, चाकर होण्याचा, त्याच्या चरणाचे दास होण्याचा भाव परिपूर्ण होत नाही, तोपर्यंत मिलन अशक्य! तुलसीदासाचं मिलन होऊ शकत नाही, मीराचं होऊ शकतं. आणि हे मिलन या पंक्तींमध्ये लपलेलं आहे.

'म्हानें चाकर राखोजी।
चाकर रहसूं बाग लगासूं, नित ऊठ दरसन पासूं।
बिंद्राबन की कुंज गलिन में, तेरी लीला गासूं।
चाकरी में दरसन पाऊं, सुमिरन पाऊं खरची।
भाव, भगति जागीरी पाऊं, तीनों बाता सरसी।'

जेव्हा मीरा असं म्हणते, की या तीन गोष्टींनी माझं काम होऊन जाईल, अजून कशाची गरज नाही, अजून मला काहीही मागायचं नाही, बस हे इतकं पुष्कळ आहे, अमाप आहे, गरजेहून जास्तच आहे... आणि या नंतरचं जे वचन आहे...

'मोर-मुकुट पितांबर सोहे, गल वैजंतीमाला।' जणू दर्शन झालं. हे मोराचं पीस खोवलेला मुकुट, पितांबर ल्यायलेला, गळ्यात वैजयंती माळ – कृष्ण समोर उभे राहिले! ज्यांच्या हृदयात सेवाभाव, त्यांच्या समोर कृष्ण उभे राहतील. आता काही

कमतरता राहिली नाही.

बिंद्राबन में धेनु चरावें, मोहन मुरली वाला।

आता मीराला दिसू लागलं, तिचे डोळे उघडले, आता ती आंधळी नाहीये. हे जे,

'मोर-मुकुट पितांबर सोहे, गल वैजयंतीमाला।
बिंद्राबन में धेनु चरावें, मोहन मुरली वाला।

हा दृश्य झाला, दिसू लागला. रूप बदललं. ते जग मिटून गेलं, दुसरं जग सुरू झालं.

ऊंचे-ऊंचे महल चिनाऊं, बिच-बिच राखूं बारी।

मीरा आता विचार करते की, आता काय करू?

'उंचे उंचे महल चिनाऊं।' आता परमात्मा भेटला. परमात्म्याची झलक मिळायला लागली. आता 'उंचे उंचे महल चिनाऊं, बिच बिच राखुं बारी। कारण आता ती सुद्धा तिथेच राहणार.

'चाकर रहसूं बाग लगासूं, नित ऊठ दरसन पासूं।
बिंद्राबन की कुंज गलिन में, तेरी लीला गासूं।
ऊंचे ऊंचे महल चिनाऊं, बिच-बिच राखूं बारी।

मध्ये, खिडक्या ठेवेन, कारण मग तू मला सतत दिसत राहशील आणि कधी तरी मी तुला दिसेन.

'सांवरिया के दरसन पाऊं, पहर कुसुम्बी सारी।
जोगी आया जोग करण कूं तप करने संन्यासी।
हरि भजन कूं साधू आया, ब्रिंदाबन के वासी।

मीरा म्हणते, 'मी तर फक्त हरी भजन करण्यासाठी आले आहे.' जोगी जोगीला जाणतो. संन्यासी संन्याशाला ओळखतो. 'जोगी आया जोग करण कूं...।' त्याला योग करायचा आहे. त्याला काही करून दाखवायचं आहे. माझा 'काही करून दाखवण्याचा' उद्देश नाहीये. मी... काय करून दाखवू शकणार? तू मालक, मी चाकर. तूच माझा खास आहेस, तूच माझा प्राण. मी काय करून दाखवणार? करण्याची आवश्यकता काय? करणार तर तू. होईल ते तुझ्याकडून. माझ्या करण्याने कधी काही झालं नाही. ना कधी होणार. जोगी – योगी, त्याचं तो जाणो. संन्यासी – त्याचं तो जाणो. तपस्वी आहे जो तो तप करण्यासाठी आला आहे. त्याला व्रत, उपास इत्यादी करायचं आहे. त्यांचं त्यांनाच माहीत.

मीरा म्हणते, मला त्यांच्याशी काहीही देणं-घेणं नाही. मला चुकूनही योगी किंवा तपस्वी समजू नका. माझा तर इतकाच आग्रह आहे.

हरिभन कूं साधु आया, ब्रिंदाबन के वासी।

हे वृंदावनातल्या वासींनो, मी तर फक्त भजन करण्यासाठी आले आहे.

साधूंच्या संगतीत ती भजन शिकली.'मी तर केवळ तुझे गुण गाऊ इच्छिते. तुझ्या कौतुकाची गाणी गाऊ इच्छिते. मी तुझ्याजवळ एक गीत बनून राहू इच्छिते. या शरीराची सारंगी बनवून नाचेन.'

फरक काय आहे? जेव्हा योगी योग करतो, तेव्हा म्हणतो, 'मी हे हे करतो, मला हे मिळालं पाहिजे.' आम्ही एवढ्याचसाठी काही करतो, जेव्हा आम्ही काही मिळवू इच्छितो. योग हे कृत्य. फळाची अपेक्षा ठेवणारं आहे. जेव्हा तपस्वी तप करतो, तेव्हा फळाच्या अपेक्षेनेच उपास करतो, नेम करतो, व्रत करतो... तो मोजमाप करतो. इतकं इतकं आत्तापर्यंत केलं, इतकं इतकं मिळायला हवं. अन्याय होता कामा नये. कमी मिळता नये. दुसऱ्याला जास्त मिळून चालणार नाही. इथेच सर्व महत्त्वाकांक्षा आहेत, स्पर्धा, ईर्ष्या आहे.

भक्ती फक्त आनंदमग्न, अहोभाव प्रकट करू इच्छिते – 'तुम्ही दिलेले आहेच' असा भाव असतो, आणि योगी-तपस्वींच्या, 'तुम्ही द्या,' या आशेने भरलेले. भक्त – त्याने जे दिलेलं आहे, त्यासाठी आभार मानतो.

आणि मी तुम्हाला सांगतो, 'योगी-तपस्वी मागतात; पण त्यांना मिळत नाही आणि भक्त मागत नाही, आणि त्याला सारं काही मिळतं. ही 'न मागता – मिळण्याची' कला शिका.'

मागून तुम्ही भिकारी होता. भिकाऱ्याला कोण देतं? भक्त एखाद्या राजासारखा जातो. ही मजा आहे, मोठा विरोधाभास आहे.

भक्त म्हणतो, 'मला नोकरीवर ठेवा. मला पाय दाबायचं काम द्या.' पण जातो तो मात्र सम्राटासारखा, कारण त्याचं मागणं काहीच नाही. हे काय मागणं आहे?

'चाकर रहसूं बाग लगासूं, नित उठ दरसन पासूं।
बिंद्राबन की कुंज गलिन में, तेरी लीला गासूं।
चाकरी में दरसन पाऊं, सुमिरन पाऊं खरची।
भाव-भगति जागिरी पाऊं, तीनों बातां सरसी।

हे काय मागणं आहे का? काहीच तर मागितलं नाहीये.

जीझसचं एक प्रसिद्ध वचन आहे – 'ज्यांच्याजवळ आहे, त्यांना अजून दिलं जाईल, आणि ज्यांच्याजवळ नाहीये, त्यांच्याकडून ते ही घेतलं जाईल, जे त्यांच्याजवळ आहे.' हे अतिशय अपूर्व वचन आहे. यात भक्तीचं मर्म लपलं आहे. ज्यांच्याकडे आहे, त्यांना अजून दिलं जाईल कारण 'असणं' हे अजून खेचून घेतं! ज्यांच्याजवळ 'नाही' आहे, त्यांच्याजवळ जे आहे तेही हिरावून घेतलं जाईल कारण 'नाही' हा जो भाव आहे, दारिद्र्याचा, भिकमंग्याचा, त्या भावात अजून नवं काही जोडलं जाणार नाही, जोडता येणार नाही.

भक्त म्हणतो, 'जे तू मला दिलं आहेस, ते इतकं आहे, की तेवढी माझी पात्रता नाही – नव्हती.' तो नाचतो, हातात मृदंग घेतो, एकतारी घेतो, नाचतो. म्हणतो, 'मला तू माझी पात्रता नसतानाही इतकं दिलंस, तुझी कृपा!' भक्त याबद्दल बोलतो, जे त्याला मिळालं आहे. आणि निश्चितच जो मिळवण्याची गोष्ट करतो – तो दीनता प्रकट करतो.

भक्त सम्राटासारखं नाचतो. भक्ताच्या चेहऱ्यावर परमशांती आणि संतोष असतो. जे मिळालं ते पुष्कळ! याहून कमी जरी असतं तरीही पुष्कळ असतं. माझी पात्रताच नाही. योग्यताच नाही. तुझं एखादं गीत जरी माझ्यावर बरसलं तरी मी धन्य आहे. तू मला डोळे दिलेस, मी बघू शकतो तुझ्या सौंदर्याला! चंद्राला, चांदण्याला. कान दिलेस, मी तुझी गीतं ऐकू शकतो. खूप काही दिलंस – इतकं की मी नाचू, गाऊ, आभार मानू...!

ही अवस्था आहे सम्राटाची!

आणि ज्यांच्याकडे आहे, त्यांना अजून दिलं जाईल कारण या घोषणेत, अहोभावालाच ते अजून पात्र झाले. या विधायक भाव-दशेत त्यांची पात्रता विराट, विशाल होऊ लागली. त्याचं भांडं परमात्मा अजून भरत जाईल.

जेव्हा तुम्ही मागता, संकुचित होता. जेव्हा तुम्ही कुणाकडे काही मागता किती संकुचित होता आठवा. पण कुणाला काही द्या! देताना मन कसं मोठं होतं! जो मागत राहतो, मागतच राहतो तो संकोचाने अर्धा होतो. त्याचं भांडं लहान होत जातं. म्हणून त्याच्याकडे जे आहे तेही हिरावलं जातं. एक दिवस अश्रू व्यतिरिक्त त्याच्याजवळ काहीही शिल्लक राहत नाही. आणि भक्ताकडे एक दिवस ईश्वर असतो, आणि गीतंच गीतं – आनंदाची, उत्सवाची!

'ऊंचे-ऊंचे महल चिनाऊं, बिच-बिच राखूं बारी।
सांवरिया के दरसन पाऊं, पहर कुसुम्बी सारी।
जोगी आया जोग करण कूं, तप करने संन्यासी।
हरि भजन कूं साधु आया, ब्रिंदाबन के बासी।

मीरा म्हणते मी तर साधु-संतांच्या सान्निध्याने बिघडून गेले. त्यांच्याच संगतीमुळे लोकलज्जा हरवली. मी तर भक्तांबरोबर उठ-बस केली. मी तर भक्तांच्या रंगात रंगले. मी तुझ्याजवळ फक्त भजन करण्यासाठी आले आहे. माझं एक गीत ऐक. माझं एक नृत्य बघ. बस, धन्य होईन मी. तू बघितलंस, खूप झालं. तू ऐकलंस, खूप झालं.

मीरा के प्रभू गहर गंभीरा, सदा रहो जी धीरा।

मीरा म्हणते, 'मी तुम्हाला सांगते, माझे प्रभू गहन-गंभीर आहेत. इथे गंभीर याचा अर्थ असा की खूप खोल! त्यांची खोली अपार आहे.'

मीरा के प्रभू गहर गंभीरा, सदा रहो जी धीरा।

म्हणून काही मागू नका, धीर धरा. मागू नका. मागण्याने तुम्ही लहान व्हाल. संकुचित व्हाल. धीर धरा. मिळेल. मिळालं आहे, मिळालं आहे आणि मिळेल. मिळालं आहे, मिळत राहीलं आहे, मिळत राहील. त्याच्याकडून भेट येणं कधीही थांबत नाही; पण तुम्ही जरा धीर तरी धरा, धैर्य तरी ठेवा.

जुनी गोष्ट आहे, माझी अगदी आवडती आहे. नेहमी सांगतो. एक म्हातारा संन्यासी एका झाडाखाली बसला आहे आणि नारद स्वर्गात जात होते. तिथे म्हातारा संन्यासी त्यांना म्हणतो, 'तुम्ही स्वर्गात जाता, तर माझ्यासंबंधी विचारा. तीन जन्मापासून तपश्चर्या करत आहे. जे जे काही करायला हवं, ते ते सर्व केलं. काही चूक केली नाही. अजून मला मोक्ष का नाही मिळाला? आता तर मला शंका येऊ लागलीय, की परमात्मा न्यायपूर्ण नाहीये.'

तीन जन्म, खूप झाले. माळ जपता जपता हातांवरच्या रेषा फिकट झाल्या. जप-तप करता करता देह क्षीण झाला.

तो म्हातारा संन्यासी नारदाला विचारतोय, की जरा चौकशी कर, अजून किती काळ मी असा? यात मोठी तक्रार आहे. जिथे आशा आहे, तिथे तक्रार असणारच. जिथे मागणं आहे तिथे संदेह असणारच. नारद म्हणतात, 'जरूर विचारेन.'

दुसऱ्या वृक्षाखाली एक तरुण संन्यासी नाचत होता. त्याने हातात एकतारी घेतली आहे. इतका तरुण आहे, की त्याने कालच संन्यास घेतला असेल! नारद त्याला गंमतीने विचारतात, 'तुम्हालाही काही विचारायचं आहे? प्रभूकडे जातोय, म्हाताऱ्या संन्यासाबद्दल विचारेन, तसं तुझ्याबद्दलही विचारेन.' पण तो तर काही उत्तर देत नाही. तो तर त्याच्या नाचातच मग्न आहे. त्याला तर नारदांच्या अस्तित्वाचाही पत्ता लागत नाही. जो परमात्म्यात मग्न आहे, त्याला कसली काळजी? कोण काय आहे, कुठे काय आहे, कोण स्वर्गात जातंय, कोण नरकात जातंय! त्याला काय विचारायचं? त्याला काही विचारायचं नाही. त्याला कसलेही प्रश्न नाहीत, त्याच्या काहीच इच्छा नाहीत. तो अहोभावात नाचत आहे. तो हरी-भजनात मग्न आहे.

हा जो माळ जप करणारा म्हातारा संन्यासी आहे, जप-तप करणारा, याचा हरीशी काहीही संबंध नाही. त्याची हरीवर कसलीही श्रद्धाही नाही. तीन जन्म असेच गेले. श्रद्धेचा जन्मही झाला नाहीये आणि मोक्षाची अपेक्षा आहे. अजून धीर जन्मला नाही आणि मोक्ष हवा आहे. मोक्ष तर त्यांना प्राप्त होतो ज्यांच्याकडे अनंत धीर आहे. याचा हा मोक्ष म्हणजे संसाराचंच एक रूप आहे. इच्छा, वासना – मिळण्याची! आधी धन शोधत असेल, आता मोक्ष शोधत आहे. पण तोच अहंकार. तोच जोर. तेच, 'मिळवेनच!' तीच मक्तेदारी – तोच आडमुठेपणा!

तो तरुण संन्यासी तर नाचत राहिला. नारद थोडावेळ उभे राहिले. मग हसून निघून गेले. त्याचं लक्ष गेलं नाही. परतून आले काही दिवसांनी. त्या म्हाताऱ्या संन्याशाला म्हणाले, प्रभूंना विचारलं. ते म्हणाले, अजून तीन जन्म जावे लागतील. म्हातारा अतिशय खिन्न झाला. त्याने माळ फेकून दिली. म्हणाला, 'खड्ड्यात गेला मोक्ष! एक सीमा असते, धीर धरण्याची एक सीमा असते. मला नको आता तो मोक्ष. हा तर अन्याय होतोय. हे माझ्या सहनशक्तीच्या बाहेरचं आहे. मी बंद करतो.'

क्रोधी! तुम्ही नेहमी ऐकलं असेल, दुर्वास आणि त्यांच्यासारखे इतर लोक, ज्यांनी जप-तप केलं – ते चिडखोर होतात. त्यांचा हा आडमुठेपणा असतो, 'मी इतकं केलं, आणि तरीही अजून मिळालं नाही!' माळ फेकून दिली. रागाच्या त्या क्षणी विसरून गेला की काय करतोय! हा राग, क्रोध, ज्वलन – तीन जन्मांपासूनची असणार जी आता संधी मिळताक्षणी प्रकट झाली.

नारद पुढे गेले. तरुण संन्यासासमोर थांबले. विचार केला, की याला काही सांगावं की नाही, कारण ज्याला तीन जन्मांबद्दल सांगितलं त्याने माळच फेकून दिली, आणि याची गोष्ट तर फारच दूरची आहे. कारण प्रभूला विचारलं तर ते म्हणाले, तो संन्यासी वृक्षाखाली नाचतोय, त्याला जितकी पानं आहेत, तितके जन्म अजून लागतील. अचानक ती एकतारी डोक्यात मारली तर? जर तीन जन्म लागणारी व्यक्ती माळ फेकून देते आणि म्हणते की खड्ड्यात गेला मोक्ष, तर हा काय करेल? थोडे अडथळे असतील; पण तो ज्या मस्तीत, आनंदात नाचतोय, वाटलं – सांगायला हवं. आणि शिवाय एक जिज्ञासा होती मनात, की याची कशी प्रतिक्रिया असेल? त्याला थांबवलं की, अरे ऐक! तू अजून विचारलं नाहीस, तरीही मला वाटलं की मीच विचारू. म्हाताऱ्याबद्दल विचारणार होतो, तुझंही विचारू! तर मी माझ्याकडूनच विचारलं, नाराज वगैरे होऊ नकोस. मला क्षमा कर. मी प्रभूंना विचारलं, की तुला मोक्ष केव्हा मिळणार? तर ते म्हणाले, या झाडाला जेवढी पानं आहेत, तेवढे जन्म लागतील.

तो तरुण, एकदम उडी मारून नाचू लागला. म्हणाला, 'अहाहा! मग तर मिळालाच! पृथ्वीवर किती पानं आहेत? इतकी पानं – इतके जन्म? तर जास्त वेळ नाही. झालाच समजा' आणि तो नाचू लागला. पुन्हा हरीभजनात मग्न झाला. आणि कथा असं सांगते, की त्या क्षणी त्याला मोक्ष मिळाला. तेवढे जन्म नाही लागले, जेवढी पानं होती. त्या क्षणी मुक्त झाला. इतका धीर ज्याठिकाणी असेल, तिथे मोक्ष एवढा वेळ थांबेलच कसा? धैर्य आणि मोक्ष एकाच गोष्टीची दोन नावं आहेत. आणि ज्याला तीन जन्म सांगितले, माळ फेकून दिली हे सज्जन अजूनही भटकत राहतील. असंही होऊ शकतं, की इथेच असतील. त्यांना मुक्तता मिळणं कठीण

आहे. तीन जन्मांची गोष्ट तर होती जेव्हा त्यांनी असं म्हटलं नव्हतं, की 'खड्ड्यात जाऊ दे मोक्ष!' त्यानंतर त्यांची काय परिस्थिती, अवस्था झाली असेल – दुर्दशा! नरकात गेले नसतील, हेच खूप! पृथ्वीवर असतील परमेश्वराची दया!

तुमचं धैर्य हीच तुमची संपत्ती आहे.

मीरा म्हणते, मीरा के प्रभू गहर गंभीरा, सदा रहो जी धीरा। नेहमी धैर्य ठेवा. भजन म्हणा! 'तेरी लीला गांसू'

काही मागू नका. न मागताच भजन गा. मागितलंत की भजन खराब झालं. विश्वास ठेवा जे तुम्हाला हवं, जी तुमची मूळ गरज आहे मिळत, मिळत राहील.

'आधी रात दरसन दे हैं, प्रेम नदी के तीरा।'

घाबरू नका. अगदी मध्यरात्री जरी गरज पडली तरी प्रभू दर्शन देतील; पण दर्शन नेहमी प्रेम नदीच्या तीरावरच मिळतं. तुम्ही प्रेमाची नदी वाहती ठेवा. मागणं नाही. प्रेमात कुठे काही मागणं असतं का? काही मिळवण्याची आकांक्षा नाही. प्रेम तर नदीच्या तीरावर जेव्हा गरज पडेल तेव्हा, जेव्हा तुमची पात्रता परिपूर्ण होईल, जेव्हा प्रभू अवतरतील. नेहमीच अवतरले आहेत.

'आधी रात प्रभु दरसन दे है।' मध्यरात्री जरी गरज पडली तरी ते येतील. तुमची जेव्हा गरज असेल, येतील; पण गरज असेल तेव्हाच. गरजेच्या आधी नाही होऊ शकणार.

आणि तुमच्या सर्व मागण्या गरजेच्या आधी आहेत. ज्या गोष्टी करता तुम्ही पात्र नाही, त्या गोष्टी तुम्ही मागता. मग मिळत नाही म्हणून कष्टी होता. कष्टी, दुःखी झालात, की अजूनच अपात्र होता. अपात्र झालात, की जे तुमच्या जवळ आहे, तेही हरवून बसता.

जीझस योग्य सांगतात, 'ज्यांच्याजवळ आहे, त्यांना अजून दिलं जाईल आणि ज्यांच्यापाशी नाही, त्यांच्याकडून तेही हिरावून घेतलं जाईल, जे त्यांच्याजवळ होतं.'

मेरे जीवन मरन का साथी
कब कोई मुझसे जुदा होता है
हर नफस साथ मेरे चलता है
हर कदम राहनुमा होता है
बख्श देता है खताएं मेरी
जामने लगजशे पा होता है
वही मंजिल है वही शौके सफर
वही खुद बांगे दरा होता है
मैं जिसे कहता हूं मेरा-मेरा

सब उसी का तो दिया होता है।
है वही शमे सयाह खानाये दिल
वही आंखों की जया होता है
वही हर मौजे नफस में है रवां
दिल में जो जोशे वफा होता है
दर्दे दिल बन के कभी उठता है
बढ के फिर खुद ही दवा होता है
वही पैदा है सकूते लब मैं
वही नगमों मैं छुपा होता है
कभी बनता है सकूने साहिल
कभी तूफाने बला होता है
ला इला है वही इल्ला अल्ला है
वही हर बुत में बसा होता है
क्या कहूं हमदमे दैरीना मेरा
मुझसे मिलता है तो क्या होता है
शुक्र सद शुक्र कि मेरे लब पर
न शिकायत न गिला होता है
बेतलब उसकी नजर से मुझको
सागरे कैफ अता होता है।

परमात्मा तुमच्या बरोबर आहे. तुम्हीच त्याच्याबरोबर नाही आहात. परमात्मा जर तुमच्या बरोबर नसता, तर तुम्ही क्षणभरसुद्धा जगू शकला नसता. जीवन हेच तर परमात्मा साथीला असण्याचा पुरावा आहे. श्वासोच्छ्वास होतो आहे, तर परमात्मा तुमच्यावर वर्षाव करतोय, हा पुरावा आहे. हे प्रमाण आहे. तुम्ही चैतन्य आहात. अजून वेगळा काय पुरावा हवा परमात्मा तुमच्यात आहे याचा? तुमच्यात उपस्थित आहे याचा?

मेरे जीवन मरन का साथी
कब कोई मुझसे जुदा होता है।

परमात्मा वेगळा – अलग होऊ शकतच नाही. तुम्ही त्याला बघा किंवा बघू नका. तुमची नजर त्याच्या दिशेने असो, नसो, तो वेगळा होऊ शकत नाही. जो वेगळा होऊ शकतो, तो परमात्मा नाही. म्हणूनच तर आम्ही म्हटलं आहे, परमात्मा हा तुमचा स्वभाव आहे. वस्त्र नाहीये, जे बदलू शकाल. कातडीही नाहीये, हाडं-मांसही नाहीये. जी आज नाही तर उद्या बदलेल. तारुण्याची म्हातारी होतील. लहान मुलं पुरुष होतील. सात वर्षांत मनुष्यातलं सर्व काही बदलत जातं. सत्तर वर्षं

जगलात तर दहा वेळा शरीरात संपूर्ण बदल होतो. मन ही नाहीये, कारण ते तर क्षणोक्षणी बदलत असतं. मन मेरो बडो हरामी! ते तर प्रत्येक क्षणी बदलत आहे. ते तर क्षणोक्षणी काहीच्या बाही होत आहे.

परमात्मा तुमच्या आत 'साक्षी' होऊन बसला आहे. तुमचं आत्यंतिक होणं ही परमात्मा आहे. पण तुम्ही नजर द्या – न द्या, तुम्ही बघा – न बघा, कायम तुमच्यामागे आहे, सावलीसारखा!

मेरे जीवन मरन का साथी
कब कोई मुझसे जुदा होता है
हर नफस साथ मेरे चलता है
हर कदम राहनुमा होता है।

श्वासाश्वासात तुझी साथ आहे. आणि प्रत्येक क्षणी तुम्हाला वाट दाखवत आहे. तुम्ही ऐका किंवा ऐकू नका, माना न माना, प्रत्येक क्षणी तुमच्या अंतर्मनातून हाक मारत आहे. तुम्ही चोरी करत असाल, तर सांगतो, 'नाही. करू नकोस! तुम्ही ऐका, नका ऐकू. तुम्ही कुणाची हत्या करायला जाताय, तर सांगतोय, नाही. थांब!' तुम्ही प्रार्थनेत मग्न होताय, तर सांगतोय, 'पूर्णपणे त्यात डुंबून जा!' तुम्ही ऐका, नका ऐकू, तुम्ही कुणाला काही देऊ करताय, तर सांगतो, 'देऊन दे.' सर्व काही देऊन टाक. देण्यातून मुक्त हो. देण्याने मनुष्य निर्भर होतो. तुम्ही ऐका, नका ऐकू. तो अंतर्मनातून बोलतच जातोय. प्रत्येक क्षणी!

हर नफस साथ मेरे चलता है
हर कदम राहनुमा होता है
बख्श देता है खताएं सारी
जामने लगजशे पा होता है।

आणि तुमच्या किती चुका आहेत, अनंत चुका आहेत, आणि तो क्षमा करत जातोय. तुम्ही किती वेळा अडखळता, डगमगता; पण तो तुमच्या पायांना सांभाळतो. किती वेळा तुम्ही पडता, तो पुन्हा तुम्हाला उठवतो. तुम्हाला, तुम्ही पडल्यावर कुणी उठवलं? आणि कुणी तुम्हाला सावरलं जेव्हा तुम्ही अडखळलात? तुमच्या चुका कुणी माफ केल्या? कोण आहे जो प्रत्येक क्षणी तुम्हाला साफ-स्वच्छ करतं? न्हाऊ घालतं, पुन्हा ताजंतवानं करतं?

तोच मुक्काम आहे. तोच प्रवासातला आधार आहे. तोच मुक्काम आणि यात्राही तोच! तोच या यात्रेसाठी बोलावतो की या – या!

मैं जिसे कहता हूं मेरा-मेरा
सब उसी का तो दिया होता है।
है वही शमे सयाह खानाये दिल

वही आंखों की जया होता है।

अंधाऱ्या, काळोखातल्या काळोख्या रात्री – जेव्हा हृदय अंधारात बुडलेलं असतं, तेव्हा अंधारही तोच आहे आणि सकाळी जेव्हा तुमच्या डोळ्यात प्रकाश उतरतो, तो प्रकाशही तोच आहे. त्याला ओळखायला शिका. तो प्रत्येक विरोधाभासात हजर आहे.

वही हर मौजे नफस में है रवां
दिल में जो जोशे वफा होता है
दर्दे दिल बनके कभी उठता है
बढ़के फिर खुद ही दवा होता है

तोच दुःख आहे, तोच त्रास आहे. तोच तृष्णा आहे आणि तोच पाऊस आहे. 'घिर आई बदरिया सावन की।' तोच तुमच्या आत तृष्णा होऊन राहिलाय. तोच पावसाचे ढग आहे. तोच तृप्ती आहे. या अतिरिक्त दुसरा काहीही नाही.

वही पैदा है सकूते लब मैं
वही नगमों में छुपा होता है।

जेव्हा ओठ गप्प असतात, तेव्हा तोच गप्प आहे, जेव्हा ओठ गाणी गातात, तेव्हा तोच गाणं गातो.

कभी बनता है सकूने साहिल
कभी तूफाने बला होता है।

कधी किनाऱ्यावर शांत, अगदी शांतता, कधी वादळ – सर्व तोच आहे. त्याला ओळखा. प्रत्येक रूपात ओळखा. हे तुलसीदास त्याला कृष्णाच्या रूपात ओळखू शकले नाहीत. म्हणे रामाच्या रूपातच ओळखेन. प्रकाशातही तोच आहे आणि अंधारातही. राम आणि कृष्णाच्या गोष्टी तर सोडूनच द्या. जीवनही तोच आणि मरणही तोच आहे. तुमच्या हृदयात जे दुःख ठसठसतं, तेही तोच आहे आणि औषध बनून येणाराही तोच आहे. त्याला प्रत्येक रूपात ओळखा. त्याला अनंत रूपात ओळखा.

ला इला है वही इल्ला अल्ला है
वही हर बुत में बसा होता है।

मशिदीतून अमूर्त रूपात प्रकट होत आहे. मंदिरातल्या मूर्तीतून प्रकट होत आहे; पण तो तोच आहे. त्याच्या अतिरिक्त काही दुसरं असू शकत नाही.

क्या कहूं हमदमे दैरीना मेरा
मुझसे मिलता है तो क्या होता है।

हा जूना मित्र जेव्हा भेटतो, तेव्हा सांगता येणं कठीण आहे की काय होतं! सांगता येत नाही म्हणून मीरा म्हणते, 'तेरी लीला गांसू'

चाकर रहसूं बांग लगासूं, तेरी लीला गांसू। अजून तर काही करू शकणार नाही. तुझ्या मिलनाच्या आनंदाने नाचेन. गीत गाईन! ज्यांच्या आयुष्यात तुझा सुरेल, धीमा आवाज पडला नसेल, त्यांच्या जीवनात तो पोहोचवेन!

क्या कहूं हमदमे दैरीना मेरा
मुझसे मिलता है तो क्या होता है।

त्याला भेटल्याबरोबर नृत्य होतं. त्याला भेटल्याबरोबर एक तऱ्हेची नशा येते, धुंदी येते. ही अशी धुंदी ज्यात शुद्ध आहे. पाय अडखळतात, डळमळतात पण ते डळमळणं असं जे मुक्कामाच्या जवळ नेतं.

शुक्र सद शुक्र कि मेरे लब पर
न शिकायत न गिला होता है।

आणि जेव्हा त्याच्याशी मिलन होतं, तेव्हा कसली तक्रार? असंही म्हणता येत नाही की इतके दिवस का तडपवलंस? त्या मिलनाच्या क्षणी तो जन्मो न् जन्मोच तडपणं हेही त्याची कृपाच वाटते. त्या मिलनाच्या क्षणी रहस्य उलगडलं जातं. त्या मिलनाच्या क्षणी हे समजतं, की इतके दिवस तडपवलं नसतं तर आज मिलनातला जो रस आहे, तो नसता. इतकं तहानलेलं ठेवलं, म्हणूनच ही परमतृप्ती मिळाली. त्या दिवशी तृष्णेचं रहस्यही उमगतं.

कुणा मित्राने असा प्रश्न विचारला, की 'तुम्ही म्हणता, परमात्मा अनुकंपा आहे, तर मग इतकं दुःख का, इतक्या वेदना का? इतका त्रास का? लोक अनंत त्रासात दबले गेले आहेत– शारीरिक, मानसिक, आत्मिक, त्रिमित ताप! परमात्मा जर दयाळू आहे, तर इतकं दुःख-वेदना का?' हा प्रश्न तोपर्यंतच सतावेल जोपर्यंत मिलन होत नाही. अजूनपर्यंत या प्रश्नात अर्थ आहे. स्वाभाविकतेने असं वाटतं – इतक्या वेदना का?

पण याच वेदना गहिऱ्या होऊन औषधं बनवतात. एवढं दुःख याचसाठी आहे, की आनंद व्हावा. इतके काटे एवढ्याचसाठी की फूल फुलू शकेल. इतका काळोख एवढ्याच करता, की प्रकाश पडेल तर नृत्य होईल, उत्सव येईल.

ज्याने अंधार समजला, तो प्रकाशाला ओळखू शकेल आणि ज्याने संसारातलं दुःखं जाणलं, तोच परमात्म्याचा आनंद अनुभवू शकेल.

मासा पाण्यातच असतो म्हणून तो सागराला ओळखू शकत नाही. त्याला बाहेर काढा – किनाऱ्यावर टाका. तडफडू दे थोडा वेळ, जळू दे जरा उन्हात. तेव्हा त्याला सागराची सय येते. मग पुन्हा त्याला पाण्यात टाका, तेव्हा त्याला समजतं, सागर हा कसा अमृतानुभव आहे.

संसार फक्त एक परीक्षा आहे, एक तयारी. एक शाळा! संसार असाच आहे, जसे किनाऱ्यावर फेकले गेलेले तुम्ही, वाळूत तडफडणारे. मग पुन्हा जेव्हा तुम्ही

सागरात परतून याल, महातृप्तीचा क्षण असेल तेव्हा. त्या तृप्तीची ओळख, जोपर्यंत तुम्ही किनाऱ्यावर तडफडत नाही, तोपर्यंत तुम्हाला उमगणारच नाही; पण हे रहस्य तेव्हाच उलगडेल जेव्हा त्याच्याशी मिलन होईल.

शुक्र सद शुक्र कि मेरे लब पर

तेव्हा धन्यवादाशिवाय काहीही नसतं. शब्दही नसतात. ओठांवर आभाराचे शब्द असतात; पण उच्चारता येत नाहीत. ना तक्रार असते, ना नाराजी. फक्त एक आभाराचा भाव असतो. एक अपूर्व अहोभाव! पण शब्द मिळत नाहीत, ते फार लहान पडतात.

बेतलब उसकी नजर से मुझको
सागरे कैफ अता होता है।

आणि मी मागितलंही नव्हतं – बेतलब – मी मागितलं नव्हतं! मी गप्प उभा – न मागता!

बेतलब उसकी नजर से मुझको
...मैं चुप खड़ा हूं, बिना मांगे
उसकी नजर से मुझको
सागरे कैफ अता होता है।

आनंदाचा, मस्तीचा असा पेला मिळतो जो सागरावरही मात करतो. ओसंडून वाहणारा, काठोकाठ भरलेला, मस्तीचा प्याला – न मागताच! मागितलं की हरवलं! मागणं – नेहमी लक्षात ठेवा. तुमची प्रार्थना कुणा दरवाज्यातून मागणीच्या स्वरूपात घुसू नये, नाहीतर प्रार्थना मरते. मागणंच उरतं. आणि मागणारा – भिकारी – कधी परमात्म्यापर्यंत पोहोचू शकत नाही. मालक, सम्राट पोहोतचतात. सम्राटाला भेटायचं असेल तर सम्राटासारखं जायला हवं, आणि सम्राटासारखं जाण्याचं रहस्य :

'म्हाने चाकर राखोजी, म्हाने चाकर राखोजी।
चाकर रहसूं बाग लगासूं, नित उठ दरसन पासूं।
ब्रिंदाबन की कुंज गलिन में, तेरी लीला गासूं।।
चाकरी में दरसन पाऊं, सुमिरण पाऊं खरची।
भाव-भगति जागीरी पाऊं, तीनों बातां सरसी।।
'रमैया मैं तो थारे रंग राती।'

मीरा म्हणते, 'मी तुझ्या रंगात पूर्णतः रंगले. मी उरलेच नाही. फक्त तू उरलास. अशी रंगले की मी संपलेच.'

'रमैया मैं तो थारे रंग राती।' तुझ्या प्रेमात मिसळून गेले. तुझं प्रेमच राहिलं. मी हा भाव आता उरलाच नाही. मी आहे, ही जाणीवच नाही. तूच आहेस!

औरों के पिया परदेस बसत है, लिख लिख भेजे पाती।

दुसऱ्यांचे प्रेमी, प्रियकर, कुठल्या दुसऱ्या देशात राहतात, ते त्यांना पत्रं पाठवत राहतात. मी तुला कसं काय पत्र पाठवू?

'मेरे पिया मेरे हृदयमें बसत है, रोल करू दिन राती।' गुणगुणते, गुंजन करते; पण संवाद मात्र अशक्य आहे. कारण आता आपण दोघं-दोन उरलोच नाही, एक झालो. ही एकात्मताच भक्तीची परिपूर्णता!

जलालुद्दीन रूमीचं प्रसिद्ध गीत आहे – 'प्रियकराने प्रेयसीचं दार ठोठावलं – आतून आवाज आला, 'कोण आहे?' आतून प्रियकर म्हणाला, 'मी, तुझा प्रियकर. तू ओळखलं नाहीस?' माझे पदरव नाही ओळखलेस? माझ्या हाताचं ठोठावणं ओळखलं नाहीस?' आतून पुन्हा आवाज आला. 'शेवटी तू आहेस तरी कोण?' प्रियकर म्हणाला, 'कमाल झाली. माझा आवाजही तुला ओळखू येत नाही?' मग शांतता पसरली. प्रियकराने मग खूप वेळा दरवाजा ठोठावला; पण आतून उत्तर आलं नाही. डोकं आपटलं, तर आतून इतकाच आवाज आला की हे घर खूप लहान आहे, इथे दोन व्यक्ती राहू शकणार नाहीत.

प्रियकर निघून गेला. जंगलात, डोंगर-दऱ्यांत फिरत राहिला. ध्यान-प्रार्थना, स्वत:चं निरीक्षण करत राहिला. चंद्र उगवला-मावळला, सूर्य उगवला-मावळला. दिवस-महिने-वर्ष, अनेक वर्षांनंतर परतून आला. दरवाजा ठोठावला. पुन्हा तोच आवाज, तोच प्रश्न, कोण आहे? या वेळेस त्याने उत्तर दिलं, 'आता तर तूच आहेस!' आणि दार उघडलं. प्रेमाच्या घरात 'दोन' राहू शकत नाहीत. ही जलालुद्दीनची रुमीची कविता भक्तीची पराकाष्ठा दर्शवते. रूमी सुद्धा एक प्रियकर होता. जशी मीरा एक भक्त – एक अपूर्व भक्त!

औरों के पिया परदेस बसत हैं, लिख लिख भेजें पाती।
मेरे पिया मेरे हृदय बसत हैं, रोल करू दिन-राती।
चूवा चोला पहिर सखी री...।

सुंदर, सुगंधित वस्त्र परिधान करते, प्रियकराला आवडणाऱ्या रंगांची वस्त्र परिधान करते.

'चूवा चोला पहिर सखी री, मैं झुरमुट रमवा जाती।'

आणि एकांतात निघून जाते – त्याच्याबरोबर खेळायला. तो तर सोबतच आहे. एकांतात! प्रेम नेहमी एकांत मागतं, कारण प्रेम वेडं आहे आणि गर्दीची नजर वेडं होऊ देण्याची मुभा देत नाही. नक्कीच मीरा जात असेल दूर – एकांतात! नाचत असेल तिथे आपल्या पतीबरोबर. पतीही नाचत असेल मीरा बरोबर, कारण पती आत बसला आहे. मीराच्या नाचात त्याचाही नाच आहे.

'चूवा चोला पहिर सखी री, मैं झुरमुट रमवा जाती।'

झुरमुट में मोहे मोहन मिलिया, घाल मिली गलबांथी।'

आणि तिथे माझं त्याच्याशी मिलन होतं. माझा मोहन मला भेटतो. आम्ही मिठी मारतो, आलिंगन देतो. एकमेकांत मग्न होतो. आम्ही एकमेकांमध्ये प्रवेश करतो, विलीन होतो.

'झुरमुट में मोहे मोहन मिलिया, घाल मिली गलबांथी
और सखी मद पी-पी माती...।'

आणि मैत्रिणी आहेत, ज्या मद्य पितात नि मग त्यांना धुंदी चढते. 'मैं बिन पियांही माती।' आणि मी न पिताच धुंदीत डोलू लागते. त्या प्रियकराचं आत वास्तव्य करणं, ही मोठ्यातली मोठी धुंदी आहे. मग डोळे कायमच मदमस्त राहतात. पावलं कुठे – इथे पडतात. 'और सखी मद पी-पी माती मैं बिन पियां ही माती।'

या प्रियकराला आपल्यात बसवून घ्या. तुम्ही मधुशाला व्हालं, आता कुठलं वेगळं मद्य प्यायची गरज नाही.

माणूस दारू पितो – स्वत:ला विसरण्यासाठी. ज्याला प्रिय मिळाला – तो तर संपला. विस्मरणासाठीही उरला नाही. एक गहिरी धुंदी चढते. या धुंदीचं एक वैशिष्ट्य आहे! भक्ताची धुंदी अशी – धुंदीही असते आणि जाणीवही असते. एक प्रकारची निद्रा, तंद्री घेरून राहते. परमात्म्याला प्राशन करून भक्त धुंद असतो; पण तरीही त्याच्या जीवनात एक सजगता असते. त्याच्याकडून चूक होत नाही. पाय डळमळतात पण चुकीच्या वाटेवर नाही. नृत्य करतो, पण नेहमीच योग्य दिशेने घटना घडतात!

किस खाक से हुई है न जाने मेरी सरिश्त
दानिस्ता कुछ गुनाह किये जा रहा हूं मैं
चाहूं तो अपने हाथ से अमृत पिलाये तू
दुख है कि फिर भी जहर पिये जा रहा हूं मैं
ये है कशिश हयात की या खौफ मौत का
जो बुझ चुका है फिर भी जिये जा रहा हूं मै
मस्ती हुई नसीब बडी मुश्किलों के बाद
दामन का चाक फिर भी सिये जा रहा हूं मैं
आया था ले के हसरतें दीदे जमाले दोस्त
दिल में उम्मीद वस्ल लिये जा रहा हूं मैं।

तुम्हाला अधिकार आहे अमृत पिण्याचा... आणि त्या प्रियच्या हातून अमृत पिण्याचा!

चाहूं तो अपने हाथसे अमृत पिलाये तू

दुख है कि फिर भी जहर पिये जा रहा हूं मैं।

पण तुम्ही विष पित आहात.

अहंकारातून विषच पाझरतं. अहंकारात अमृताची ओळख नाही. अहंकार म्हणजे मरणधर्म! म्हणून तो विषच विष आहे. अमृत तर तेव्हा मिळेल जेव्हा अहंकारातून सुटका होईल. जसा अहंकार संपला, तसा मृत्यूचा अंत झाला. कारण तुमच्या आतला जो मरणारा होता, त्याच्यापासून सुटका मिळाली. तुमच्या आत केवळ अमृत राहिलं.

चाहूं तो अपने हाथसे अमृत पिलाये तू
दुख है कि फिर भी जहर पिये जा रहा हूं मैं

ही तुमची निवड आहे. मीरा त्या मुक्कामापाशी पोहोचली आहे. जिथे प्रिय, स्वत: त्याच्या हाताने अमृत पाजत आहे.

'और सखी मद पी-पी माती, मैं बिन पियां ही माती।
प्रेम-भठी को मैं मद पीयो, छकी फिरूं दिन-राती।'

मीरा म्हणते, प्रेमाच्या भट्टीत मदिरा ढवळली गेली – बनवली, ती मी सेवन केली. आता ही अशी धुंदी चढली आहे, जी उतरत नाही. जी धुंदी उतरते, ती कसली धुंदी? जी उतरत जाते, जिला जबरदस्तीने चढवलं जातं, अशी धुंदी किती वेळा कामी येणार? किती काळ? धुंद व्हायचंच असेल तर असे धुंद व्हा, जी धुंदी एकदा चढली की कायमची! रंगायचंच आहे, तर असे रंगून जा जो रंग पक्का बसेल. 'रमैया मैं तो थारे रंग राती।' हा रंग पक्का आहे. हा प्रेमाचा रंग आहे. प्रेमाच्या व्यतिरिक्तचे सर्व रंग कच्चे आहेत. प्रेमाच्या व्यतिरिक्तचे सर्व रंग उतरून जातात. संपत्तीचा रंग, पदाचा रंग, सर्व रंग उतरतात आणि जर तुमच्या प्रेमाचाही रंग उतरून जातो, तर ते प्रेम नाही. प्रेम ही एक शाश्वत यात्रा आहे. झाली तर झाली. जे उतरतं, ओझरत जातं, ते काही वेगळं असणार. प्रेम असू शकत नाही.

'प्रेम-भठी को मैं मद पीयो, छकी फिरूं दिन-राती।'

मीरा म्हणते, 'छकी फिरूं दिन-राती।' असेच तुम्हीही तृप्त होऊ शकता. तृप्त होऊन फिरू शकता आणि ही खेळी – तुमच्या हातात आहे. कुणी दुसरं तुम्हाला भटकवत नाहीये. तुम्हीच तुम्हाला भटकवत आहात. तुम्ही चुकीच्या मैत्रीला आमंत्रित केलंत. संगत धरलीत म्हणून योग्य मैत्रीचा अधिकार हरवून बसलात. हळूहळू चुकीची मैत्री सोडा. संपत्ती, पद सोडा तरच प्रेमाशी मैत्री होईल. प्रेमाशी मैत्री झाली, की शिडी मिळाली. नाव हातात आली. मग 'प्रिय' फार दूर नाही.

मेरी अक्लो खिरद सो गयी है
वर्ना ऐसी न कुछ बेहुशी है
बंद हैं आंख पर देखती है

सो गया जिस्म, जां जागती है
रुक गयी है मेरी सांस ऐसे
बेखुदी में हवैदा खुदी है
कैसी हालत है मैं क्या कहूं अब
मिट गये गम खुशी ही खुशी है
दूर जुल्मत हुई नूर फैला
चार सूं इक नयी रोशनी है
बरकतो रहमते हक की बारिश
हर तरफ हर कहीं हो रही है
बोझ हलका हुआ जिंदगी का
नाचती खेलती जा रही है
रूह खुशियों से लबरेज होकर
सारी दुनिया का मुंह चूमती है
आज हर शै पे छाई है मस्ती
इक मुसर्रत में फितरत बसी है
कोहो दरियाओ शाखो शजर में
देखता हूं कि जां पड़ गई है
जर्रे-जर्रे में खुर्शीद लरजां
कतरे-कतरे में दरिया रवी है
जिंदगी इम्बसाते खुदी के
आज एहसास से कांपती है
असले तौहीद है ये नज्जारा
और यही जाने रंग हुई है।
मेरी अक्लो खिरद सो गयी है
वर्ना ऐसी न कुछ बेहुशी है।

काय होतं? त्या ईश्वराच्या रंगात – प्रियकराच्या रंगात रंगल्याबरोबर तुमची बुद्धी, तुमचा विचार निद्रिस्त होतो. 'मेरो मन बडो हरामी।' ते बंड करणारं, मोहवणारं मन निद्रिस्त होतं. मन जेव्हा निद्रिस्त होतं, तेव्हा हृदय जागृत होतं.

'मेरी अक्लो खिरद सो गयी है।' ती जी हिशोब ठेवणारी बुद्धी आहे, ती निद्रिस्त झाली आहे. बस, केवळ हीच धुंदी आहे. 'वरना ऐसी न कुछ बेहुशी है।'

अजून कसली धुंदी आहे? बुद्धी हरवली आहे. निद्रिस्त झाली आहे. तर्क गेला, श्रद्धा निर्माण झाली. हिशोब गेला, प्रेम निर्माण झालं.

बंद है आंख पर देखती है

म्हणून मी म्हटलं, धुंदी अशी आहे, जी वाढत जाते, कमी होत नाही.

बंद है आंख पर देखती है
सो गया जिस्म जां जागती है

देह निद्रिस्त होतो, आत्मा जागृत आहे. तुमचा आत्मा निद्रिस्त आहे, देह जागृत आहे. आत्ता तुमची नजर उघडी आहे, दृश्य आहे; पण तुम्ही बघता कुठे? आंधळे आहात. डोळे उघडे आहेत आणि आंधळे आहात. कान उघडे आहेत; पण तुम्ही ऐकलंत का? जोपर्यंत परमात्म्याचा नाद ऐकला नाहीत, तोपर्यंत काहीही ऐकलं नाहीत. जोपर्यंत परमात्म्याला बघितलं नाहीत, काहीही बघितलं नाहीत. 'बंद है आंख,पर देखती है।'

मग एक अशी वेळ येते की, डोळे तर बंद आहेत; पण आतून बघितलं जातं. आतून परमात्म्याला बघितलं जातं.

सो गया जिस्म, जां जागती है
रुक गयी है मेरी सांस ऐसे
बेखुदी में हवैदा खुदी है

आणि एका परीने मी बेशुद्ध झालो आहे, स्वत:ला विसरलो आहे आणि एका अर्थी प्रथमच शुद्ध आली आहे. या हरवण्यातही कुठेतरी मी लपलेलो आहे. प्रथमच ज्योत प्रज्वलित झाली आहे.

कैसी हालत है मैं क्या कहू अब
मिट गये गम खुशी ही खुशी है
आज हर शै पे छाई है मस्ती
इक मुसर्रत में फितरत बसी है

चारही दिशांनी आनंदाचा पडघम वाजत आहे. चारही दिशांनी फुलंच फुलं फुलली आहेत. चारही दिशा सुगंधाने दरवळून गेल्या आहेत. आत त्याच्याशी मिलन होतंय तर बाहेरचं जगही रूप बदलतं आहे.

कोहो दरियाओ शाखो शजर में
देखता हूं कि जां पड़ गयी है

बाकीच्यांच्या गोष्टी सोडा; पण दगडातही प्राण दिसू लागलेत. ते जे महावीरांनी सांगितलंय की दगडातही प्राण आहेत, ते आतल्या परम चैतन्याच्या अनुभवामुळे सांगितलं आहे. दगडातले प्राण दिसत नाहीत; पण त्यातही प्राण आहेत. या जगात अशी एकही जागा नाही, ज्यात प्राण नाहीत. हे जग प्राणांचा समुद्र आहे, जीवनाचा सागर आहे. इथे प्रत्येक वस्तू जागी आहे, जगत्ये! सर्व वस्तू गतिमान आहेत. सर्व वस्तू परमात्म्याच्या दिशेने वाटचाल करीत आहेत. आपापल्या पद्धतीने, आपापल्या कुवतीनुसार!

आज हर शै पे छाई है मस्ती
इक मुसर्रत में फितरत बसी है
कोहो दरियाओ शाखो शजर में
देखता हूं कि जां पड़ गयी है।
'और सखी मद पी-पी माती, मैं बिन पियां ही माती
प्रेम-भठी को मैं मद पीयो, छकी फिरूं दिन-राती
सुरत निरत को दिवलो जोयो, मनसा पूरन बाती।'

मीरा म्हणते, 'स्मृती – चेहरा आणि निरत – लीनता! विरोधाभास वाटेल. 'सुरत निरत को दिवलो जोयो...।' एका बाजूला परमात्म्याची आठवण जागृत झाली आणि स्वत:ची आठवण हरवली. तर मी लीन झाले आणि प्रभू जागा झाला. मी तर संपले. प्रभू होऊ लागले. 'सूरत-निरत को दिवलो जोयो।' हे असं अद्भुत सामंजस्य होत आहे. एका बाजूने लीन झाले, एका बाजूने प्रथमच जागी झाले. असं हृदय आतल्या आत जळतंय!

'सुरत-निरत को दिवलो जोयो, मनसा पूरन बाती।'

आणि आता तर मनाचीच वात केली आहे. ती जी माझ्यात विचार करण्याची क्षमता होती, जी एकटीच भटकत होती. तीच आता प्रभूच्या चरणी नम्र होऊन ज्योतीची वात झाली आहे.

लक्षात ठेवा, तुमच्यात असं काहीही नाहीये, जे व्यर्थ आहे. त्याचा योग्य उपयोग, मग सर्वच सार्थक! योग्य उपयोग करायला हवा. तीच आग घराची राख-रांगोळी करू शकते. जी आग अन्न शिजवते तेच विचार तुम्हाला भरकटवतात, तेच विचार तुमच्यात वात होऊन ज्योत प्रज्वलित करू शकतात.

'सुरत-निरत को दिवलो जोयो, मनसा पूरन बाती।
अगम घाणि को तेल सिंचायो, बाल रही दिन-राती।'

आणि जे अगम्य आहे, असीम आहे. ज्याला समजण्याचा काहीही उपाय नाही, त्याच्या तेलानेच दिवा भरलेला आहे. कारण बाकी सर्व तेल, आज नाही तर उद्या संपणार, तेच एकमेव तेल जे अहर्निश ज्योत तेवत ठेवेल.

'अगम घाणि को तेल सिंचायो, बाल रही दिन-राती।'

आणि आता ही ज्योत दिवस न् रात्र तेवत आहे. जी शाश्वत आहे. ही ज्योत ज्यांना मिळाली नाही, ते आरामात जगत आहेत. जी ज्योत त्यांना मिळाली नाही, ते भटकत आहेत. ही ज्योत मिळाली तर भटकणं थांबेल. परमात्म्याचं तेल बनवा, मनाची ज्योत करा. 'अगम-निगम सुरत-निरत...' दिवा बनवा.

जाऊंनी पीहरिये आऊंनी सासरिये, हरि सूं सेन लगती।

आता मीरा म्हणते, कुठेही जाऊ, येऊ – माहेरी किंवा सासरी, आता काही

फरक पडत नाही. हरि सूं सेन लगाती। आता तर त्याचंच ध्यान लागलंय. घरात, बाहेर, माहेरी, सासरी, डोंगरात, बाजारात, एकांतात, गर्दीत, आपल्या माणसात, परक्या माणसात – आता काहीही फरक नाही. डोळे, नजर त्याच्यावरच! त्याच्या खुणा, त्याचं खुणावणं संगतीने चालत राहतं, इतरांशी बोलतं; पण आतून त्याच्याशीच बोलणं चालू राहतं. चालते बाहेर; पण खरं चालणं आत चालू आहे – त्याच्याकडे! एक एक कानगोष्टी चालू आहेत, चूपचाप संवाद चालू आहे. खाणाखुणा त्याच्याशीच होत आहेत.

'सेन' हा फार छान शब्द आहे. 'सेन'चा अर्थ – नजरेने, नजरेशी मारलेल्या गप्पा, साधलेला संवाद! कुणाला कळतही नाही. शब्दांची गरजच भासत नाही.

'मीरा के प्रभू गिरधर नागर, हरि चरणां चित राजी।'

मीरा म्हणते, 'माझा प्रभू तर 'गिरधर नागर' आहे. त्याच्याच चरणाशी माझं सर्वस्व वाहिलं आहे.' हे सर्वस्व वाहण्याची कला.

'म्हाने चारक राखोजी, म्हानें चाकर राखोजी
चाकर रहसूं बाग लगासूं, तेरी लीला गासूं।'

प्रभूचे चाकर बना आणि तुम्ही कायमचे मालक व्हा. मालक व्हायचा प्रयत्न करा. तुम्ही संसाराचे गुलाम रहाल. इथे सर्वांत श्रीमंत व्यक्तीही गुलाम आहे. इथले सम्राटही गुलाम आहेत. त्याच्या जगातले चाकर मालक आहेत. या जगातले मालक मात्र चाकर आहेत. अहंकार समर्पित करावा लागेल. तरच चाकर बनाल. त्याच्या चरणांशी सर्वस्व तेव्हाच वाहू शकाल, जेव्हा 'मी'चा तोरा सोडाल. खरं बघाल, समजाल, तर 'मी' च्या व्यतिरिक्त दुसरं कुठलंही पाप नाही. 'मी'च्या अतिरिक्त कुठला संसारही नाही. 'मी'च्या व्यतिरिक्त दुसरा नरक नाही. मी गेलं – नरक गेला, पाप गेलं, संसारही संपला. जिथे 'मी' गेलं, तिथे मग जे उरतं, मग 'मी' नष्ट झाल्यामुळे ज्याची अनुभूती होण्यास सुरुवात होते – तेच प्रेम आहे, तोच प्रभू आहे! त्याला नाव काहीही द्या. राम, कृष्ण, अल्ला... जे वाटेल, जशी इच्छा तसं म्हणा. हे फरक फक्त नावाचे आहेत.

ना 'राम' नामाचा जप करून काही होणार, ना कृष्ण, ना अल्ला! 'मी' सोडून द्या. मग रामही मिळेल, कृष्णसुद्धा मिळाले, अल्लाही मिळाले. कारण ही सर्व त्याचीच नावं आहेत.

वेगवेगळ्या लोकांनी वेगवेगळ्या पद्धतीने त्याला हाक मारली; पण हाक मारणारा तेव्हाच सफल होतो, हाक त्याचीच पोहोचते, जो स्वत:ला संपवतो!

नोकर व्हायची कला शिका. तर भक्तीची किल्ली तुमच्या हातात आली. जर भक्तीने मिळत असेल, तर अजून वेगळ्या पद्धतीने मिळवण्याची गरज काय? जरी नाच नाचून मिळत असेल तर तप, व्रत, योग या सारख्यांची गरज काय? जर फक्त

गुण गाऊन मिळतं, जर इतक्या सहजतेने, सरळ मार्गाने मिळत असेल तर अडथळे, अडचणी कशाला उभ्या करायच्या?

पण लक्षात ठेवा, तुमचा अहंकार कायम अडचणी उपस्थित करू शकतो. सरळतेने जाऊ इच्छित नाही. कारण अहंकाराला नेहमीच स्पर्धेची चटक असते. अहंकाराला योग आवडतो. तप-तपश्चर्या आवडते, कारण त्यात अहंकाराला काही करण्यासारखं असतं. जेव्हा काही करायला मिळतं, तेव्हा अहंकार मजबूत होत जातो. त्याला भक्ती आवडत नाही. कारण भक्तीत काही करण्यासारखं नसतं... समर्पण! भक्तीत तर परमात्मा करतो. भक्त फक्त झेलतो. भक्त फक्त आपला हात परमात्म्याच्या हातात देतो. म्हणतो, 'जशी तुझी मर्जी!'

म्हणून अहंकाराला भक्तीत रस नाही. तुमच्या आतला अहंकार हेच सांगेल. 'भक्ती नाही, योग कर, तप कर... जप कर, उपास कर... तरच काही होईल. नाचणं, गाणं यात काय आहे?'

इथे माझ्याकडे लोक येतात. म्हणतात, 'नाच-गाण्याने काय होणार? त्यांना काही माहीत नाही. नाच-गाण्यातच सर्व होतं. नाच-गाण्यातच झालं. कारण ज्यांच्याजवळ आहे, त्यांना अजून दिलं जाईल. ज्यांच्याजवळ नाही, त्यांच्याकडे जे आहे, ते ही हिरावून घेतलं जाईल.'

प्रेम – आत्म्याचा श्वास!

प्रवचन पाचवे

प्रश्न-सार :

- प्रिय भगवान! मी रडू, गाऊ, हसू की... नऊ वर्षं दूर कशी काय राहिले, समजत नाही. आता जवळ आल्यावर अशी दशा आहे, की सारखीच कंपनं येतात, मग मी झोपले असेन किंवा जागी असेन या अवस्थेचा परम आनंद होतो. हुरहुरही! काही मार्ग दाखवण्याची कृपा करा प्रभू!

- जीवनातल्या बंधनातून मुक्तता कशी मिळेल? हे येणं-जाणं कसं संपेल?

- तुम्ही जेव्हा गांधी, विनोबा, अरविंद, विवेकानंद यांच्या विरोधात बोलता, तेव्हा मला खेद होतो. तसं कुणी तुमच्या विरोधात बोलतात तेव्हा मला खेद होतो. विनंती आहे की जसे तुम्ही बुद्ध आणि महावीरांना समजावण्यात सहाय करता तशीच अरविंदांना समजवण्यासाठीही करा.

- तुम्ही म्हणता, प्रेम हे प्रभूचं दार आहे. मीही कधी कुणावर प्रेम केलं होतं; पण त्याला मिळवू शकलो नाही. आता तर तीस वर्षं झाली; पण कधी अजून कुणावर प्रेम करू शकलो नाही. भगवान कसं? कधी? माझं त्याच्याशी मिलन होईल?

पहिला प्रश्न : *प्रिय भगवान! मी रडू, गाऊ, हसू की... नऊ वर्षं दूर कशी काय राहिले, समजत नाही. आता जवळ आल्यावर अशी दशा आहे की सारखीच कंपनं येतात, मग मी झोपले असेन किंवा जागी असेन या अवस्थेचा परम आनंद होतो. हुरहुरही! काही मार्ग दाखवण्याची कृपा करा प्रभू!*

* वीणा! रडणं, गाणं आणि हसणं या तीनही गोष्टी एकत्र चालू शकतात. निवडण्याची काही गरज नाही. त्रिवेणी सुंदर आहे. एक गरीब राहील, तीनही समृद्ध होतील! पण तर्काने भरलेलं मन नेहमी निवड करतं, रडू की गाऊ की हसू? तीनही एकत्रित असू देत.

रडणं-हसणं यात काहीही विरोध नाहीये. कधी कधी तर खोल हसू अश्रूंत रूपांतरित होतं. रडणं म्हणजे दुःखाचं कारण असणं, हे जरूरी नाहीये. रडणं, आनंदानेही असू शकतं. वीणाचं रडणं निश्चितच आनंद स्वरूपाचंच असणार.

रडणं याचा अर्थ काय आहे? रडणं याचा अर्थ – कोणतीही भावना इतकी तीव्र असते की अश्रूंनी प्रकट करण्यावाचून गत्यंतरच नाही. मग तो भाव दुःखाचा असो किंवा आनंदाचा.

अश्रू हे अभिव्यक्तिचं माध्यम आहे. गहिऱ्या भावना, ज्या खोल हृदयातून उमटतात, त्या अश्रूंतूनच प्रकट होऊ शकतात. शब्द छोटे पडतात. गीतं छोटी पडतात. जिथे गीतं कमी पडतात तिथे अश्रू सुरू होतात. जे अजून वेगळ्या पद्धतीने प्रकट होऊ शकत नाही, ते अश्रूंनी प्रकट होतात. अश्रू, तुमच्या आतल्या काही

अशा एका भावदशेतून उठतात की, ज्यांना सावरणं अशक्य! तुम्ही सावरू शकतच नाही, हा पूर तुम्हाला वाहून नेतो.

आणि हे अश्रू जे आनंदाचे आहेत, त्यात तुमचं हसणंही उमटेल. त्यात तो स्वर असेल आणि हे अश्रू अहोभावाचे आहेत म्हणून गीतंही उमटतील, त्यांचा स्वरही असेल. तर गा, रडा, हसा – तीनही एकत्र होऊ दे. त्यात कंजुसी कशाला? एक का? तीनही का नाही?

पण मन हिशोबी आहे. ते विचार करतं, एकच योग्य वाटतं. एक तर गा – किंवा रडा! मी तुम्हाला सांगतो की हा हिशोब तोडण्यासाठीच तर सारे श्रम, प्रयत्न चालू आहेत. हाच तर वेडं होण्याचा प्रयत्न – अर्थ!

तुम्ही कधी कुणाला रडताना, हसताना, गाताना एकदम एकत्र पाहिलंत, तर विचार करत असाल की वेडा आहे. वेडाच एवढी हिम्मत करू शकतो. हुशार तर कमजोर असतो, त्याच्या हुशारीमुळेच! तो तर विचार कर-करून चालतो, सांभाळून. त्या सांभाळून चालण्यातच चूक होते.

हुशार माणसाला केव्हा परमात्मा मिळाला? हुशार हवं तर संसारातच साम्राज्य स्थापित करेल; पण परमात्म्याच्या जगाला मात्र वंचित होईल. ते त्याचं राज्य नाही. ते राज्य तर वेड्यांचं आहे. ते राज्य तर त्यांचं आहे, ज्यांनी तर्काचं जाळं तोडलं, जो भावनांच्या रहस्यपूर्ण राज्यात प्रविष्ट झाला.

या तीनही दारांना एकत्र उघडू द्या. परमात्म्याने हृदय ठोठावलं आहे, तेव्हाच असं होतं. हे तर सौभाग्य.

मी रडू, गाऊ, हसू.

नऊ वर्षं दूर कशी काय राहिले, समजत नाही!

वीणा मला नऊ वर्षांपूर्वी भेटली होती. जवळ येता येता दूर गेली. जवळ येणं सोपंही नाही. हजारो गोष्टी वाट अडवतात, माझ्या जवळ येणं तर त्याहूनही कठीण. ज्यांच्याकडे प्रेमात वेडं होऊन जाणं आहे, तेच येऊ शकतात. कारण मी जे सांगतो, ते तुमच्या सांत्वनासाठी सांगितलं जात नाही. तर कधी कधी असं होतं. माझ्या कुठल्या गोष्टी तुम्हाला सांत्वनासाठीच्या वाटतात, तर तुम्ही जवळ येता. ज्या गोष्टीमुळे तुम्हाला दुःख होतं, तुम्ही दूर जाता. सुख मिळालं तर जवळ येता. तुम्ही माझ्याशी जोडले गेले आहात! नाही. तुम्ही तुमच्या धारणांशी जोडलेले आहात. तुमच्या धारणांना ज्या गोष्टींमुळे समर्थन मिळतं, तुम्ही म्हणता 'तुम्ही योग्य सांगत आहात.' तुमच्या धारणेला ज्या गोष्टीमुळे घाव बसतो तेव्हा तुम्ही म्हणता, 'हे चूक आहे.'

एका चर्चमध्ये एक पाद्री होता. त्याने प्रथम दारूला विरोध दर्शवला. एक वयस्कर बाई उठून म्हणाली, 'अगदी योग्य!' ती त्या सर्व श्रोत्यांत सर्वाधिक

आनंदी होती. मग चोरीबद्दल विरोध दर्शवला गेला. पुन्हा ती म्हणाली, 'अगदी बरोबर!' आणि तेव्हा तो पाद्री म्हणाला, 'तंबाखू खाणंही योग्य नाही. तंबाखू बंद करा!' म्हातारी म्हणाली, 'आता जरा चुकीचं बोललात! आता धर्म नाही राहिला, आता तर हा क्षुद्र गोष्टींमध्येच गुंतला!'

ही म्हातारी तंबाखू खात होती. जुगार – तिला काहीच नाही, चोरी बद्दलही, दारू बद्दलही काही अडचण नाही. तंबाखू बद्दल बोललं तर अडचण सुरू!

पण वीणा या अशा सिद्धांतामुळे दूर गेली नव्हती. तिच्या मनात भीती उत्पन्न झाली होती. भावनिकतेने ती माझ्या जवळ अजून जास्त आली असती, तर तिचं घर, नवरा, मुलं यांचं काय झालं असतं?

हा माझा अनुभव आहे की पुरुष दूर राहू शकतात, सैद्धांतिक मतभेदांमुळे. स्त्रिया दूर राहतात, त्यांच्या आसक्तीमुळे. भीती गोळा होते की इतकी पुढे गेले, तर परतून येणं अशक्य होईल.

तर नऊ वर्षं वीणाने स्वत:ला दूर ठेवण्याचा प्रयत्न केला. या दूर राहण्यातही जवळ येत गेली. नऊ वर्षं माझ्याजवळ आली नाही, मला ऐकलं नाही; पण या स्वत:ला वाचवण्याच्या प्रयत्नांतही जवळ येत गेली. आतल्या आत रस पाझरत राहिला. बी फुटत राहिलं; मग या वेळेस जवळ आली, मात्र थांबवू शकली नाही. जे नऊ वर्षांपूर्वी झालं असतं, ते आता झालं. आत्ता संन्यासी झाली. हे नऊ वर्षांअगोदर झालं असतं; पण नऊ वर्षांपूर्वी, प्रथम सांसारिक जबाबदाऱ्या, आसक्ती!

आणि गंमत अशी आहे की, मी तुमच्या जबाबदाऱ्या तोडत नाही. ना तुम्हाला तुमच्या कुटुंबापासून दूर करतो ना, तुमच्या मुलांपासून दूर करतो. खरं तर असं आहे की जर तुम्ही पती असाल तर अजून चांगले पती व्हा. पत्नी असाल तर अजून चांगली पत्नी व्हा आणि आई-वडील असाल, तर अजून उत्तम आई-वडील व्हा! संन्यास तुमच्या आयुष्यात सुगंध पसरवेल.

पण 'संन्यास'याबद्दल खूप वर्षांपासून जे चालत आलं आहे, तो जीवन-विरोधी असा प्रवाह आहे. संन्यासी नेहमीच जीवन-विरोधी राहिला आहे. म्हणून 'संन्यास' हा शब्दच विकृत झाला. संन्यास या शब्दालाच विष लागलं आहे. संन्यास शब्दाचं सौंदर्यच हरवलं, आकर्षण नष्ट झालं, अहोभाव हरवला. तो काहीसा उदास, आजारी आणि पळपुटा झाला. एका कानाने ऐकून दुसऱ्या कानाने सोडून देणारे. संन्यास या शब्दाचीच भीती वाटू लागली, कारण संन्यास हा जुना प्रवाह, ती धारा विकृत आहे.

असं नेहमीच नव्हतं. उपनिषद आणि वेदांत सुद्धा संन्यास होता; पण तो जीवन-विरोधी नव्हता. उपनिषदातले ऋषी परम संन्यासी होते; पण ते जीवन-मध्य होते. त्यांच्या पत्नी होत्या. मुलं होती, परिवार, कुटुंब होतं. जैन आणि बुद्ध यांच्या

प्रभावाने संन्यासानं एक वेगळंच रूप घेतलं. मग जेव्हा जैन बुद्धांनी वैराग्य, जीवन-विरोध, जीवनाचा त्याग अशी संन्यासाची परिभाषा केली, तेव्हा हिंदूंना मोठी अडचण होऊ लागली. अडचण अशी की, जैनांचा संन्यास जास्त महिमाशाली वाटू लागला. स्वाभाविकतेने जो पत्नीला सोडून गेला, मुलं सोडून गेला, घर-दार सोडलं, नग्न उभा राहिला, त्याच्यासमोर उपनिषदातले ऋषी फिके पडू लागले. हिंदू धर्माची मुळं डळमळीत होऊ लागली. याची प्रतिक्रिया म्हणून शंकराचार्यांनी हिंदू धर्मातही हेच विष कालवलं. हिंदू संन्यासीसुद्धा जीवन-विरोधी झाला.

मी तुम्हाला सांगू इच्छितो, जीवनाचा विरोध हा शेवटी परमात्म्याचा विरोध आहे. कारण ज्याचं जीवन आहे, जीवनात जो लपला आहे. जीवन-विरोधात तुम्ही त्याला गमवत आहात. जीवन-विरोधी संन्यास पूर्ण पृथ्वीला काबू करू शकत नाही. कुणा लहान-मोठ्या संख्येला कदाचित रसपूर्ण वाटेल; पण जास्तीत जास्त लोक, जनसमुदाय त्याला स्पर्श करू शकणार नाहीत. या एवढ्या मोठ्या पृथ्वीवर जर एखादी व्यक्ती संन्यस्त होते. दोन-चार संन्यस्त होतात, तर त्याने काहीही परिणाम साध्य होणार नाही. सागरात थेंब हरवून जातो. जर पूर्ण सागरच रंगला, तरच त्या दिवशी सौभाग्य उजाडेल!

वीणा घाबरली होती. भीती ही स्वाभाविक होती, कारण नऊ वर्षांनंतर पहिल्यांदा आली आणि पहिल्याच दिवशी हरवली, बुडून गेली! तर नऊ वर्षं बी अंकुरित होत होतं. आज मनाला नक्कीच पीडा होणार – 'नऊ वर्षं दूर कशी राहिले? समजत नाही.'

ज्या दिवशी तुम्ही सत्याच्या जवळ येऊ लागाल, तेव्हा तुम्हालाही आश्चर्य वाटेल की इतके दिवस दूर कसे राहिलो, इतके इतके जन्म दूर कसे राहिलो? आणि सत्य इतकं जवळ होतं, सहज होतं, सरळ होतं, नुसता हात पुढे केला असता, मिळालं असतं. परमात्मा जवळच उभा होता, तुम्ही हरवत राहिलात.

'आता जवळ आल्यानंतर अशी दशा आहे की कणन् कण कंपित होत आहे, झोपलेली असेल किंवा जागी असेन.'

कंपित होईल. शुभ लक्षण आहे. शुभ संकेत आहे. कणन् कण संन्यस्त होईल. संन्यास ही तर सुरुवात आहे. मग रोम-न्-रोम बुडेल, कणन् कण! मग ज्या आनंदाच्या लहरी हृदयातून उठतील त्या शरीराला व्यापून टाकतील. तुमचं संपूर्ण अस्तित्व जोपर्यंत आच्छादित होत नाही, तोपर्यंत हे कंपन चालू राहील. हे कंपन सृजनात्मक आहे. याला आनंद भावाने स्वीकारा!

'अशा अवस्थेत आनंदही होतो आणि हुरहुरही!' स्वाभाविक आहे, आनंद होणारच. कारण काही घडतंय, ज्याची प्रतिक्षा होती. 'झुक आई बदरिया सावन की!' ज्याची तहान होती, ते ढग आले; पण हुरहुरही वाटणार. कारण इतकं नवं

आहे की तुमच्यापाशी ना भाषा आहे, ना व्याख्या! इतकं नवीन आहे, समजण्याच्या पलीकडचं! म्हणून अहंकाराला हुरहुर वाटते. हृदय आनंदित होतं. बुद्धी झुंजुमुंजू होईल. हृदय रसामध्ये मग्न होईल, नाचत राहील, पंख उघडून, फैलावून आकाशात उडायची इच्छा धरेल आणि बुद्धी बेचैनी अनुभवेल. 'हे काय होत आहे – तर्कातीत!'

जे बुद्धीच्या आकलना पलीकडचं आहे – त्यासाठी बुद्धी म्हणते, 'या अशा गोष्टीत पडू नकोस, ज्या मला समजत नाहीत.'

पण बुद्धीच्या वरही एक समज आहे – हृदयाची! आणि ही समज जेव्हा जागृत होऊ लागते, मग बुद्धीचं कोण ऐकणार? ज्यांनी ऐकलं, ते अभागी. म्हणून दोन्ही गोष्टी होतील. आनंदही आणि हुरहुरही! हुरहुर वाटेल मस्तिष्कात नि आनंद असेल हृदयात. श्वासाश्वासात!

विचारांचं ऐकू नका. विचारांचं नातं व्यर्थाशी. विचार सीमित असतात. क्षुद्र! ते पैसा, पद, प्रतिष्ठा यात वाकबगार असतात. प्रेम, परमात्मा, समाधी या दुनियेत त्यांना चालना नाही. ते जमिनीवर सरकण्यासाठी, सरपटण्यासाठी योग्य आहेत, आकाशात भरारी मारण्याची क्षमता त्यांच्यात नाही. आकाशात उडायचं असेल, तर हृदयाचे पंख लावून, त्यावर स्वार व्हावं लागेल.

आनंदाचं ऐका!

तुमच्या समोर जे विधायक आहे, त्यातच डुंबा आणि जे नकारात्मक आहे त्याची उपेक्षा करा, म्हणजे हळूहळू विधायक तुमचं जीवन होईल. नकार आपोआप गळून जाईल. सुकेल. त्याला पाणी घालू नका. तुम्ही पाणी देत रहा आनंदाला.

'या अवस्थेत आनंदही होतोय आणि हुरहुर. काही मार्ग दाखवा प्रभू.'

रस्ता – वाट दाखवण्याची कृपा करा. यात आकांक्षा आहे की कसंही करून ही हुरहुर नको. कारण आनंदातून कुणी मुक्त होऊ इच्छित नाही. हुरहुर नको. यासाठी दोन उपाय आहेत. एक उपाय असा की पुन्हा बुद्धीचं ऐकायला लागा, म्हणजे हुरहुर संपेल आणि आनंदही. जास्तीत जास्त लोक हेच करतात. बुद्धी इतके प्रश्न, झंझटं तयार करते, प्रत्येक क्षणी टोच राहते की तुम्ही म्हणता, 'हा आनंद तर महाग पडतोय. सोडा! जाऊ दे तो आनंद आणि जाऊ दे ती हुरहुर.' पण मग हा व्यवहार अजूनच महागात पडतो. ही वाट काढणं नव्हे, तर वाट हरवणं.

दुसरी गोष्ट – जी वस्तुत: योग्य वाट आहे. ती अशी की या आनंदात अजून खोलवर उतरा. इतकं खोल, की तुमच्यापाशी हुरहुर निर्माण करण्यासाठी शक्तीही उरू नये. सारी शक्ती आनंदात बुडवून टाका. हुरहुरीसाठीसुद्धा शक्ती हवी.

तर आता वीणा या दोन भागात दुभागली गेली असेल. काही हुरहुर, काही आनंद! पूर्णपणे आनंदात उतरा. वेडंच व्हायचं आहे, तर ते पूर्णपणे वेडं व्हा. हे

उचित! लोकलाज सोडून द्या. नाचा, गा, हसा, रडा! दुसऱ्यांच्या डोळ्यांत बघू नका, आपल्या आत डोकावा. दुसरे काय म्हणतात, याची काळजी सोडून द्या. दुसऱ्यांच्या मताला प्राधान्य दिलं, तर या आनंदाला मुकाल. कारण दुसरे लोक दुःखी आहेत, त्यांची मतं या दुःखातून उमटतात. दुसरे लोक आंधळे आहेत, त्यांची मतं त्यांच्या अंधत्वातून उठतात. आंधळ्यांचं ऐकू नका.

मीरा म्हणते, 'साधू देख राजी भयी, जगत देख रोयी।' साधूला बघितलं, आनंद झाला. हृदय आनंदलं कारण त्याने ओळखलं, समजलं. तिने जे सांगितलं, त्यात गम्य होतं. सांसारिक समजलाच नाही. तिने जे सांगितलं, त्याने घाव बसला. रस्ता काय आहे? रस्ता हाच आहे, की आता हुरहुर, अस्थिरता यांची उपेक्षा करा. आनंदा व्यतिरिक्त काहीही नको. सारं हृदय आनंदात डुंबून जाऊ दे. हुरहुर करण्यासारखं काहीही उरलं नाही, मुक्तता मिळाली. आनंदच आनंद एक दिवस उरेल फक्त!

आनंदाला सहकार्य करा – हुरहुर, अस्थिरतेला करू नका. हाच एक उपाय. परतून जाण्याचा उपायही नाही. जिथपर्यंत वीणाशी संबंध आहे, मी सांगू शकतो, परतून जाण्याचा काही उपयोग होणार नाही. पण जर अस्थिर मनाला सहकार्य दिलं तर वेळ लागेल ती परम घटना घडण्यासाठी, वेळ-काळ लांबत जाईल. दोन-दोन नावेवर चढू नका. आता पूर्णपणे एका नावेवर स्वार व्हा!

आनंदाचं संपूर्णपणे ऐका याचा अर्थ असा की, आता स्वतःच्या मस्तीत जगा. आता इतर कुठल्याही घटना या मस्तीची बाधा बनणार नाहीत. तुम्ही मस्तीत डुलत आहात, कुणी उभं राहून बघतंय त्याच्या कारणाने थांबू नका. वेडंच म्हणेल ना! काय बिघडतं? काय हरकत आहे. लोकांनी वेडं समजलं तरी काय हरकत आहे? मीराला त्यांनी वेडं समजलं, यात मीराचं कुठलं नुकसान झालं? असा विचार करून की लोक वेडं समजतात, मीरा जर समजूतदार झाली असती, तर ती तिची चूक झाली असती. कायमसाठी सर्व हरवून बसली असती.

तुमच्या आत जी संसाराची हाक आहे, तीच हुरहुर निर्माण करते. तुमच्या आत जी परमात्म्याची हाक आहे, ती गाणं गाऊ इच्छिते, हसू इच्छिते, नाचू इच्छिते.

या तानाची वीणा बनवा. छेडा सर्व तारा. गा! इथे तुम्ही गाऊ लागलात, तर मिळवाल. परमात्मा जवळ येऊ लागेल. परमात्मा त्यांच्याच जवळ आहे, ज्यांच्या हृदयात गीतं गायली जात आहेत. ज्यांचं हृदय गाणी गातं!

दुसरा प्रश्न : *जीवनातल्या बंधनातून मुक्तता कशी मिळेल? हे येणं-जाणं कसं संपेल?*

* हा प्रश्न उठतो, उद्‌भवतो याचं एकमेव कारण, तुम्ही संतवाणी ऐकता. ते

सर्वजण हेच म्हणतात की, येणं-जाणं यातून सुटका मिळवा. मुक्त व्हा बंधनातून. त्यांचं ऐकून तुम्हीही विचार करू लागला की बंधनातून मुक्त होऊ, हे येणं-जाणं संपून जावो. परम आनंद मिळेल. प्रभूशी मिलन होईल. मोक्ष मिळेल. तुमच्यात वासना निर्माण होते. संतांच्या गोष्टी ऐकून तुमच्या मनात आनंदाची वासना निर्माण होते. एक नवं बंधन! वासना हे बंधन आहे. ही एक नवी तृष्णा आहे. तुम्ही चुकत आहात. तुम्ही संतांचं म्हणणं समजून घेऊ शकला नाहीत.

संतांचं म्हणणं जर नीट समजून घेतलंत, तर हेच लक्षात येईल की, जेव्हा तृष्णा नसेल, वासना नसेल, तेव्हा जे उरेल, तो मोक्ष! मोक्षाची कुठलीही वासना असू शकत नाही.

आता तुम्ही विचाराल, 'जीवनातल्या बंधनातून मुक्त कसं व्हावं? का? काय गरज? तुम्ही म्हणाल मोक्षाचं सुख हवं आहे!' पण सुख मिळवण्याची इच्छा हेही बंधनच आहे. तुम्ही म्हणाल, 'येणं-जाणं कसं सुटेल? का?' 'अमृताची उपलब्धता हवी आहे.' पण का? तुमच्यात एका नव्या वासनेनं जन्म घेतला. हा तर संसाराचा पसारा आहे. चूक नीट पकडू शकला नाहीत आणि ज्या तऱ्हेने हा अर्थ घेतलात, तेच चुकलं.

संत काही सांगतात, तुम्ही काही समजता. तुमची व्याख्या विकृत करते. बुद्धांनी सांगितलं, 'वासनेतून मुक्तता मिळवा.' लोक त्यांना विचारत, 'बरोबर, वासना सुटायला हवी. कशी सुटेल?' आता ही नवी वासना निर्माण झाली, वासनेतून मुक्तता कशी मिळवायची? आता हे त्रास देत राहील. प्राणात काट्यासारखं सलत राहील. ही नवी वासना धोकादायक आहे. पहिली वासना अशी होती की कदाचित पूर्ण होऊ शकली असती. कुणी संपत्तीच्या मागे लागलं... मागेच लागलंय, तर एखाद दिवस संपत्ती मिळेलही. मग डोकं आपटत राहील, 'मिळवली, आता पुढे?' कुणी पद हवं म्हणून मागे लागेल. एक दिवस मिळवेलही!

या संसारात सर्व काही मिळेल; पण निर्वासना कशी मिळवता येईल? हे तर मिळवणं अशक्यप्राय! 'मिळवण्याची' भाषाच चूक आहे. तिथे 'समज' गरजेची आहे. तुम्ही वासनांना समजून घ्या, की त्यात कष्ट आहेत. मी सांगतोय म्हणून नाही. माझ्या सांगण्यामुळे समजलात तर ते समजणं नाही. आपल्या वासनांना अनुभवा. तुम्ही संपत्तीच्या मागे लागून किती कष्ट घेत आहात. मग संपत्ती तुम्हाला मिळाली; पण काय मिळालं? बघा, निरीक्षण करा. जागे व्हा नि आपल्या जीवन प्रक्रियेला समजा. आपल्या मनाची पद्धत, साचा समजून घ्या. जस जसे तुमचे कष्ट साफ होत जातील, तुम्हाला समजेल की मूठ संसारासाठी उघडत जात आहे. त्याग करावा लागत नाहीये, त्याग होतोय आणि ही वेगळी गोष्ट आहे. म्हणून मी म्हणतो, त्याग करूच नका. कारण त्याग करण्याचा अर्थ कच्चा! त्याग व्हायला हवा.

तुम्ही दगड हातात धरून चालत आहात, त्याला हिरा समजून तर मूठ घट्ट धरून ठेवलीत. मग तुम्हाला जाणवू लागतं, जवाहिऱ्याजवळ बसू या?... जवाहिऱ्याची गोष्ट तोच जाणो... त्याच्याजवळ बसलात, साधुसंगत केलीत, जाणीव होऊ लागली, आपल्या मुठीतला दगड निरखून पाहू लागलात. समजलं की हिरा नाही. मग तुम्ही असा विचार करता की मूठ उघडण्यासाठी कोणी तरी तसं आयोजित केलं? परत मूठ कशी करू – हे तुम्ही विचाराल का? तुम्ही कुणाला विचाराल की हे गुरू, आता मला वाट दाखव, हा दगड मी कसा सोडू? हे तर अगदी व्यर्थच झालं. ज्या दिवशी तुम्हाला समजलं हा दगड आहे, काचेचा तुकडा आहे, हीरा नाही. त्या क्षणी मूठ उघडेल, उघडावी लागणार नाही. त्यासाठी प्रेम घ्यावे लागत नाही. मूठ उघडेल, दगड हातातून सुटेल. सोडावा लागला, तर चूक. सुटेल – तर योग्य!

हा फरक समजून घ्या. छोटासा फरक आहे. जो बाहेरून बघेल, त्याला काहीही फरक दिसणार नाही. तुम्ही सोडत आहात की सुटला, बाहेरून समजणार नाही. बाहेरून सारखीच कृती वाटेल, दिसेल. 'तुम्ही मूठ उघडलीत दगड पडला.' पण आतून तुम्ही जाणता की मोठा फरक आहे. सुटला की सोडला? जो सुटला – मुक्ती झाली. सोडला – परत परतून याल. कारण सोडणं याचा अर्थच असा, अजून खात्री नव्हती की दगडच होता, अजून वाटतंय हिराच असेल. पण हे साधू तर सांगत आहेत की दगड होता. तो जवाहीर सांगतोय दगड होता. मी तर पन्नास वर्षांपासून जाणतोय की हिरा होता; पण हे सगळे दगड म्हणतात. कदाचित बरोबरच सांगत असतील.

कदाचित! नक्की नाही. अजून शंका आहे. तुम्ही अजून जवाहीर झाला नाही आहात. अजून तुमच्या नजरेत ती ओळख-पाळख आली नाही. तर सोडावं लागतंय, म्हणून तुम्ही उपाय कराल. तप, माळ जपणं, आसनं – लाख उपाय कराल की, कसं सोडू? धरून तर ठेवलं आहेत आणि आतून मन सांगतंय, माहीत नाही. कदाचित हिराच असेल, धोका खाऊन टाकून तर देत नाहीयेस ना? कधी सोडालही, पण पुन्हा उचलाल! पुन्हा पुन्हा उचलाल.

कच्चं फळ जसं झाडाला लटकून राहतं – तसे तुम्ही! जेव्हा फळ पिकतं, तुटून जातं, आपोआप सुटतं. आपणहून... चुपचाप!

तुम्ही पिकलेल्या पानांना पडताना बघितलंत. त्यांना कुठे जखम होत नाही. झाडावर कुठला व्रण राहत नाही. त्याला समजत नाही. वृक्ष स्वत:च्याच ध्यानात असेल. सुकलेलं पान कधी पडलं, वृक्षाला कदाचित महिन्यांनंतर समजेल, जेव्हा निरखून बघेल, 'कुठे गेलं पान? इथे असायचं.' ते तोपर्यंत मातीत मिसळूनही गेलं असेल. पण कच्चं पान जेव्हा तुम्ही तोडता, वृक्षाला जखम होते. जे पिकलेलं

असतं ते आपणहून गळून पडतं.

तर मी तुम्हाला सांगतो, जीवनाला सोडण्याची इच्छा धरू नका. जीवनाला समजून घ्या. मी असं नाही सांगत तुम्हाला, हिरा सोडून द्या. मी सांगतोय, हिरा ओळखा! सोडण्याची घाई कशाला? ज्या दिवशी तुम्ही पूर्णतः ओळखाल, तुम्ही खरे जवाहीर व्हाल, त्या दिवशी तुम्ही कुणालाही विचारणार नाही की कसं सोडू, सुटेल! सोडण्यासाठी काही आयोजन करावं लागणार नाही.

यालाच मी परम संन्यास म्हणतो. जो समजुतीने, जाणून घेऊन फलित होतो. मग तुम्हाला घरातून पळून जायची गरज नाही. घरात राहूनही घर सुटतं. पत्नी जवळ असतानाही पत्नी विलीन होते. मुलं जवळ असतानाही, ती तुमची राहत नाहीत. 'माझा' ही भावनाच विलीन होते. जिथे 'माझा' भाव गेला तिथे संसार गेला.

तुम्ही लांबून बघत आहात. तुम्हाला काही दिसतंय. साधुपुरुष काही सांगत आहेत. साधुपुरुष जवळ उभे आहेत. त्यांनी अनुभवातून बघितलं आहे. तुमच्या आणि त्यांच्या अनुभवात तफावत आहे म्हणून प्रश्न उठतो – 'कसं?'

तुम्हाला कसं सांगू, सतत सांगून तुम्हाला एवढा त्रास दिला आहे. मी तर तुम्हाला जवळ आणू इच्छितो. म्हणून म्हणतो, 'जीवनापासून पळू नका. नाहीतर हिमालयातल्या गुहेत राहून तुम्ही व्यवहाराची, व्यवसायाची आठवण काढत बसाल आणि अनेकानेक वेळा मनात विचार येत राहतील.' चूक तर नाही ना केली? काय माहीत, सुख तिथेच असेल. हजार तर्क-वितर्क उमटतील. 'मी इथे एकटा बसलोय हिमालयात, तिथे अब्जावधी लोक जगत आहेत, ते चूक? आणि मीच एकटा बरोबर?' असा प्रश्न मनात येणार नाही? इतके लोक चुकीचे आणि मी एकमेव बरोबर असं कसं होऊ शकतं? आणि मग गुहेत बसून, नुसतं बसून कुठलाही आनंद प्राप्त होत नाही. सर्व गुहा गलिच्छ आहेत, शुद्ध हवाही मिळू शकत नाही, मग आनंददायी तर गोष्टच सोडा! तिथे बसल्या बसल्या कसला आनंद, कुठला परमात्मा? थोड्याच दिवसात मनात विचार येऊ लागतील की स्वतःच्या घरात होतो, कमीत कमी शुद्ध हवा तरी मिळत होती. आपल्या घरात होतो, काही उत्सवाचे क्षण तरी मिळत होते. मुलीचं जेव्हा लग्न झालं, मन आनंदलं, लॉटरी जिंकली होती. आनंद – क्षणभरासाठी तरी! इथे ना लॉटरी लागते, ना मुलाचं लग्न, ना बँड-बाजा. इथे नुसतं रिकामं! किती काळ रिकामं बसाल? रिकामं तर क्षणभरही बसू शकत नाही.

तर मनात सर्व संसाराचे विचार येत राहतील. बाहेरून तर संसार सोडला, मनात संसार चालेल. जास्तच तीव्रतेने, उंचबळून येत राहील. ज्या वासनांना दाबून ठेवलं, टकरा मारत राहतील, मनात पुन्हा पुन्हा शंका उपस्थित होईल, मृत्यूनंतर जो मोक्ष आहे, माहीत नाही आहे की नाही! जे हुशार आहेत, त्यांनी सांगितलंय,

हातात असलेली अर्धी पोळीही सोडू नका – कल्पना केली होती, पूर्ण पोळीची आणि मी अर्धी पोळीही सोडून आलो. आता इथे आजारी पडलो, तर देखभाल करणारं कुणीही नाही. रोज गावात जाऊन भीक मागावी लागते. स्वत:च्या घरात असताना, कमीत कमी भीक तर मागावी लागत नव्हती. जिथे जाऊ तिथे लोक म्हणतात, 'पुढे जा!' असा अपमान सहन करावा लागतो. दोन पैशांसाठी सुद्धा 'वानवा' आहे. गुलाम होऊन जातात. तुम्ही आपल्या साधू-संन्यासांची गुलामी बघा. मला रोज असे अनुभव येतात. जैन साधू-साध्वी मला भेटायला येऊ इच्छितात; पण निरोप पाठवतात की आम्ही येऊ शकत नाही, कारण 'श्रावक' आज्ञा देत नाहीत. श्रावक आज्ञा देत नाहीत? हे श्रावक कोण आहेत? साधारणत: असं मानलं जातं की, साधू नेता आहे आणि श्रावक अनुयायी! श्रावक साधूंच्या पाया पडतात, सेवा करतात! 'कहां जा रहे हो?' 'साधू की सेवा को जा रहे है।' पाय दाबतात, पाया पडतात. आणि हेच श्रावक त्यांना येऊ देत नाहीत? हे तर मजेशीर आहे. कोण मालक, कोण गुलाम? हे ठरवणार कसं? हा श्रावक म्हणतो, 'जायचं असेल तर जा; पण मग लक्षात ठेवा – कारण अन्न, वस्त्र, निवारा तर श्रावक देतो... ' तर लक्षात ठेवा, मग शोधायला निघणार नाही परत. मग या गावात पण कुणी स्वागतासाठी गावाच्या वेशीवर येणार नाही.

असं झालं एकदा, मी हैदराबादमध्ये होतो. एका जैन मुनीला माझं बोलणं पटलं, विचार पटले. तरुण होते, तेवढी हिम्मत होती. तर त्यांनी मुनीवेश त्याग केला. म्हणाले, 'तुम्ही योग्य सांगत आहात. माझ्या मनात वासनांनी उच्छाद मांडलेलाच आहे. तर काय अर्थ? तुम्ही बरोबर सांगत आहात. मी कच्चा आहे. कच्चं सोडून आलो!'

वय काही जास्त नव्हतं. तीसेक वर्षं! आणि मुनी होऊन त्यांना दहा वर्षं झाली होती. साहस केलं होतं, पण म्हणाले, 'हिम्मत तर केली; पण माझं मन इथे रमत नाही, मला इथे काही मिळतही नाही, गेली दहा वर्षं बघितलं, आणि जो संसार आहे, तो मला ओढ लावतोय, तुम्ही बरोबर सांगत आहात, मी कच्चा तोडलो गेलो. मला पिकायला हवं. मग जेव्हा तो सौभाग्याचा क्षण येईल, सहज संन्यास फलित होईल– मग ठीक.'

हा गृहस्थ प्रामाणिक होता; पण जैन समाज खूप नाराज झाला. या गृहस्थाचे पाय धरत होता, तो समाज त्याला मारायला धावला. म्हणाला, हिंसक आहे, पण कोण कुठे हिंसक आहे! पाणी गाळून पिता आणि रक्त तसंच पिता. ते तर मारण्यासाठी... कारण त्यांना तर हा फार मोठा धक्का होता. त्यांचा मुनी आणि सोडून निघून गेला...?

मी एका सभेत भाषण करण्यासाठी गेलो होतो. जैनांच्या! ते मुनी माझ्याबरोबर

आले. आता ते मुनी नव्हते. म्हणून एका माणसाने त्यांना नमस्कार केला नाही. हे तर ठीक आहे; पण ते माझ्या बरोबर मंचावर बसले, तर मला चिठ्ठ्या येऊ लागल्या, की त्यांना मंचावरून खाली उतरवा. मी त्यांना म्हणालो, 'बाबांनो, मी तुमचा मुनी नसूनही मंचावर बसलो आहे, हे तर बिचारे भूतपूर्व का होईना पण तुमचे मुनी होते. भूतपूर्व मंत्री जरी आला तरी माणसं त्यांना मान देतात. हे तर भूतपूर्व मुनी आहेत – तुमचे मुनी!'

पण त्यांनी धोसा लावला, की जोपर्यंत हे मंचावरून खाली उतरत नाहीत, सभेला सुरुवात होणार नाही. आरडा-ओरडा होऊ लागला. लोक उठून उभे राहिले. मला वाटलं, आता ते या भूतपूर्व मुनीला खेचून खाली उतरवणार. त्यांनी मंच वेढला. मी त्या मुनी महाराजांना सांगितलं, की तुम्ही मुनी-व्रत सोडलंत, आता या मंचाचा मोह ही सोडून द्या. हे वाद विनाकारण होत आहेत. आता मुनी नाही राहिलात तर मंचही जाऊ दे.

पण तेही हट्टी होते. हट्टी नसते, तर ते मुनी कसे झाले असते? ते ही मंच सोडेनात. कारण तो तर प्रतिष्ठेचा प्रश्न झाला, की मंच कसा काय सोडायचा? आणि तो जमावही हिंसक! पण या व्यतिरिक्त काही उपायही नव्हता. मी मंचावरून खाली उतरलो. मुनी महाराजही मग उतरले. ती सभा होऊ शकली नाही. आणि लोकांनी त्यांना हैदराबाद सोडायला भाग पाडलं. तीच माणसं जी पाया पडत होती, मंचावर बसूनही देत नव्हती आता!

तर कोण कुणाचं मालक? तुम्ही ज्यांना मुनी म्हणता, त्यागी म्हणता, साधू म्हणता, ते तुमचे गुलाम आहेत. ते तुमच्यावर अवलंबून आहेत. तुम्ही जसं त्यांना चालवता, तसं ते चालतात. तुम्ही जसं त्यांना बसवता, तसं ते बसतात. तुम्ही जसं त्यांना करवता, तसं ते करतात. कठपुतळे! जेव्हा तुम्ही साधू व्हाल – जबरदस्तीने साध – तेव्हा तुम्हाला समजेल, की तुम्ही अजून एक गुलामी स्वीकारलीत! आधी कमी गुलामी होती – बायको, मुलं, छोटं कुटुंब होतं – आता या पूर्ण जमावाची गुलामगिरी – गुलामी! स्वतंत्रता हरवली. आणि ज्याला स्वातंत्र्य नाही, त्याला मोक्ष कसा मिळणार? स्वतंत्रता नाही राहिली तर परम स्वतंत्रता कशी मिळणार? परम स्वतंत्रता हवी असेल तर स्वतंत्रता वाढायला हवी. तरच पोहोचू शकाल.

म्हणून मी असं कधी सांगणार नाही, की तुम्ही सर्व सोडून पळून जा. मी तुम्हाला कुठलाही उपाय सांगत नाही, की या येण्या-जाण्यातून मुक्त कसं होता येईल. मी तुम्हाला इतकंच सांगू इच्छितो, की तुम्ही समजून घ्या, की हे येणं-जाणं होत आहे. कसं होतंय? संसार कसा बनतो? तुमचं मन संसार कसा निर्माण करतं? हे पूर्णपणे बघा, उघड्या डोळ्यांनी बघा. त्या उघड्या डोळयांमध्येच सुटका आहे.

यहां से शहर को देखो तो हल्का-दर-हल्का

खिंची हैं जेल की सूरत हर एक सम्त फसील
हर एक रहगुजर गर्दिशे-असीरो हैं
न संगे-मील, न मंजिल, न मुख्लसी की सबील
जो कोई तेज चल रहे हो पूछता है खयाल
की टोकने कोई ललकार क्यों नही आयी?
जो कोई तेज चले रहे तो पूछता हैं खयाल
कि टोकने कोई ललकार क्यो नही आयी?
जो कोई हाथ हिलाए तो वहम को है सवाल
कोई छनक, कोई झंकार क्यो नही आयी?
यहां से शहर को देखो तो सारी खल्कत में
न कोई साहिबे-तमकीं, न कोई वाली-ए-होश
हर एक हसीना-ए, रोना कनीज हल्का-ब-गोरा
जो साये दूर चिरागों के गिर्द लर्जा है
न जाने महफिले गम है कि बज्मे-जाम-ओ-सबू
जो रंग हर दरो-दीवार पर परीशां हैं
यहा सें कुछ नहीं खुलता, ये फूल है कि लहू।

लांबून बघत आहात– नक्की समजत नाही, की ते भिंतीवर पडलेले जे डाग आहेत, ती फुलं आहेत की रक्त? आणि हा संसार एका तुरुंगासारखा आहे.

यहां से शहर को देखो तो हल्का-दर-हल्का
पेंच दर पेंच खिंची हैं जेल की सूरत हर एक सम्त फसील।

सर्व भिंती उठत आहेत, उभ्या राहत आहेत. सर्वत्र तुरुंग आहेत.

तुम्ही ज्यांना संसारी म्हणता, ते तुरुंगात आहेत. आणि तुम्ही ज्यांना संन्यासी म्हणता, ते ही तुरुंगातच आहेत. सगळ्यांचे तुरुंग आहेत. आपापले तुरुंग.

खिंची हैं जेल की सूरत हर एक सम्त फसील
हर एक रहगुजर गर्दिशे-असीरा है

तुरुंगात कधी गेला आहात? तुरुंगात मधोमध एक गोलाकार चक्र असतं, ज्यात कैदींना चालण्यासाठी मुभा असते. जसा तेलाच्या घाणीचा बैल चालतो – तसे ते त्या चक्रात फिरू शकतात.

हर एक रहगुजर गर्दिशे-असीरा है

आणि इथे सर्व रस्ते संसाराचे आहेत, बस – तुरुंगात जे चक्र गोलाकार रस्ता असतो, जिथे कैदी थोडा काळ फिरू शकतात – तसे रस्ते इथे आहेत.

न संगे-मील, न मंजिल, न मुख्लसी की सबील

ना मुक्तता मिळण्याची काही शक्यता दिसत, ना कुठला मुक्काम! मुक्काम

तर दूर; पण किनाऱ्यावर पडलेले दगडही सांगू शकत नाहीत, की मुक्कामाचं ठिकाण अजून किती दूर आहे.

जो कोई तेज चल रहे, हो पूछता है खयाल
कि टोकने कोई ललकार क्यों नहीं आयी?

कैदी जेव्हा चालतो, जर जरा जास्त जोरात चालू लागला तर विचार करत राहतो, अजून कुणी अडवलं कसं नाही? कारण पाठीमागे हाक मारणारे, ललकारणारे सदा उभे असतात. सुप्रिटेंडंट पोलीस! जोरात नाही चालू शकत.

जो कोई तेज चल रहे हो पूछता है खयाल
कि टोकने कोई ललकार क्यों नही आयी?
जो कोई हाथ हिलाए तो वहम को है सवाल
कोई छनक, कोई झंकार क्यो नहीं आयी?

जर कुणी हात हलवला तर तुरुंगात एकच दागिना असतो – बेड्या! जर कुणी हात हलवला तर खनकन आवाज होतो– बेड्यांचा.

जो कोई हाथ हिलाए तो वहम को है सवाल
कोई छनक, कोई झंकार क्यों नहीं आयी?
यहां से शहर को देखो तो सारी खल्कत में
न कोई साहिबे-तमकीं, न कोई वाली-ए-होश।

इथून, जरा उंचावरून जर जगाकडें पाहिलं, तर नाही कुणी सहनशील दिसत, ना संतुष्ट, ना आनंदित, ना जागृत!

न कोई साहिबे-तमकीं, न कोई वाली-ए-होश
हर एक मर्दे-जवां मुजरिम-रसन-ब-गुलू।

सगळे दोऱ्यात ओवलेल्या फुलांसारखे आहेत. एक तर फूल झाडावर तरी असतं नाही तर गजऱ्यात, हारात ओवलेलं. धागा दिसत नाही, पण फूल गुलाम होतं.

तुमचे धागे-दोरेही दिसत नाहीत. तुमच्या हातातल्या बेड्या अदृश्य आहेत, पण आहेत. आणि असा विचार करू नका, की तुमच्यावरच या बेड्या आहेत. तुमच्या मुनींवर नाहीयेत. तुरुंगात असलेल्या लोकांचा जो मुनी असेल, कैद्यांचा जो गुरू असेल, तोही कैदीच होणार. खूप कठीण आहे, तोही वाचू शकणार नाही. जैन मुनी – जैन तुरुंगात बंद, हिंदू संन्यासी – हिंदू तुरुंगात बंद, मुसलमान फकीर, मुसलमान तुरुंगात बंद! वेगवेगळे तुरुंग. या पृथ्वीवर जेवढे धर्म आहेत, तेवढे तुरुंग आहेत.

हर एक हसीना-ए-रोना कनीज हल्का-ब-गोश।

आणि सर्वांत सुंदर स्त्रीसुद्धा इथे गुलाम आहे. तरुणातला तरुण, शक्तिशाली

पुरुष हे सुद्धा त्या धाग्यात ओवली गेलेली फुलं आहेत.

जो साये दूर चिरागों के गिर्द लर्जा है।

आणि दूऽऽर जो दिवा आहे, आणि त्याच्या आजूबाजूला जे दिसत आहेत,

न जाने महफिले-गम है कि बज्मे-जाम-ओ-सबू

माहीत नाही, तिथे बसून लोक रडत आहेत, दुःखी होत आहेत. कुणी मेलंय, दुःख करत आहेत, की मदिरा सेवन होत आहे, लोक मस्त-मजेत आहेत? दुरून काही समजत नाहीये. दूर दिवा जळतोय. जवळ बसलेले सावलीसारखे दिसतात, तसबिरीसारखे!

जो साये दूर चिरागों के गिर्द लर्जा है
न जाने महफिले-गम है कि बज्मे-जाम-ओ-सबू
जो रंग हर दरो-दीवार पर परीशां हैं
यहां से कुछ नहीं खुलता, ये फूल हैं कि लहू।

दुरून काही समजत नाही. मी तुम्हाला सांगतो – जवळ या!

म्हणून सांगतो, संसारापासून पळ काढू नका. संसाराच्या जवळ जा. संसाराला डोळे उघडून पाहा. संसाराला ओळखा. या ओळखण्यातच सुटका आहे. त्या ओळखण्यात मुक्तता आहे.

ज्ञान-मुक्ती आहे. ज्ञानाच्या अतिरिक्त दुसरी मुक्ती नाही.

कोणत्या गोष्टीने तुम्हाला बांधून ठेवलं आहे? का बांधलेलं आहे? त्याला जवळून, निरखून बघा. सुटण्याची घाई करू नका. सुटण्याच्या घाईत बघू शकणार नाही. पळून जाण्याची उत्सुकता ठेवू नका. शत्रुत्व आधीपासूनच पक्कं करू नका, नाही तर पक्षपात आधीच ठरवला जाईल. मग शत्रूला डोळे भरून कुणी कधी पाहतं का?

म्हणून इच्छा आहे, की तुम्ही शास्त्रांतून मुक्त व्हा, शब्दांतून मुक्त व्हा, सिद्धांतातून मुक्त व्हा. समजा, की तुम्ही पहिला मनुष्य आहात या पृथ्वीवरचा. तुम्हाला आधीच्या लोकांनी काय सांगितलंय, हे माहीत नाही.

चीनमध्ये एक सम्राट होते. अद्भुत सम्राट होते. सी-हुआंग नावाचे. त्यांनीच चीनची भिंती बांधली, आणि त्यांनीच एक मोठं काम केलं, याहूनही मोठं काम! त्यांनी मोठं काम असं केलं की सर्व जुनी शास्त्रं आणि जुनी पुस्तकं जाळून टाकली. घराघरातून शोधून काढून. आणि ज्या लोकांनी ती वाचवण्याचा प्रयत्न केला, त्यांनाच भिंत बांधण्याच्या कामावर काम करायला लावलं. त्यांनीच भिंत बांधली. लोकांचा मोह, गतकाळाशी खूप असल्याकारणाने लाखो लोक मिळाले. त्याच्या जाळ्यात अडकले. दोन्ही कामं एकत्र करवली. ही भिंत बनवली, कारण जो कुणी यात अडकला. एक सीमा बनवली होती त्याने की तितक्या दिवसांत सर्व पुस्तकं

संपली पाहिजेत.

हुआंगने असा विचार केला, की सर्व पुस्तकं संपली पाहिजेत! कारण हुआंगला असं जाणवलं, की या पुस्तकांमुळे लोकांची नजर 'बघण्यासाठी' असमर्थ ठरत आहे. मोठं धैर्याचं काम होतं. त्याची इच्छा होती, की लोकांनी गतकाळात अडकून राहू नये. त्यांच्या मनाची धारणा पक्षपाती नसावी, कुठलेही सिद्धांत नसावेत. जीवन जसं आहे, तसं बघितलं जावं.

पण तरीही लोकांनी पुस्तकं वाचली. लपवली. कुणी आपली पुस्तकं सहजासहजी सोडत नाहीत. पुस्तकात तुमचे प्राण आहेत. तेच तुमचं ज्ञान आहे. तुमच्यात स्वत:चं ज्ञान तर नाहीये. पुस्तकांना सोडलंत तर अज्ञानी झाल्यासारखं वाटतं. तुम्ही अज्ञानी आहातच. पुस्तकं तुम्हाला ज्ञान कसं देणार? पुस्तकातून कधी ज्ञान मिळालं आहे? पाकशास्त्रांच्या पुस्तकांमुळे पोट भरत नाही आणि कागदावर पाणी लिहून जर तो कागद गिळला तर तहान भागत नाही.

'आग' या शब्दात आग कुठे आहे? 'परमात्मा' शब्दातही परमात्मा नाहीये. अनुभव – जिवंत अनुभवात!

तर हुआंगने सर्व पुस्तकं संपवली आणि इच्छा धरली, की पुन्हा सरळ होऊ देत, निर्दोष होऊ देत, आदीम होऊ देत.

मी तुम्हाला पुस्तकं जाळायला सांगत नाही कारण पुस्तकं जाळून काय होणार? जर मन आग्रह धरून असेल. हुआंगला सफलता नाही मिळाली. लोकांनी एक तर पुस्तकं वाचली आणि ते वाचवू शकले नाहीत. त्यांनी जाळण्याअगोदर कंठस्थ केली. पुस्तकं हिरावून घ्याल, पण जे कंठस्थ झालं आहे, ते कसं काय हिरावणार? पाठांतर केलं. हुआंग तर मृत्यू पावले. मग पुन्हा पुस्तकं लिहिली गेली. पुन्हा लपवलेली पुस्तकं बाहेर काढली गेली, प्रकट झाली.

माणसांचं गतकाळाशी नातं राहतं. मोह! या मोहामुळेच तो वर्तमानाला वंचित होतो. तुम्हाला कुणी सांगितलं संसार वाईट आहे? मी 'चांगला' आहे असं म्हणत नाहीये. मी 'वाईट' आहे असंही म्हणत नाहीये. मी म्हणतोय, 'तुम्ही जाणा. तुम्ही ओळखा.' संसार परमात्म्याने दिला आहे. काही प्रयोजन असेल या देण्यात. डोळे भरून पहा, संसार काय आहे, याचं रहस्य काय? हे रहस्य जाणाल तर समजेल की हातातली बेडी निखळून पडली. तुम्ही मुक्त झालात.

ज्ञान मुक्ती आहे. सत्य मुक्तिदाता आहे, शास्त्र नव्हे.

तिसरा प्रश्न : *तुम्ही जेव्हा गांधी, विनोबा, अरविंद, विवेकानंद यांच्या विरोधात बोलता, तेव्हा मला खेद होतो. तसंही कुणी तुमच्या विरोधात बोलतात तेव्हा मला खेद होतो. विनंती आहे, की जसे तुम्ही बुद्ध आणि महावीरांना*

समजावण्यात सहाय करता तशीच अरविंदांना समजवण्यासाठीही करा.

* पहिली गोष्ट : तुम्हाला ज्या गोष्टीमुळे दुःख होणार नाही, ते जर मी सांगतो, तर मला निरंतर खोटं बोलात राहवं लागेल. मग खरं बोलता येणार नाही. सत्य घाव घालतं, जखम करतं. सत्य कडू असतं. खोटं फार गोड असतं. खोट्याला गोड व्हावंच लागतं, नाहीतर ते घशाखाली उतरेल कसं? खोट्याला चारही बाजूंनी साखर लावावी लागते.

विषाने भरलेली गोळी जर खायला दिली, तर त्या गोळीवरही साखर लावतात. साखर विरघळेपर्यंत गोळी घशाखाली उतरते. जर मी हे लक्षात ठेवू की, तुम्हाला दुःख होऊ नये तर कठीण आहे. मग मी तुम्हाला आधार देऊ शकणार नाही. तुम्हाला बदलूही शकणार नाही. मग माझं बोलणं, समजावणं व्यर्थ!

हे तर असं झालं की तुम्ही डॉक्टरकडे जाता, सांगता की जेव्हा तुम्ही माझी जखम धुता तेव्हा मला फार त्रास होतो आणि जेव्हा जखमेतून पू काढता तेव्हा खूप वेदना होतात. यासाठी मी आलो नव्हतो तुमच्याकडे त्रास, वेदना सहन करण्यासाठी. मला सुख हवंय म्हणून आलो. डॉक्टर तेच करतोय. पू निघेल, जखम साफ होईल, भरून येईल. भरून आली की सुख आहे. तुम्हाला आधीच सुख हवंय, तर कुणा धोकेबाज डॉक्टरकडे जावं लागेल. तो पू काढणार नाही, जखम धुणार नाही वरून फक्त मलमपट्टी करेल. सुंदरशी आणि राम-राम लिहून ठेवेल. राम नावाची चादर चढवली. मजा करा, आनंदात राहा. आशीर्वाद देईल आणि तुम्ही प्रसन्नचित्ताने घरी याल पण तो पू आत तसाच राहील, वाढत जाईल.

या जगात कुठलीही गोष्ट थांबत नाही. प्रत्येक गोष्ट वाढते. वाढ हा या जगाचा नियम आहे. चुकीला कापून टाकलं नाही, तर वाढत जाईल. हळूहळू जखम वाहती होणार आणि तुम्ही अशाच माणसांच्या शोधात राहिलात, अशांकडेच गेलात जे वरवरची मलमपट्टी करतात, जखमेला झाकत राहतात, तर मग ही वाहती जखम एक दिवस कॅन्सर बनेल. लोकं अशीच तर सडत राहतात.

तुम्ही याच कारणामुळे विचारत आहात. लोक मेलेले आहेत. लोकांना जीवन समजलं नाही. जीवन समजण्यासाठी थोडे तरी घाव झेलावेच लागतात. जीवन शिकण्यासाठीसुद्धा घाव घ्यावे लागतात. लहान मूल चालायला शिकताना किती वेळा पडतं. गुडघे फोडून घेतं, रक्त येतं, खरचटतं. जर मुलाला असं वाटलं, की चालल्यामुळे लागतं इतक्या साऱ्या वेदना होतात, तर रांगलेलंच बरं. त्यात जखम होत नाही... मग तर मूल कधी चालूच शकणार नाही. मग इथे जमिनीवर सरकणारे लंगडे-लुळे असतील.

'धर्म'च्या दुनियेत तुम्ही असे लुळे-लंगडे आहात, कारण तिथे तुम्ही चालण्याची

हिंमत करू शकत नाही आहात.

तुम्ही विचार करत नाही आहात, की तुम्ही काय विचारलंत. तुम्हाला अरविंदांचा मोह आहे. इथे इतकी माणसं बसली आहेत – पाचशे लोक आहेत. या पाचशे जणांचे वेगवेगळे मोह आहेत. त्या सर्वांना प्रसन्न करू अशी अपेक्षा आहे? यातले काही कम्युनिस्ट आहेत. त्यांना मार्क्सचा मोह आहे. ते म्हणतात, 'मार्क्सच्या विरोधात मी बोलता कामा नये. यातले काही नास्तिक आहेत, त्यांना चार्वाकचा मोह आहे, चार्वाकच्या विरोधात बोलू नये. कुणी बुद्ध, कुणी हिंदू, कुणी मुसलमान...! कुणी फ्राईडला मानतं, कुणी नीत्शेला! इतक्या तऱ्हेची माणसं आहेत. जर या सगळ्यांची मी काळजी घ्यायची की कुणीही दु:खी होता कामा नये, तर तुम्हाला काय वाटतं, मी एक तरी शब्द बोलू शकेन? गप्पच राहावं लागेल; पण काही असेही असतील, ज्यांना माझ्या गप्प बसण्याने दु:ख होईल. मग काय करायचं?'

मग माझी चूक काय? तुमची आवड, प्रेम हे तुमचं आहे. तुम्हाला अरविंद भावतो, इथे येऊ नका. तुम्हाला मी पसंत आहे, तर त्याची किंमत मोजा. मी तुम्हाला सांगितलं नाहीये की इथे या. तुम्हाला जिथे सत्याचं दर्शन होतं, तिथे तुम्ही जा. पण तुम्ही तर बेईमान आहात. तुम्ही सर्व नावेत एकदम बसू इच्छिता.

मुल्ला नसरुद्दिन जेव्हा मरायला टेकला तेव्हा पहिल्यांदा त्याने अल्लाची खूप स्तुती केली की, 'हे परमपिता, हे अल्ला, हे दयावान, हे रहमान-रहीम!' जेव्हा प्रार्थना पूर्ण केली, तेव्हा कूस बदलली आणि म्हणाला, 'हे प्रभू, तू महान, तू करुणावान आहेस.' त्याच्या पत्नीने विचारलं, 'तुमचं डोकं तर ठीक आहे ना?'

तो म्हणाला, 'सर्वांना खूश ठेवणं योग्य आहे. मेल्यावर कुणाला भेटावं लागेल, काय माहीत? परमात्म्यालाही दोन चांगले शब्द बोलू आणि सैतानालाही! कुठं जावं लागेल, कोणाला भेटावं लागेल – आत्तापासून तर ते पक्कं माहीत नाही. दोन्ही नावेवर स्वार होणं ठीक.'

हे कुशल, हुशार माणसाचं लक्षण आहे.

जर तुम्ही मला समजलात तर त्या क्षणी अरविंद चुकीचे ठरतील. जर तुम्ही मला समजलात तर त्या समजण्यातच गांधी, विनोबा, विवेकानंद चुकीचे होतील. मी बोलू किंवा न बोलू, माझ्या बोलण्या न बोलण्याचा प्रश्नच नाहीये.

तुमची जर अशी इच्छा असेल, की मी जसं बुद्ध, महावीर त्यांना समजावून सांगतो, तसंच गांधी, विनोबांनाही सांगावं, तर ते होत नाही. गांधी, विनोबा राजकारणी आहेत. महावीर, बुद्धांचं त्यांच्याशी काय देणं-घेणं?

तुमची इच्छा – अरविंद आणि विवेकानंद यांना तसंच समजावून सांगू. अरविंद गांधींपेक्षा थोडे तरी ठीक आहेत. अर्धे राजकारणी. विवेकानंद अजून चांगले. एक चतुर्थांश राजकारणी. विवेकानंदांचं राजकारण तुम्ही समजावून घेऊ शकणार नाही.

कारण हे राजकारण धर्माच्या पदरातून आहे. तो हिंदूत्वाचा प्रचार आहे. हिंदू अहंकाराची प्रतिष्ठा आहे. म्हणून हिंदूंना विवेकानंद प्रिय आहेत. पण विवेकानंद समाधीस्त नाहीयेत. ना गांधी, ना विनोबा, ना अरविंद!

जर बुद्ध आणि महावीरांना मी समजावतो, तर ते बुद्ध आणि महावीर आहेत म्हणून नाही, त्यांच्या समाधीस्तच्या कारणाने! पंतजलींनाही समजावून सांगतो, लाओत्से – हेही! ज्यांनी ज्यांनी समाधी साधली, कुठल्याही पद्धतीने, त्यांच्या समाधी प्रित्यर्थ माझ्या मनात मोठा आदरभाव आहे. पण ज्यांनी समाधी साधली नाही, त्यांना मी समजावून सांगू शकत नाही. तुम्हाला त्यांच्या गोष्टी चांगल्या वाटत असतील, तर मी तुम्हाला अडवत नाही, कारण मी इथे कुणालाही अडवू इच्छित नाही. तुम्हाला त्यांच्या गोष्टी पटतात, तुम्ही त्या मार्गावरून प्रवास करा. तुम्हाला माझं म्हणणं पटतं, तर तुम्ही योग्य निवड करा.

तुम्ही म्हणता – 'तुम्ही जेव्हा गांधी, विनोबा, अरविंद आणि विवेकानंद यांच्या विरोधात बोलता तेव्हा मला दुःख होतं.' तर असं काही करा ज्याने दुःख होणार नाही. तुम्ही मला बदलता आहात? दुःख तुम्हाला होतं, मला अजिबातच होत नाही. मला दुःख झालं असतं, तर अशा गोष्टी मी बोललोच नसतो. दुःख तुम्हाला होतंय. तर स्वतःत शोधा की, दुःखाचं कारण काय आहे? तुमच्या अहंकाराने नातं निर्माण केलं असेल.

गांधींचा नि तुमचा संबंध काय? गोडसेंनी गांधींना गोळी मारली, तुम्ही आत्महत्या नाही केलीत, तुम्ही विहिरीत उडी नाही मारलीत की आता जगण्यात काय अर्थ? तुमचा संबंध काय गांधींशी? हं, पण तुम्ही काही नातं तयार केलंत. तुमच्या या नात्यावर तुमचं प्रेम आहे. तुम्हाला वाटतं की, गांधी विरोधात काही बोललं तर जणू तुमच्याच विरोधात बोललं गेलं. असं असू शकेल की तुम्ही खादी वापरता, चरखा चालवता, का असंच काही वेड्यासारखं करता. एखाद वेळेस तुरुंगातही गेला असाल स्वातंत्र्याच्या आंदोलनात. तुमचा अहंकार गांधी या नावाशी जोडला गेला. तुम्हाला भीती वाटते, की जर गांधी चुकीचे ठरले तर तुम्ही जी त्यांना साथ दिलीत, ती ही चूक ठरेल. तुमच्यात तेवढं धैर्य नाही की तुम्ही हे नीट ताडू शकाल.

आणि तुम्ही म्हणता, 'तुमच्या विरोधात जर कुणी काही बोलंलत तरी मला दुःख होतं.' हे दुःखही तेच आहे. त्यात काहीही फरक नाही. असं असू शकतं की तुम्ही मानता तुम्ही माझे अनुयायी आहात किंवा शिष्य किंवा साथीदार. कुणी माझ्या विरोधात बोलतं तर तुम्हाला दुःख होतं. दुःख हे नाहीये की माझ्या विरोधात कुणी बोलतं. माझ्याशी तुमचं काय देणं-घेणं? दुःख हे आहे की तुम्ही ज्या व्यक्तीला धरून चालत आहात, तुमच्यासारखा हुशार माणूस, ज्या व्यक्तीमागे आहे, ती

व्यक्ती चुकीची कशी काय असू शकते? ती व्यक्ती चूक, तर तुम्ही चुकीचे ठरता – दुःख हे आहे.

ही गोष्ट नीट समजून घ्या. हे सर्व अहंकाराचं दुःख आहे. अहंकाराला सोडून द्या अन्यथा अहंकार जखमी होतच राहील. अहंकार तर जखम आहे. त्याला तर लहान-सहान गोष्टीही पीडा देतात. हा सर्व अहंकारच आहे.

कुणी म्हणतं, 'गीतेत काय ठेवलंय?' तुम्हाला राग येतो. तुम्हाला कृष्णाशी काही देणं-घेणं आहे म्हणून नाही राग येत. तुम्ही हिंदू – गीता हे तुमचं पुस्तक. जर गीतेत काही नसेल, तर तुमच्यातही काही नसेल. ही भीती निर्माण होते. गीतेला वाचवायला हवं. गीतेच्या मागे तुम्हीही वाचता.

अशा तऱ्हेने लोक निरनिराळ्या प्रकारे अहंकार सांभाळतात. भारत पुण्यभूमी! कारण तुम्ही इथे जन्मलात. मोठी कृपा तुमची! हिंदू धर्म – जगातला श्रेष्ठ धर्म! कारण तुम्ही हिंदू आहात. जर जैन असता तर वेद कवडीमोलाचे – मग जैन धर्म जगातला उच्चतम धर्म! जर मुसलमान असाल तर... जरा बारकाईने बघा! तुम्ही कुठल्या गोष्टीचे नारे करत आहात? हिंदू धर्म मोठा – भारतवर्ष मोठं! कोणती, कशाची घोषणा करत आहात. या तर बालिश गोष्टी आहेत. जसं एखादं लहान मूल बोलतं, 'माझे वडील तुझ्या वडिलांना एका मिनिटात पाडतील!' माझे वडील! यावर भांडणं होतात, मारामारी होते, कुणाचे वडील कुणाला पाडतील.

एक मूल कुणाला तरी सांगत होतं की कुठलाही विषय द्या, माझी आई त्यावर तास न् तास बोलू शकते. दुसरं मूल म्हणतं, हे काहीच नाही. माझी आई कुठल्याही विषयाशिवाय तास न् तास बोलू शकते.

हा आडमुठेपणा आहे. मनुष्य सर्व बाजूंनी, सर्व प्रकारे आपल्या अहंकाराला आधार देतो. कुणी माझ्या विरोधात बोलतं, तुम्हाला दुःख होतं. दुःख यासाठी नाहीये की तुमचं-माझं काही नातं आहे. दुःख असं आहे की तुम्ही मला ऐकायला येता. जर हा माणूस बरोबर बोलत आहे, तर मग आता तुम्ही कसे काय ऐकायला येणार? आणि जर आलात तर 'तुम्ही वेडे आहात, चुकीच्या माणसाचं बोलणं ऐकत आहात. तुमच्यासारखा हुशार माणूस चुकीच्या माणसाला ऐकायला जातो?' तर तुम्ही बरोबर आहात, यासाठी ज्याला तुम्ही ऐकायला जाताय त्यानेही बरोबर असणं आवश्यक आहे. म्हणून तुम्ही वाद घालता.

समजून घ्या. दुःख का होतंय? आणि दुःखाच्या मूळ कारणापासून स्वतःची सुटका करा – अहंकारापासून! मग कुठलंही दुःख जखम होणार नाही. मग माझ्या विरोधात कुणी बोलतंय, तुम्ही शांतपणे ऐकून घ्याल. कदाचित हा माणूस बरोबर बोलत असेल, त्याला शांतपणे ऐकू या. समजून घेऊ या. जर तुमच्या मनात माझ्याबद्दल जराही मूल्य असेल तर माझ्या विरोधात बोलण्याबद्दलही मूल्य असेल.

जखम होणार नाही. तुम्ही त्यांचं म्हणणं अजून खोलवर जाऊन ऐकायला हवं. कारण जीवनाचा निर्णय या गोष्टींवर अवलंबून आहे. तुम्ही त्याच्या मागे पडा – सांगा, 'अजून समजव. सर्व गोष्टी सांग ज्या ज्या विरोधात आहेत, म्हणजे मी पुन्हा विचार करू शकेन.' तुम्ही बरोबरही असू शकता. कारण मी बरोबर असण्याचा काही ठेका घेतलेला नाहीये. मीच बरोबर, हे जरूरी आहे का? तुम्हीही बरोबर असू शकता. 'मला सर्व गोष्टी सांग, उलगडून सांग. एका एका गोष्टीचा तर्क स्पष्ट कर. मी तुझ्या गोष्टी मनापासून ऐकेन. पुन्हा निर्णय घेऊ शकेन.'

आणि जर तुम्ही माझं म्हणणं समजला असाल, तर विरोधकांचं ऐकून माझ्या संबंधातली तुमची समज अजून खोल होईल, कमी होणार नाही. का कमी होईल? जर विरोधी बरोबर सांगत असतील, तर तुम्ही मला सोडून द्याल. तरीही चांगलंच होईल. तुम्हाला जे बरोबर वाटलं, ते तुम्ही केलंत. जर विरोधी चुकीचं सांगत असेल, तर त्याचं सगळं ऐकल्यानंतर तुम्हाला माझं म्हणणं योग्य वाटेल. इतकं की इतकं बरोबर या आधी कधीही वाटलं नव्हतं.

पण तुम्हाला याची काळजी नाहीये. तुम्हाला दुःख होतं. म्हणता, 'मला दुःख होतं, म्हणून विनंती आहे, की तुम्ही जसं बुद्ध आणि महावीरांना समजावून सांगता तसंच श्री. अरविंदांनाही सांगा.' एक सांगतो. मी बुद्ध आणि महावीर यांना समजावून सांगण्यासाठी सहायक होत नाहीये. मी मला समजावून सांगतोय. त्यासाठी बुद्ध आणि महावीर सहायक होत आहेत. तुम्ही नीट समजून घ्या. मी मीराला समजावून देण्यासाठी सहायक होत नाहीये. माझं काम देणं-घेणं? मी मला समजावतो आहे. त्यात मीराचं सहकार्य मिळतंय. मीरा सहकार्य देते म्हणून मी तिचा उपयोग करून घेतोय. अरविंदांचं सहकार्य मिळू शकत नाही, म्हणून त्यांचा उपयोग करत नाही.

तुम्ही चुकीचं समजलात. तुम्हाला वाटलं, मी या लोकांना समजावून सांगत आहे. त्यांनी मला नाही समजावलं, मी त्यांना का समजावू? बुद्ध आणि महावीर माझ्या संदर्भात गप्प बसले, मी का बोलू? नाही. यांच्याशी काहीही देणं-घेणं नाही. मी जे तुम्हाला सांगू इच्छितो, तेच सांगतोय. जर बुद्धवाणी त्यावर काही प्रकाश पाडत असेल, तर मी बुद्धवाणीचा उपयोग करतो. महावीरांची वाणी जर थोडा प्रकाश पाडत असेल, तर मी त्याचा उपयोग करून घेतो; पण जे मला सांगायचं आहे, मी तेच सांगणार. ज्यांचं ज्यांचं सांगणं, माझ्या सांगण्याला साक्षी ठरतं, मी त्यांचा उपयोग करून घेतो; पण ते साक्षीदार आहेत. असं नाही की मी त्यांना तुमच्यापुढे मांडतो.

हाच तर फरक आहे. पंडित बुद्धाला समजावतो. पुरोहित महावीरांना. मुनी, त्यागी, तुमचे तथाकथित धर्मगुरू तुमच्या महापुरुषांना समजावतात. मी कुणालाही

समजावत नाहीये. मी तर सरळ, जे मला दिसलं, जे मी जाणलं, तेच समजावतो. आता त्यासाठी जिथून कुठून मदत मिळते – म्हणजे तुमच्या मनात ती गोष्ट पूर्णपणे अनेक मार्गांनी येईल, कायमची बसेल. यासाठी या सर्वांचा उपयोग करतो; पण मी जे काही सांगतो, ते माझं आहे.

माझ्याकडे अनेक लोक येतात. कुणी स्वामी नारायण संप्रदायाची पुस्तकं आणतात, की तुम्ही आम्हाला हे समजावा. मी म्हणालो, 'तुम्ही वेडे आहात का? माझं तुमच्या महाराजांशी काय देणं-घेणं? तुम्ही आपल्या स्वामी नारायणांना त्रासात टाकू नका. पुस्तकं घेऊन जा. कारण जर माझं नि त्यांचं जुळलं नाही तर मग मला दोष देऊ नका.' असंच तर गांधीवादींनी गांधींच्या झंझटात टाकलं. तसंच अरविंदांचं. मी बोललो नव्हतो, बोलणारही नव्हतो; पण आले, अरविंदांना समजवा सांगत! मी त्यांना अनेक वेळा सांगितलं, की तुम्ही अरविंदांना क्षमा करा. पण ते मागेच लागले, म्हणून मला बोलावं लागलं. मग मी तर तेच बोलेन जे मला दिसतं. त्या व्यतिरिक्त मी दुसरं काहीही – एक शब्दही बोलू शकत नाही. त्यात मग तुम्ही दुःखी झालात तरी ठीक, आनंदित झालात तरी ठीक. तो तुमचा निर्णय आहे; पण मी तुमच्या दुःखाकडे बघून काहीही बोलू शकत नाही, नाही तर मला खोटं बोलावं लागेल. तुम्ही खोटे आहात आणि तुम्हाला या खोट्यातच सुख आहे.

चौथा प्रश्न : *तुम्ही म्हणता, प्रेम हे प्रभूचं दार आहे. मीही कधी कुणावर प्रेम केलं होतं; पण त्याला मिळवू शकलो नाही. आता तर तीस वर्षं झाली; पण कधी अजून कुणावर प्रेम करू शकलो नाही. भगवान कसं? कधी? माझं त्याच्याशी मिलन होईल?*

* पहिली गोष्ट अशी, ज्याला मी प्रेम म्हणतो आणि ज्याला तुम्ही प्रेम म्हणता, दोन्ही वेगवेगळं आहे. तुम्ही चुकीच्या गोष्टीला प्रेम म्हणत आहात. तुम्ही म्हणता, 'तीस वर्षांपूर्वी मी कुणावर तरी प्रेम केलं होतं! ते मिळवण्यात असफल ठरलो.' आता प्रेमाचं मिळवण्याशी काय नातं? मोहाचं मिळवण्याशी नातं आहे. मोह जर मिळवू शकला नाही तर तडफडतो. प्रेम तर केलं आणि भरून पावलं. मिळवण्याची काय गोष्ट? समजा, एक गुलाबाचं फूल फुललं. तुम्ही जवळून गेलात, तुमची नजर पडली. तुम्हाला आनंद झला. तुमचं प्रेम त्या गुलाबाच्या फुलावर बसलं. तुम्ही तुमच्या वाटेने निघून गेलात. गोष्ट आली-गेली, संपली. गुलाब, जो तुम्हाला आनंद देऊ शकत होता, त्याने दिला. तुम्ही जे गुलाबाला देऊ शकता, तुम्ही दिलंत. नाही, पण तुम्ही म्हणता, मला झडप घालून गुलाबाचं फूल तोडायचं आहे. जोपर्यंत त्या फुलाला शर्टात खोवत नाही, बेचैन राहू. तीस वर्षं झाली की त्या गुलाबाच्या फुलाला आम्ही बटणाच्या काजेत

खोवू शकलो नाही. गुलाबाचं फूल, जसं तुम्ही काबीज केलंत, तसं ते मरून गेलं.

प्रेम ताबा मागत नाही आणि कदाचित ताबा मागण्याच्या कारणाने तुम्ही चुकलात. तुम्ही कदाचित ताबा मिळवू पाहिलंत. आत्ता ही, तीस वर्षं झाली; पण तुमचा दृष्टिकोन, मानस चांगला नाही. अजूनही तुम्ही म्हणता, 'भगवान, माझं तिच्याशी कधी मिलन होईल?' जर माझ्या हातात असतं, तर कधीही होऊ दिलं नसतं. तुम्ही धोकादायक आहात. तुम्ही मालक होऊ इच्छिता.

प्रेम तर 'दान' आहे. प्रेमात कधी कुणी कुणाला थांबवू शकत नाही. ज्याच्यावर तुम्ही प्रेम करता, प्रेमात तो ही तुम्हाला अडवू शकत नाही. कसं अडवणार? प्रेम तर तुमचं दान आहे.

आणि प्रेम कधी असफल होत नाही. होऊ शकतच नाही. याचा अर्थ असा नाही की तुम्ही ज्याच्यावर प्रेम कराल ते तुम्हाला मिळेलच. याला मी सफलता म्हणत नाही. प्रेम करण्यातच सफलता आहे. बस, संपलं! अजून काही उद्दिष्ट नाहीये प्रेमाचं; पण तुमची इच्छा अशी, की ही स्त्री माझी पत्नी व्हावी. याला तुम्ही प्रेम म्हणता? तुम्ही अधिकार मागता. तुम्ही स्त्रीच्या हातात बेड्या घालू इच्छिता. त्या स्त्रीला तुमच्या अंगणात कैद करू इच्छिता. त्या स्त्रीला 'माझी आहेस, अजून कुणाची नाहीस' या तऱ्हेची मोहर लावू पाहता. स्वामी होऊ पाहता. संपत्ती बनवू इच्छिता. तुमची इच्छा अशी की त्या स्त्रीला तुम्ही गावभर घेऊन फिराल, सर्वांना दाखवाल की ती सुंदर स्त्री माझी आहे! अजून कुणी हिच्याकडे डोळे उघडून बघू नये, नाहीतर माझ्या इतका वाईट कुणी नाही.

हिंसेचा भाव होता तुमचा, प्रेमाशी त्याचं काय देणं घेणं? प्रेम तर तुमच्या आत उमटलेली आनंदाची उर्मी आहे. कुठलासा चेहरा बघून उठली. बस, गोष्ट पूर्ण झाली. कुणाचे डोळे बघून उठली, कुठलं फूल फुलताना बघून उठली, गोष्ट पूर्ण झाली. तुम्ही मालक होऊ इच्छिता!

तुम्ही प्रेम आणि लोभ यातला फरक समजत नाही आहात. तुम्ही लोभ आणि मोह याला प्रेम समजलात. प्रेम तर असफलच होतं. तुम्हाला स्त्री मिळाली नाही म्हणून नव्हे, जरी मिळाली असती तरी असफलच झाला असतात. मिळाली नाही, म्हणून तीस वर्षं तरी गेली; पण मिळाली असती तर तीन दिवसही सरकले नसते.

नेहमी असं होतं, जे तुम्ही मिळवू इच्छित होतात आणि मिळालं नाही, तर तुमचा अहंकार तडफडतो, कारण घाव बसलाय, तुम्ही मिळवलं नाहीत. तुम्ही हरलात. तुम्ही विजयी होऊ इच्छित होतात. तसं दाखवायचं होतं तुम्हाला. तो घाव तुम्हाला तडफडवतो. हा अहंकारच आहे, प्रेम नाही.

विचारता – 'तुम्ही म्हणता – प्रेम हे परमेश्वराचं दार आहे!' हे मी सांगत नाही, हे असंच आहे. प्रेम हे परमात्म्याचं दार आहे. प्रेमाव्यतिरिक्त त्याचं दुसरं दार नाही.

पण माझ्या प्रेमाची परिभाषा समजून घ्या. प्रेम आहे विसर्जन – प्रेम आहे समर्पण!

पण तुम्ही तर परमात्म्यावरही प्रेम कराल, तर त्याच्यावर अधिकार गाजवाल. जर संधी मिळाली तर तुम्ही त्याच्या गळ्यात दोरी अडकवून आपल्या तबेल्यात बांधून ठेवाल की रहा आता माझ्या तबेल्यात! मी तुम्हाला मिळवलं. 'तुम्ही तर परमात्म्याला मिळवून त्याला कैदी बनवाल.' तुमच्या मनात गहिरी हिंसा आहे. तुम्हाला जर परमात्मा मिळाला, तर तुम्ही त्याला अजून कुणाला भेटू देणार नाही. संपूर्ण प्रयत्न कराल की 'आता बघ, अजून कुणावर आता कृपा करू नकोस. आता तुझी सर्व दया माझ्यासाठी आहे. मी तुझा भक्त, तू माझा भगवान! आता इथे-तिथे जाऊ नकोस. दुसरे ओरडत राहतील, तर राहू देत. ना मी तुला धोका देणार, तू मला धोका देऊ नकोस. मी तुझ्याशिवाय अजून कुणालाही भगवान बनवणार नाही आणि तू माझ्याशिवाय कुणाला भक्त बनवू नकोस.'

हे जे तुमचं रुग्ण चित्त आहे, ते सर्वच गोष्टींना रुग्ण बनवतं.

जपानमधली एक कहाणी आहे. एक बौद्ध साध्वी होती. तिच्याकडे बुद्धाची एक सुंदर प्रतिमा होती. स्फटिकासारखी होती आणि ती रोज सकाळ-संध्याकाळ बुद्धाची प्रार्थना करायची, आरती करायची, दिवा-उदबत्ती करायची. साध्वी होती, यात्रेवर गेल्यावर मंदिरात रहायची. अशीच एकदा मंदिरात राहिली. हजार बुद्धांचं मंदिर, जिथे हजार प्रतिमा होत्या. तिने सकाळी आपल्या छोट्याशा बुद्धाला बाहेर काढलं. त्या हजार प्रतिमा पुरेशा नव्हत्या. आपल्या पिशवीतल्या बुद्धाचीच प्रार्थना करायची होती. या त्याच बुद्धाच्या प्रतिमा होत्या – विशाल! ज्यांना बघायला हजारो मैल प्रवास करून लोक यायचे. तरी ती जेव्हा पूजेला बसली तिने स्वत:चा बुद्ध घेतला. आपापला बुद्ध प्रत्येकजण सांभाळतो. आपल्या पिशवीत सांभाळून ठेवतात. आपल्या बुद्धाला एका छोट्या आसनावर ठेवलं. आसनही आपल्या बरोबर ठेवत होती. तेव्हा तिला एक प्रश्न पडला. 'मी जर उदबत्ती लावली तर त्याचा धूर सर्वत्र पसरेल. धूर तर धूर आहे. तो माणूस तर नाही. माणसासारखी बुद्धी धुराकडे कुठे असायला? तो तर या हजारो प्रतिमा आहेत बुद्धाच्या त्यांच्या नाकात जाईल. धुराचा काय भरवसा?' तर तिने एक नळकांडं बनवलं. उदबत्ती लावली आणि नळकांड्यातून धूर बुद्धापर्यंत पोहोचवला. तिने जे केलं ते ठीक; पण त्यामुळे बुद्धाचा चेहरा काळा झाला. तिला फार वाईट वाटलं. ती सुंदर मूर्ती खराब झाली.

मंदिराचा मोठा पुजारी हे सर्व बघत होता. तो एक उच्च – पोहोचलेला फकीर होता. तो म्हणाला की तुझी गोष्ट मी समजलो. तुझा हा खेळ मी बघत आहे; पण बघ, तुझ्याबरोबर या बुद्धाची काय अवस्था झाली. तू तर बुद्धाला मिळवूनही मुक्त झाली नाहीस, बुद्ध तुझा कैदी झाला. तू बुद्धाला मिळवून सुंदर झाली नाहीस. बुद्ध कुरूप झाला. जरा बघ बुद्धाला काय झालं! तू त्याचा चेहरा काळा केलास. असं

काय होतं मोठं? हा कसला लोभ, मोह? हे कसलं बंधन?

पण हीच दिशा आहे. आपापले भगवान, आपापली मंदिरं. तुम्ही प्रेम समजलातच नाही. प्रेम विस्तीर्ण आहे. प्रेम कुठल्याही सीमा मानत नाही. प्रेम उत्तरादाखल काहीही मागत नाही. प्रेम प्रत्युत्तर इच्छित नाही. प्रेम तर यातच कृतार्थ होतं की 'मी प्रेम करू शकलो.'

आता तुम्ही चंद्रावर प्रेम करता, तर तुम्ही चंद्राला आपल्या घरात बांधू इच्छित नाही. लहान मूल चंद्राला पकडण्यासाठी नेहमी हात वर करतात. लहान मुलं नेहमी अडचण निर्माण करतात. तुम्ही कृष्ण आणि यशोदेची गोष्ट वाचली असेल की कृष्ण हट्ट धरून बसले, की चंद्र हवा. आता यशोदा त्रासलेली की काय करू, काय नको? एक साधू तिकडून जात होता, सर्व बघत होता. तो म्हणाला, 'एक काम करा. काशाच्या थाळीत पाणी भरून ठेवा. चंद्र त्यात दिसेल. तोच चंद्र कृष्णाला द्या.'

तिने काशाच्या थाळीत पाणी भरून ठेवलं. चंद्राचं प्रतिबिंब त्यात पडलं. छोटासा कृष्ण खूप आनंदित झाला. थाळी घेऊन फिरू लागला. जिथे जाईल, तिथे चंद्र. खूप आनंद, तृप्त, प्रसन्न झाला.

लक्षात ठेवा, तुम्ही जर प्रेमावर हक्क गाजवू लागलात तर प्रतिबिंबावर हक्क मिळेल. ही कहाणी सूचनात्मक आहे. खरं प्रेम हरवाल. नकली प्रेमावर हक्क मिळेल. नकली गोष्टीवरच हक्क मिळू शकतो. नकलीच मुठीत येतं, असली नाही. असली, खरं हवं असेल तर मूठ उघडी ठेवावी लागेल. उघडा हात, उघडा – मोठं हृदय. प्रतिबिंब कयात येऊ शकतं. मूळ नाही.

आणि आम्ही संपूर्ण आयुष्य याच उपद्रवात राहतो की कसंही करून प्रेम हातात आलं पाहिजे. बांधून टाकावं. रेषा आखून कैदेत ठेवावं. ही हक्काची अपेक्षा हाच आजार आहे.

'तुम्ही म्हणता, प्रेम हे परमात्म्याचं दार आहे. मीही कधी कुणावर प्रेम केलं होतं; पण मिळवू शकलो नाही.' मिळवायची अपेक्षा होती, यातच असफलता आहे. फक्त जर प्रेम केलं असतं तर सफलताच सफलता होती. मिळवण्याची आस का? हक्क का? मालकत्व का? मालक तर एकमेव परमात्मा आहे. तुम्ही मालक का होता? सुंदर फुलं, पर्वत, चेहरे, देह, नदी, चंद्र-तारे – सर्व सौंदर्य त्याचं! तुम्ही हक्क का गाजवता? कब्जा का घेता? तीस वर्षं सरली तरी अजूनही तीच आकांक्षा?

'पण मी पुन्हा कुणावर प्रेम करू शकलो नाही.'

तुम्ही विचार करताय की, तुम्ही फार मोठं काम केलंत. शहीद झालात. काय विचार करत आहात? हे काय प्रेम झालं? जे एकदा हरवलं? थेंब थेंब राहिला

असेल. एखादा थेंब राहिलं असेल, ओघळला की संपलं. मग तर झराच सुकला. इतका विशाल संसार! प्रभू इतक्या रूपात प्रकट होतो आणि तुम्ही एका रूपातच गुरफटलात, की नंतर प्रेमच करू शकला नाहीत? तुम्हाला वाटत असेल की बघा माझं प्रेम, ती तर नाही मिळाली, पण अजूनही मी तिच्यावरच प्रेम करतो. मी तिचाच आहे.

तुम्ही स्वत:ला नाहक त्रास देत आहात. नाहक कष्ट देत आहात. हाही अहंकार आहे. त्या प्रेमातही अहंकार होता, की मिळवेनच. मग मिळालं नाही, मन विषादाने भरून गेलं. आता तुम्ही म्हणता, 'दाखवूनच देईन की मी प्रामाणिक आहे!' कुणाला दाखवून देत आहात? तुमचं जीवन चुकत चाललंय.

जर परमात्मा एका दारातून नाही भेटला तर दुसरं दार शोधावं.

माझे एक मित्र आहेत. त्यांची पत्नी वारली. त्यांची पत्नी जेव्हा जिवंत होती, तेव्हा त्यांच्यात सख्य नव्हतं, हे मला माहीत होतं. कुणाच्यात असतं? पती-पत्नीत जर सख्य झालं तर तो चमत्कार! तसं झालं तरी तो अपवाद आणि अपवाद फक्त नियम सिद्ध करतो. तर मी त्यांना ओळखत होतो. तर पत्नी वारली. मला बातमी कळली,की ते एकमद वैरागी झाले. पत्नी मेली काय, त्यांचं प्रेम अचानक तिच्यासाठी उफाळून आलं. सर्व भिंतींवर पत्नीचे फोटो लावले. व्यवसाय सोडून दिला. पैसेवाले होते त्यामुळे काही अडचण नव्हती. त्यांच्या बहिणीने मला येऊन सांगितलं, 'भावाला काय झालंय, आता तुम्हीच काही करा! पत्नीला मरून तीन महिने झाले तरी ते अजूनही तिच्याच नावाची माळ ओढत आहेत. विचित्र प्रेम. असं प्रेम सत्ययुगात असतं, कलियुगात नाही.'

मी म्हणालो, की हे प्रेम वगैरे काही नाहीये. मी येतो. म्हणालो, 'हे काय करताय? कुणाचे फोटो लावले आहेत? आणि मला तर माहीत आहे, तुम्हा दोघांचं कधीच पटलं नाही. आता अपराधाची भावना सतावतेय, की हिला कधी सुख दिलं नाही, नेहमी त्रास दिला! आता क्षमा मागत आहात का? जेव्हा जिवंत होती, नक्कीच शंभर वेळा विचार केला असाल – मरू देत!' कुठला नवरा असा विचार करत नाही? आणि जेव्हा असा विचार येतो, तेव्हा कुल्फी आणतो, साडी आणतो – ना दिवाळी असते, ना कुठला सण!

तर मी म्हणालो, 'तुम्ही हजार वेळा विचार केला असेल, ती मरावी!' ते जरा चमकले. म्हणाले, 'हे तुम्हाला कसं कळलं?' मी म्हणालो, 'त्यात कळायचं काय? फोटो का लावलेत? हे कुणाला दाखवत आहात? यात काय अर्थ आहे?'

मी म्हणालो, 'मला तरी सांगा सगळं. आत्ता इथे कुणीही नाहीये.' त्यांच्या डोळ्यांत अश्रू आले. म्हणाले, 'तुम्ही मला पकडलंत. खरं हे नाहीये. मी खूप वेळा विचार केला, ही मरू दे. इतकंच नाही तर खूप वेळा तिला मारून टाकण्याचाही

विचार केला. कारण दुःखच दुःख आहे. मग ती मेली तर मला वाटलं की माझ्या भावनांनीच तिला मारून टाकलं; पण तुम्ही हे कुणाला सांगू नका. कारण लोकांना वाटतंय मी तिच्या प्रेमात वेडा झालोय. आता कधीही विवाह करणार नाही.'

मी त्यांना म्हणालो, 'जर या स्त्रीने तुम्हाला आनंद दिला, तुम्ही या स्त्रीवर प्रेम केलंत आणि या स्त्रीच्या प्रेमात तुम्हाला आनंद मिळाला असेल, तर तुम्ही निश्चितच विवाह कराल. कारण प्रेमाने तुम्हाला आनंद दिला आणि आनंद तुम्हाला का नको असेल? नेहमी जे लोक एका विवाहानंतर पुन्हा विवाह करत नाहीत, ते हे लोक आहेत ज्यांची स्त्री त्यांना अतोनात कष्ट देऊन गेली, सर्व स्त्रियांपासून मुक्त करून गेली. ते पुन्हा या झंझटात पडत नाहीत. एकीला काय समजलं, सर्व समजलंय! तसं ते म्हणणार नाहीत; पण मानसशास्त्रज्ञांचे सत्य उलटेच असतात. मनुष्य वरवर जे करतो, ती वेगळी गोष्ट आणि आतून जे असतं – अगदी विरुद्ध!'

तुम्ही आता म्हणता, 'तीस वर्षं सरली, मी कुणावरही प्रेम करू शकलो नाही.' तुमच्या अहंकाराला जो धक्का बसला आहे, त्या धक्क्यामुळे तुम्ही अजून एक नवा अहंकार तयार केलात, मी असा-तसा प्रेमी नाही. केलं ते एकीवरच केलं, पुन्हा कधी नाही केलं. एकीवरच प्रेम केलं!

हे आजार – रुग्ण दशा! दुःखदायी अवस्था! ज्याला मानसशास्त्रज्ञ मनोविकार म्हणतात, ही स्वतःला डिवचत राहण्याची वृत्ती! तुम्ही जुन्या पद्धतीने संन्यासी होऊ शकता – सहजी! तुम्हाला हवं तर तुम्ही काट्यांवर झोपा, उपास करा, उन्हात उभे रहा – हे सर्व तुम्हाला सहजी जमेल.

प्रेम तर जीवन आहे. भाव-भावनांचा सागर! प्रेम तर आत्म्याचा श्वास आहे. तुम्ही त्याला थांबवू कसं शकणार? जसं शरीरासाठी श्वासाची गरज, तसंच आत्म्यासाठी प्रेमाची गरज. प्रेम तर सतत होत असतं – कधी वृक्षांवर, चंद्रावर, चांदण्यांवर, लोकांवर, कवितांवर, संगीतावर, चित्रांवर, मूर्तींवर! प्रेम तर प्रतिपल होतंय. आता तुम्ही माझ्याबरोबर आहात तर तुमचं माझ्यावर प्रेम होत आहे. नाही, तर इथे कशाला आहात? हेही प्रेमच आहे. जर माझी वाणी तुम्हाला प्रिय वाटते, तर हे प्रेमच.

जेव्हा तुमचं प्रेम सर्वत्र वाहू लागतं, निर्बंध वाहतं, तेव्हा त्या प्रेमात काही मागणं नसतं, फक्त दान उरतं – तर प्रेम प्रार्थना होऊन जातं. म्हणून मी म्हणतो, 'प्रेम परमात्म्याचं दार आहे.' त्याची अनेक रूपं आहेत. ते एका स्त्री पुरतं मर्यादित नाही. एका पुरुषापुरतं मर्यादित नाही. तुमचा कुणी मित्र असेल, तेही प्रेम आहे. प्रेमाचे खूप भाव आहेत. त्याची अनेक रूपं आहेत – अंतिम रूप परमात्मा आहे.

पण तुम्ही विचारता, 'भगवान, माझं तिच्याशी कधी मिलन होऊ शकेल?' महाराज, सावध व्हा! वाचवा तिला. कशी तरी बिचारी वाचली. तुम्ही काही वेगळं

काम करा. पुढच्या जन्माची वाट बघत राहणार? काल मी एक कविता वाचत होतो, ती तुम्हाला उपयोगी पडेल,

उनकी तस्वीर निगाहोमें चकम उठी है
आंसुओं! आज तो दम भर के लिये थम जाओ
जाने ये कौन बरस, कौन सदी है कि यहां
मेरी नाकाम सदाओं के भटकते आसेब
अपनी ही खोज में आवारा-ओ-दरमांदा है
मुझको जाना था किधर और मैं आया हूं कहां?
अपने जख्मों को लिए कितने नगर घूमा हूं
ले के सामने-सफर दुखते हुए शानों पर
हाथ पकड़े हुऐ वहशत-जदा अरमानों का
अजनबी वादियों, दरियाओं में आ पहुंचा हूं
हसरतो- गम की तपिश-रेज गुजर राहों पर
मेरे रिसते हुए छालों के निशां मिलते हैं
जीस्त दम भर को जहां बैठ के सुस्ताती थी
अब वो पीपल के घने साये कहां मिलते हैं
वक्त दम साधे हुऐ कांप रहा है कि अभी
जिंदगी अपनी कमींगह से निकल आएगी।
और ठोकर उसे मारेगी कि – 'चल, आगे बढ़!'
इसके पहले की मिले वक्त को हुक्मे-रफ्तार
मेरा खोया हुआ चेहरा मुझे वापस दे दो
अपने लब रख के मैं उन ओठों पे सो जाऊंगा
जिनको चूमे हुऐ कितने ही बरस बीन गए
रूह में सुर्खियो अब घुल के उतर जाएगी
सुबह अनफास की निकहत में बस जाएगी
पांव उठेंगे उसी शहर की जानिब, कि जहां
कल्ब न मेरे, धड़क उठने का फन सीखा था
दम बखुद वक्त मुझे देख के पूछेगा–
'क्या तेरे शौक की वारफ्ता-मिजाजी है वही?'
अपने उलझे हुऐ बालों की लटें बिखराये
कौन ये गोद में बच्चे को लिए बैठी है
अपने घर-बार, दरोबाम से उकताई हुई
–किसलिये आए हैं? क्यों घर में घुसे आते है?

जाइये-जाइये, आफिस से वो आते होंगे
अजनबी शख्स को देखेंगे तो घबराएंगे
जाने क्या सोचेंगे, कुछ सोच के झुंझलाएंगे
कौन वो? कौन ये बच्चा? ये थका-सा चेहरा?
कौन मैं, अपने ही पैकर का झिझकता साया
वक्त एहसासे खिजालत से झुकाए हुए सर
अपनी खामोश निगाहों से ये करता है सवाल
'क्या तेरे शौके की वारफ्ता-मिजाजी है वही?'

हा कवी असं सांगतोय की वर्षं सरली, जिच्यावर प्रेम केलं होतं आणि जिच्या प्रेमामुळे जीवनात उत्साह होता, तो हरवला. आता वर्षांनुवर्ष एका भूतासारखं मी तिला शोधत हिंडतो आहे. माझा अंत:काळ येण्यापूर्वी, मी एकच प्रार्थना करतो की माझं ते जुनं प्रेम, तो सुंदर चेहरा मला परत दे. मी त्याच ओठांवर ओठ टेकून निद्रिस्त होईन.

मेरा खोया हुआ चेहरा मुझे वापिस दे दो
अपने लब रख के मैं उन ओठों पे सो जाऊंगा
जिनको चुमे हुऐ कितने ही बरस बीत गऐ
रूह में सुर्खिये-लब घुल के उतर जाएगी
सुबह अनफास की निकाहत में बस जाएगी।

माझे श्वास सुगंधित होतील. ओठांवरची लाली माझ्या प्राणांना पुन्हा जागं करेल.

पांव उठेंगे उसी शहर की जानिब, कि जहां
कल्ब ने मेरे, धडक उठने का फन सीखा था

तो क्षण, तो प्रेमाचा क्षण, जिथे माझ्या हृदयाने धडधडायचं रहस्य जाणलं होतं, त्याच दिशेने पळू लागेन.

दम बखुद वक्त मुझे देख के पुछेगा,

आणि काळ मला जरूर विचारेल....

क्या तेरे शौक की वारफ्ता-मिजाजी है वही?

काय तुझ्या प्रेमाचं, तुझ्या वासनेचं अजूनही मनाला येईल तसं वागणं चालू आहे? अजूनही तू जागा झाला नाहीस? समजला नाहीस?

'अपने उलझे हुऐ बालों की लटे बिखराये'

आणि जर का मी पुन्हा तिथे पोहोचलो, तर अशी अवस्था होईल... तुमचीही तशीच होईल. आता तीस वर्षांनंतर तुम्हाला जर ती स्त्री भेटली, जिच्यावर तुम्ही प्रेम केलंत आणि तुम्ही तिच्या घरी पोहोचाल – आपल्या गुंतलेल्या केसांना अजून

विस्कटून! ती ही तेव्हा पन्नास वर्षांची असेल. तुम्ही अजूनही विचार करता की ती वीस वर्षांची असेल!

कौन ये गोद में बच्चे को लिए बैठी है?

भेटली तर ओळखूही शकणार नाही.

कौन ये गोद में बच्चे को लिए बैठी है?
अपने घर-बार दरोबाम से उकताई हुई

सर्व बाजूंनी उबलेली, त्रासलेली, केस विस्कटलेली, मुलाला घेऊन कोण बसलीय? हा चेहरा तुम्ही ओळखूही शकणार नाही. हा तो तीस वर्षांपूर्वीचा चेहरा नाहीये. तुमचा चेहरा आरशात पहा! तुम्हीही किती बदललात. तुम्हीही ते नाही आहात. तीही असू शकत नाही तशी. तुम्हाला बघून घाबरेल. समजू नका की ती ओळखेल. विचारेल – का आला आहात? का घरात घुसताय?

जाइये-जाइये, आफिस से वो आते होंगे
अजनबी शख्स को देखेंगे तो घबरायेंगे
जाने क्या सोचेंगे, कुछ सोच के झुंझलाएंगे।

तुम्ही कुठे घुसताय? तुम्हाला ओळखूही शकली नाही. तुम्हीही ओळखू शकणार नाही. कोण ही? कुणाचं हे मूल? हा थकलेला चेहरा. कुणाबद्दल बोलतेय ही स्त्री? कोण येणार ऑफिसातून?

आणि मग तुम्ही विचार कराल –

कौन मै, अपने ही पैकर का झिझकता साया
सिर्फ एक छाया मात्र हूं अतित की!
वक्त एहसासे खिजालत से झुकाये हुए सर
और समय लज्जा से झुकाकर पुछेगा
अपनी खामोश निगाहों से यह करता है सवाल
'क्या तेरे शौके की वारफ्ता-मिजाजी है वही?'

काय? अजून तुझ्या प्रेमाचं वेडेपण तसंच आहे? अजूनही तू समजला नाहीस? प्रौढ झाला नाहीस? तीस वर्षं, फार मोठा काळ आहे. या तीस वर्षांत तू अजूनही तीच स्वप्नं सजवत राहिला आहेस, तर तू वाया घालवलीस वर्षं, तू जीवनापासून काहीही शिकला नाहीस. अजूनही तीच, तशीच बालिश वृत्ती – तेच बालिश विचार मनात फेर धरून आहेत की भगवान, कधी मिलन होईल? तुम्ही अजूनही स्वप्नात जगत आहात. जागे व्हा स्वप्नांतून! खूप काळ लोटला. पुढे जे येत आहे, शक्यता फार कमी आहे, की तिच्याशी तुमचं मिलन होईल. कारण जिला तुम्ही भेटू इच्छिता ती आता कुठे आहे? किती पाणी वाहून गेलंय गंगेचं! जी छाया तुम्ही तुमच्या डोळ्यांत साठवून ठेवली आहे, ती आता कधीही दिसणार

नाही. ती तर पाण्यावर ओढलेली रेघ होती, कधीच मिटली. जी भेटेल, तिच्याशी तुमचं काहीच नातं नाही. तुम्ही असा विचार करू शकणार नाही की ती स्त्री अशी झाली.

येणारी घटना जी आहे, ती म्हणजे मृत्यू! जी रोज जवळ येत आहे. तुम्ही भूतकाळात गुंतून पडू नका. जरा जागे व्हा. जीवन हातातून निसटत आहे. मृत्यू जवळ येतो आहे. मृत्यू येईल, त्या अगोदर प्रौढ बना. या बालिश गोष्टी सोडून द्या. या कवींना शोभतात. त्यांना क्षमा केलं जाऊ शकतं. जे बुद्धिमान आहेत, त्यांना या गोष्टी शोभत नाहीत. बुद्धीला जरा चमक आणा. जीवनाला जरा स्वच्छ करून बघा. मिळाली असती तरी काय झालं असतं? ज्यांना मिळाली त्यांना विचारा त्यांचं काय झालं?

मी ऐकलंय, एका वेड्यांच्या हॉस्पिटलमध्ये दोन माणसं बंद होती. एक दर्शक बघायला आला. तो विचारतो, 'हा माणूस काय करतोय?' कारण एक माणूस तस्वीर घेऊन बसलाय, जसे तुम्ही बसता, घेऊन बसलाय आणि छातीशी धरतोय, पापी घेतोय, रडतोय. त्याने विचारलं, 'याला काय झालं?' तर अधिक्षक म्हणतो, 'हा मनुष्य या स्त्रीवर प्रेम करत होता, ती त्याला मिळाली नाही, त्यातच तो वेडा झाला.'

आणि समोरच एका कोठीत दुसरा मनुष्य दगड मारतोय, भिंतीवर डोकं आपटतोय. तो विचारतो, 'या सज्जन गृहस्थाला काय झालंय?' अधिक्षक म्हणाला, 'या सज्जन गृहस्थांना तीच स्त्री मिळाली, जिच्यावर तो पहिला मनुष्य प्रेम करत होता. मिळाली म्हणून वेडा झाला.'

तुम्ही वाचलात. भगवानाला धन्यवाद द्या! कुणी दुसरा तुमचा त्रास सहन करतोय. या आयुष्यात मिळतं काय? इथे मिळण्यासारखं काय आहे? राख आहे राख! हेच सार आहे. एवढीच गोष्ट समजली की, इथे काहीही नाही. या बोध प्राप्तीनंतरच मनुष्य परमात्म्याकडे ओढला जातो. जिथे संसाराचं प्रेम असफल होतं, तिथे परमात्म्याचं प्रेम जागृत होतं.

या जीवनातल्या असारतेतच परमात्म्याचं सार आहे. असारला – असारच्या पद्धतीने जाणणं हे सारच्या दिशेने पडलेलं पहिलं पाऊल आहे.

आता तुम्ही असारमध्ये गुंतून पडू नका. असाही खूप काळ वाया गेला आहे. तीस वर्षांत तर परमात्मा मिळाला असता. एवढ्या तृष्णेने तर परमात्मा मिळाला असता. इतक्या तीव्रतेने हाक मारली असतीत, तर परमात्मा मिळाला असता. तुम्ही केर-कचरा मिळवण्यासाठी एवढे वेडे झाला आहात? त्याचं मोल किती?

चारही दिशांनी बघा. जे प्रेमात सफल झाले आहेत, त्यांना बघा. जे असफल झालेत त्यांना बघा. सगळे रडत आहेत. हे प्रेम – प्रेम नाही. मी कुठल्या वेगळ्याच

प्रेमाची गोष्ट करतो आहे. ज्यात असफलता असत नाही.

परमात्म्याशी प्रेम जोडा, तिथे कधीही असफलता मिळत नाही. तेच मिळतं, जे तुम्ही शोधत आहात. जेव्हा तुम्ही साधारण जीवनाच्या प्रेमात पडता, तेव्हाही तुम्ही परमात्म्याचा शोध घेत असता. साधारण प्रेम तुम्हाला तृप्त करू शकत नाही. कारण शोध मोठ्याचा आहे आणि तो साधारण, अतिशय साधारण आहे. तुम्ही दगड-धोंड्यांमध्ये हिरा शोधत आहात. नाही मिळणार. शोध परमात्म्याचा चालू आहे, परम प्रियकराचा! त्याला शोधा! तिथे कधीही असफलता येणार नाही.

संसारात कधीही कुणीही सफल होत नाही. परमात्म्यामध्ये कधीही कुणीही असफल होत नाही.

ओशो – एक परिचय

ओशो हे कोणत्याच अवकाशात मावणारे नाहीत. माणसाच्या व्यक्तिगत शोधापासून ते समाजातल्या सर्व सामाजिक तसंच राजकीय प्रश्नांवर प्रकाश टाकणारी अशी त्यांची प्रवचनं आहेत. ओशोंनी स्वत: ही पुस्तकं लिहिलेली नाहीत. जागतिक स्तरावर सर्व श्रोत्यांसमोर दिलेल्या प्रवचनांच्या ऑडिओ व्हिडीओच्या वार्तांकनांचं संकलन म्हणजे त्यांची पुस्तकं आहेत. ते म्हणतात "मी जे काही सांगतो ते केवळ तुमच्यासाठीच नसून भविष्यातल्या पिढींसाठी सांगत असतो.

लंडनच्या 'संडे टाइम्स'नं विसाव्या शतकातल्या जग बदलून टाकणाऱ्या एक हजार व्यक्तींमध्ये त्यांची गणना केलेली आहे. टॉम रॉबिन्स या अमेरिकन लेखकानं तर त्यांना 'जिझस ख्राईस्ट' नंतरचं सर्वांत 'खतरनाक' व्यक्तिमत्त्व असं बिरुद त्यांना बहाल केलंय. भारताचं भाग्य बदलवणाऱ्या गांधी, नेहरू आणि बुद्ध यांच्या बरोबरीनं भारतातील 'संडे-मिडडे'नं त्यांचा गौरव केला आहे.

आपल्या कार्याविषयी ते म्हणतात,'नवीन आधुनिक मनुष्याच्या जन्मासाठी मी

'भूमी' तयार करतो आहे.' या नवीन मनुष्याला ते 'झोरबा द बुद्ध' म्हणतात. झोरबा असा की, ज्यामध्ये पृथ्वीवरची सर्व सुखं उपभोगण्याची क्षमता असेल, तसंच बुद्धांची शांत, सौम्य अशी प्रवृत्ती असेल. ओशोंच्या सर्वांगीण विचारांमध्ये जीवन-दर्शनाचा एक झुळझुळता प्रवाह आहे. त्यामध्ये पूर्वेकडची कालातीत असलेली प्रज्ञा आणि पश्चिमेकडचं विज्ञान, तसंच तंत्रज्ञानाच्या सर्वोच्च शक्यतांचा समावेश आहे.

आंतरिक परिवर्तनाच्या शास्त्रात 'ओशो' म्हणजे क्रांतिकारी उपदेशासाठी उत्तम पर्याय आहेत. तसंच ध्यानाच्या विविध पद्धतीचे प्रसारक आहेत. आत्ताच्या आधुनिक वेगवान जीवनशैलीला अनुसरून या पद्धती त्यांनी निर्माण केल्या आहेत.

सक्रिय ध्यानपद्धती अशापद्धतीनं तयार केलीय की, त्यामध्ये शरीर आणि मन या दोन्हीमध्ये साचलेल्या ताणतणावांचा निचरा होऊ शकेल आणि रोजच्या जीवनात सहज स्थिर मनोवृत्ती प्राप्त होऊ शकेल तसंच गाढ शांतीचा अनुभव येईल.

ओशोंची दोन आत्मकथात्मक पुस्तकं याप्रमाणे.

१) 'ऑटोबायोग्राफी ऑफ ए स्पिरिच्युअली इनकरेक्ट मिस्टीक', सेंट मार्टिस प्रेस, यूएसए.

२) 'ग्लिम्प्सेस ऑफ ए गोल्डन चाइल्डहूड', ओशो मीडिया इंटरनॅशनल, पुणे, भारत.

■

ओशो इंटरनॅशनल मेडिटेशन रिझॉर्ट

ठिकाण : मुंबईपासून शंभर मैलावर दक्षिणपूर्वेला असलेल्या संपन्न अशा आधुनिक पुणे शहरात सुट्टी घालवण्याचं एक सुरेख असं स्थान म्हणजे, 'ओशो इंटरनॅशनल मेडिटेशन रिसॉर्ट!'' घनदाट झाडीमध्ये लपलेलं हे रिसॉर्ट सर्वांपेक्षा वेगळं असून अठ्ठावीस एकराच्या बगिचामध्ये पसरलेलं आहे.

वेगळेपण : शंभरपेक्षाही जास्त अशा निरनिराळ्या देशांमधून हजारो पर्यटक दरवर्षी या रिसॉर्टला भेट देतात. इथला अनुपम असा परिसर उत्साहानं परिपूर्ण, शांत-निवांत असा असून काहीतरी सर्जनात्मक असं नवीन जीवन जगण्याविषयी प्रेरणा देणारा आहे. संपूर्ण वर्षभर चोवीस तास चालणारे निरनिराळे उपक्रम इथे आहेत. अर्थात काहीही न करता नुसतं शांत बसणं, हाही त्यातलाच एक भाग!

इथल्या सर्व कार्यक्रमांच्या रचनेत ओशोंच्या 'झोरबा द बुद्ध'ची आंतरदृष्टी समाविष्ट आहे. यामध्ये एका नवीन मनुष्याचा नवीन ढंग आहे. जो माणूस रोजचं दैनंदिन जीवन सर्जनात्मक पद्धतीनं जगूनसुद्धा मौन तसंच ध्यानामध्ये मग्न होण्याची क्षमता राखतो.

इथली कार्यक्रमपद्धती :

ध्यान : दिवसभर चालणाऱ्या ध्यान कार्यक्रमांमध्ये सक्रिय तसंच निष्क्रिय, परंपरागत तसंच क्रांतिकारक, खासकरून 'ओशो डायनॅमिक मेडिटेशन'पद्धतीनुसार, प्रत्येक व्यक्तीनुसार अनेक ध्यानपद्धती उपलब्ध आहेत. या सर्व ध्यानपद्धती जगातल्या सर्वांत भव्य अशा 'ओशो ऑडिटोरियम' ध्यान सभामंडपात पार पाडल्या जातात.

विविधता : इथल्या विविध व्यक्तिगत सेशन्समध्ये, शिबिरात सर्जनशील अशा कलांपासून ते संपूर्ण स्वास्थ्यापर्यंत, तसंच व्यक्तिगत परिवर्तन, व्यक्तिगत संबंध, जीवनातील अग्रक्रम, कार्यध्यान, गुह्यविज्ञान, खेळ, मनोरंजन या सर्व गोष्टीत अगदी 'झेन पद्धती'चा सुद्धा समावेश आहे. इथल्या (मल्टिव्हर्सिटी) विविध

गोष्टींच्या यशाचं रहस्य म्हणजे इथले सर्वप्रकार पूर्णपणे ध्यानाशी जोडलेले आहेत. त्यामुळे इथल्या माणसांमध्ये हा विचार घट्टपणे रुजवला जातो की, 'मनुष्य म्हणजे फक्त शरीराशी निगडीत नसून त्यापलीकडेही खूप आहे.'

बाशो स्पा : हिरव्यागार झाडांच्या सान्निध्यात, मोकळ्या हवेत असलेला भव्य असा, पाण्यात मनसोक्त तरंगण्याचा आनंद देणारा जलतरण तलाव म्हणजे मोठं आकर्षण आहे. वैशिष्ट्यपूर्ण तयार केलेली मोठी झकूझी, सौना, जीम, टेनिसकोर्ट या सर्वांचा समावेश इथे केलेला आहे.

भोजन : निरनिराळ्या पद्धतींनी बनवलं जाणारं इथलं स्वादिष्ट भोजन पूर्णपणे शाकाहारी असून ते पाश्चात्त्य तसंच आशियाई ढंगामध्ये उपलब्ध आहे. मेडिटेशन रिसॉर्टसाठी विशेषत्वानं लागवड केलेल्या सेंद्रिय भाज्याच इथं वापरल्या जातात. ब्रेड आणि केक रिसॉर्टच्या स्वत:च्याच बेकरीत बनवले जातात.

संध्याकाळचे कार्यक्रम : या कार्यक्रमांची यादी तर खूप मोठी आहे. पण सर्वांत पहिल्या स्थानावर आहे नृत्य! इतर कार्यक्रमात चांदण्यारात्रीतलं ध्यान, विविध मनोरंजक कार्यक्रम, संगीताचे कार्यक्रम तसंच रोजच्या जीवनासाठी ध्यान हे सम्मिलित आहे.

याव्यतिरीक्त प्लाझा कॅफेमध्ये मित्र-परिवारा बरोबर गाठीभेटी तसंच रात्रीच्या शांतवेळी या परिकथेसारख्या वाटणाऱ्या वातावरणात भटकण्याचा आनंदही घेऊ शकतो.

सोयी : रोजच्या उपयोगाच्या वस्तू आपण रिसॉर्टच्या दुकानांमधून खरेदी करू शकता. मल्टिमीडिया सभागृहात ओशोंची सर्व 'मीडिया' सामुग्री मिळू शकते. बँक ट्रॅव्हल एजन्सी तसंच सायबरकॅफेची सोयही इथे आहे. खरेदीची आवड असणाऱ्यांना पुण्यामध्ये भरपूर गोष्टी उपलब्ध आहेत. अगदी पारंपरिक भारतीय वस्तुंपासून ते आंतरराष्ट्रीय बँडपर्यंतची सर्व दुकाने आहेत.

राहाण्यासाठी : ओशो गेस्टहाउसमध्ये एखादी छानशी खोली मिळू शकते. खूप दिवस राहायचं असेल, तर 'लिव्हिंग-इन'चं पॅकेज घेऊ शकता. याव्यतिरिक्त आसपास बरीच चांगली हॉटेल्स आणि सर्व्हिस्ड अपार्टमेंट सुद्धा आहेत.

www.OSHO.com/meditationresort
www.OSHO.com/guesthouse
www.OSHO.com/livingin

अधिक माहितीसाठी

ओशोंची अलौकिक अशी वाणी आपण निरनिराळ्या भाषेमध्ये तसंच इतर माध्यमाद्वारा ऑनलाईन वेबसाईटवर मिळवू शकता.

* वेबसाइट – www.OSHO.com
* ओशोंच्या विविध गोष्टी आपण या माध्यमांद्वारे प्राप्त करू शकता.
* ओशो मेडिटेशन सेंटरमध्ये प्रत्यक्ष येण्याचं ठरवू शकता.
* आपल्या मनाजोगत्या विषयासाठी ओशो लायब्ररी सदैव तत्पर आहे.
* संपूर्ण ओशो ध्यानाचे प्रकार तसंच त्याचं संगीत अपलोड केलेलं आहे ते पाहू शकता.
* इथल्या सर्व कार्यक्रमांची तत्कालीन माहीती घेण्यासाठी फेसबूक अपडेट्स पहा.
* ट्वीटर वर रोजच्यारोज ओशोंचे विचार आहेत.
* यू ट्यूबवर 'ओशो व्हीडीओ चॅनल' वर पाहू शकता.
* 'ओशो टॉक्स प्रोजेक्ट'च्या सहाय्यानं आपल्या स्थानिक भाषेत ओशोंचे अनुवाद आपल्याला मिळू शकतात.
* ओशो रेडीओ तसंच ओशो टीव्ही चा आस्वाद घ्या.
* आणखीन सविस्तर माहीतीसाठी – www.OSHO.com/All About Osho पाहू शकता.

■

ओशो का हिंदी साहित्य

उपनिषद
सर्वसार उपनिषद
कैवल्य उपनिषद
अध्यात्म उपनिषद
कठोपनिषद
ईशावास्य उपनिषद
निर्वाण उपनिषद
आत्म-पूजा उपनिषद
केनोपनिषद

कृष्ण
गीता-दर्शन
(आठ भागों में अठारह अध्याय)
कृष्ण-स्मृति

महावीर
महावीर-वाणी (दो भागों में)
जिन-सूत्र (दो भागों में)
महावीर या महाविनाश
महावीर : मेरी दृष्टि में
ज्यों की त्यों धरि दीन्हीं चदरिया

मीरा
मैंने राम रतन धन पायो
झुक आई बदरिया सावक की

च्वांगत्सु
संसार और मार्ग
सत्य असत्य

लाओत्से
ताओ उपनिषद (छह भागों में)

बुद्ध
एस धम्मो सनंतनो (बारह भागों में)

अष्टावक्र
अष्टावक्र महागीता (नौ भागों में)

कबीर
सुनो भई साधो
कस्तूरी कुंडल बसै
कहै कबीर दीवाना
मेरा मुझमें कुछ नहीं
कहै कबीर मैं पूरा पाया
गुंगे केरी सरकारा
होनी होय सो होय

जगजीवन
नाम सुमिर मन बावरे
अरी, मैं तो नाम के रंग छकी

दादू
सबै सयाने एक मत
पिव पिव लागी प्यास

शांडिल्य
अथातो भक्ति जिज्ञासा (दो भागों में)

दरिया
कानों सुनी सो झूठ सब
अमी झरत बिगसत कंवल

पलटू
अजहूं चेत गंवार
सपना यह संसार
काहे होत अधीर

सुंदरदास
हरि बोलौ हरि बोल
ज्योति से ज्योति जले

धरमदास
जस पनिहार धरे सिर गागर
का सोवै दिन रैन

मलूकदास
कन थोरे कांकर घने
रामदुवारे जो मरे

बाउल संत
प्रेम योग
आनंद योग

अन्य रहस्यदर्शी
भक्ति-सूत्र (नारद)
शिव-सूत्र (शिव)
भजगोविन्दम् मूढ़मते (आदिशंकराचार्य)
एक ओंकार सतनाम (नानक)
जगत तरैया भोर की (दयाबाई)
बिन घन परत फुहार (सहजोबाई)
नहीं सांझ नहीं भोर (चरणदास)
संतो, मगन भया मन मेरा (रज्जब)
कहै वाजिद पुकार (वाजिद)
मरौ हे जोगी मरौ (गोरख)
सहज-योग (सरहपा-तिलोपा)
बिरहिनी मंदिर दियना बार (यारी)
प्रेम-रंग-रस ओढ़ चदरिया (दूलन)
दरिया कहै सब्द निरबाना (दरियादास बिहारवाले)
हंसा तो मोती चुगैं (लाल)
गुरु-परताप साध की संगति (भीखा)
मन ही पूजा मन ही धूप (रैदास)
झरत दसहुं दिस मोती (गुलाल)
अकथ कहानी प्रेम की (फरीद)

विचार-पत्र
क्रांति-बीज
पथ के प्रदीप

पत्र-संकलन
अंतर्वीणा
प्रेम की झील में अनुग्रह के फूल
ढाई आखर प्रेम का
पद घुंघरू बांध
प्रेम के फूल
प्रेम के स्वर
पाथेय

झेन, सूफी और उपनिषद की कहानियां
बिन बाती बिन तेल
सहज समाधि भली
दीया तले अंधेरा

मनुष्य होने की कला
सदगुरु समर्पण
उस पथ के पथिक
अंतर्यात्रा के पथ पर

बोध-कथा
मिट्टी के दीये

योग
पतंजलि : योग-सूत्र (पांच भागों में)
योग : नये आयाम

तंत्र
संभोग से समाधि की ओर
  संभोग से समाधि की ओर
  युवक और यौन
  क्रांती सूत्र
तंत्र-सूत्र (पांच भागों में)

ध्यान, साधना
ध्यान विज्ञान
ध्यानयोग : प्रथम और अंतिम मुक्ति
मैं कोन हूं
समाधिके द्वार पर
तृषा गई एक बूंद से
  तृषा गई एक बूंद से
  जीवन सत्यकी खोज
माटी कहै कुम्हार सूं
  माटी कहै कुम्हार सूं
  जीवन रस गंगा
अमृत की दिशा
  अमृत की दिशा
  समाधि के तीन चरण

चित चकमक लागे नाहिं
साधना-शिविर
साधना-पथ
  साधना-पथ
  अंतर्यात्रा
  प्रभूकी पगडंडियां
साक्षी की साधना
  साक्षी की साधना
  साक्षी का बोध
मैं मृत्यु सिखाता हूं
जिन खोजा तिन पाइयां
समाधि के सप्त द्वार (ब्लावट्स्की)
साधना-सूत्र (मेबिल कॉलिन्स)
ध्यान-सूत्र
जीवन ही है प्रभु
असंभव क्रांति
ध्यान दर्शन
ध्यान के कमल
शून्य की नाव
शून्य के पार
सत्य की खोज
संभावनाओं की आहट
समाधि कमल
जो घर बारे आपना
प्रेम दर्शन
गिरह हमारा सुन्न में
अपने माहिं टटोल
जीवन संगीत
रोम-रोम रस पीजिए

राष्ट्रीय और सामाजिक समस्याएं
देख कबीरा रोया
अस्वीकृति में उठा हाथ

भारत के जलते प्रश्न
भारत के जलते प्रश्न
समाजवाद से सावधान
समाजवाद अर्थात आत्मघात
स्वर्ण पाखी था जो कभी
नये समाज की खोज
नये भारत की खोज
नये भारत का जन्म
भारत का भविष्य
फिर अमरित की बूंद पड़ी
एक एक कदम

अंतरंग वार्ताएं
संबोधि के क्षण
प्रेम नदी के तीरा
सहज मिले अविनाशी
उपासना के क्षण
अनंत की पुकार

प्रश्नोत्तर
नहिं राम बिन ठांव
प्रेम-पंथ ऐसो कठिन
उत्सव आमार जाति, आनंद आमार गोत्र
मृत्योर्मा अमृतं गमय
प्रीतम छवि नैनन बसी
रहिमन धागा प्रेम का
उड़ियो पंख पसार
सुमिरन मेरा हरि करैं
पिय को खोजन मैं चली
साहेब मिल साहेब भये
जो बोलैं तो हरिकथा
बहुरि न ऐसा दांव
ज्यूं था त्यूं ठहराया
ज्यूं मछली बिन नीर
दीपक बारा नाम का
अनहद में बिसराम
लगन महूरत झूठ सब
सहज आसिकी नाहिं
पीवत रामरस लगी खुमारी
रामनाम जान्यो नहीं
सांच सांच सो सांच
आपुई गई हिराय
बहुतेरे हैं घाट
कोंपलें फिर फूट आईं
क्या सोवै तू बावरी
कहा कहूं उस देस की
पंथ प्रेम को अटपटो
फिर पत्तों की पांजेब बजी
मैं धार्मिकता सिखाता हूं,
धर्म नहीं
ओशो उपनिषद
एक नई मनुष्यता का जन्म
भविष्य की आधारशिलाएं

विविध
अमृत-कण
अमृत वाणी
कुछ ज्योतिर्मय क्षण
नये संकेत
चेति सकै तो चेति
हसिबा, खेलिबा, धरिबा ध्यानम्
धर्म साधना के सूत्र
मैं कहता आंखन देखी
जीवन क्रांति के सूत्र
जीवन रहस्य
करुणा और क्रांति

विज्ञान, धर्म और कला
प्रभु मंदिर के द्वार पर
तमसो मा ज्योतिर्गमय
प्रेम है द्वार प्रभु का
अंतर की खोज
अमृत वर्षा
अमृत द्वार
एक नया द्वार
प्रेम गंगा
समुंद समाना बुंद में
सत्य की प्यास
शून्य समाधि
व्यस्त जीवन में ईश्वर की खोज
अज्ञात की ओर
धर्म और आनंद
जीवन-दर्शन
जीवन की खोज
क्या ईश्वर मर गया है
क्या मनुष्य एक यंत्र है
नानक दुखिया सब संसार
नये मुनष्य का धर्म
धर्म की यात्रा
स्वयं की सत्ता
सुख और शांति
नारी और क्रांति
सम्यक शिक्षा
शिक्षा में क्रांति
गहरे पानी पैठ
ज्योतिष विज्ञान
नव संन्यास क्या
सत्य का अन्वेषण
सत्य का दर्शन
घाट भुलाना बाट बिनु
पथ की खोज
जीवन अलोक
जीवन की कला
जीवन क्रांती की दिशा
जीवन गीत
मन का दर्पण
आंखों देखी सांच
आनंद की खोज
स्वर्णिम बचपन

ओशोंच्या साहित्यासंबंधी माहितीसाठी तसेच मागणीकरिता संपर्क :

ओशो मिडिया इंटरनॅशनल
१७ कोरेगाव पार्क, पुणे ४११००१ (महाराष्ट्र-भारत)
फोन नं. +९१ (२०) ६६०१९९८१
Email : distribution@osho.net

ओशोंच्या ऑडियो व्हिडियो प्रवचनांसंबंधी माहितीसाठी तसेच मागणीकरिता संपर्क :

ओशो मल्टिमीडिया ॲन्ड रिसॉर्ट्स प्रा. लि.
१७, कोरेगाव पार्क, पुणे ४११००१ (महाराष्ट्र-भारत)
फोन नं. +९१ (२०) ६६०१९९८१
Email : distribution@osho.net

श्रोत्यांसमोर प्रत्यक्ष दिलेल्या तत्कालीन प्रवचनांचा समावेश असणारी ही ओशोंची पुस्तकं आहेत. ओशोंची सर्व प्रवचनं, पुस्तकरूपात तसंच ऑडिओ रेकॉर्डिंगच्यारूपात उपलब्ध आहेत. ही रेकॉर्डिंग्ज तसंच पुस्तकं यांच्यासाठी www.OSHO.com/library या संकेतस्थळावर संपर्क साधता येईल.

मीरा एक वसंत आहे

ओशो

अनुवाद
स्वाती चांदोरकर

जेव्हा दु:खाचा भडिमार होतो तेव्हा सामान्य मनुष्य ईश्वराला दोष देतो, वेठीला धरतो आणि मीरा मात्र ईश्वराचे आभार मानते. 'सर्व मोहपाशातून सुटका केलीस,' असं म्हणते. 'ईश्वराराधना व्हावी म्हणूनच अशी तजवीज केलीस.' असं म्हणते. ती ईश्वराराधनेत कधी रममाण होते, हे तिचं तिलाही कळत नाही. ईश्वराराधना म्हणजे फक्त कृष्णाची आराधना. पंचवीस हजार वर्षांपूर्वी अवतरलेल्या कृष्णावर ती पंचवीस हजार वर्षांनंतर स्वत:ला समर्पित करू शकते.

अशा भक्तीला नावं ठेवली जातात, कलंक लावला जातो, जीवे मारण्याचा यत्न केला जातो. तरीही प्रसन्नता, शांतता, सुमधुर हास्य विलसत राहतं. न पाहिलेल्या मीरेचं रूप नजरेसमोर तरळत राहतं. शिल्पकारांनी त्यांच्या कल्पनेनुसार घडवलेली मीरा नजरेसमोर येते आणि वाटून जातं, 'खचितच, मीरा अशीच दिसत असणार.

शांत, सुंदर, जगाचं भान नसलेली, कृष्णमय झालेली.'

मीरेची मधुशाला

ओशो

अनुवाद
स्वाती चांदोरकर

मीरा
मीरा म्हणजे भक्ती.
भक्तीने परमात्मा साध्य करणारे अनेक आहेत आणि तरीही मीरा वेगळी आहे.
का?
ओशो सांगतात की भक्तिसाराची इतकी पारदर्शकता मीरामध्ये आहे,
की ही पारदर्शकताच तिचं वेगळेपण सिद्ध करते.
मीरा कृष्णमय आहे हे कुणी नव्याने सांगायला नको.
पण आपण तिची भक्ती बघून मीरामय होऊन जातो हे निश्चित.
भक्तिमार्ग हा सर्वांत कठीण मार्ग. न दिसणाऱ्या परमात्म्यावर
तन, मन, भान विसरून प्रेम करणं, स्वत:ला त्याच्यावर सोपवून देणं हे कठीणच.
आणि म्हणूनच मीराचं कृष्णासाठी केलेलं समर्पण अनमोल आहे.
यमक जुळतंय की नाही याची विवंचना न करता
जे हृदयातून उमटत गेलं असं ते काव्य, गीत, भजन आजही आपल्या
हृदयाला भिडतात आणि मीरा म्हणते 'मैं तो प्रेम दीवानी'.
हा तिचा भाव, ही तिची भावदशा आपल्यालाही भारावून टाकते.

१८०